அடிமைகள்

தேர்ந்தெடுக்கப்பட்ட உலகச் சிறுகதைகளின் தொகுப்பு

தமிழில் - எம். ரிஷான் ஷெரீப்

அடிமைகள்	:	மொழிப்பெயர்ப்பு சிறுகதைத் தொகுப்பு
தமிழில்	:	எம். ரிஷான் ஷெரீப்
	:	© ஆசிரியருக்கு
முதற்பதிப்பு	:	ஜனவரி 2023
அட்டை வடிவமைப்பு	:	பி.எஸ்.வம்சி
வெளியீடு	:	வம்சி புக்ஸ்
		19, டி.எம்.சாரோன்,
		திருவண்ணாமலை - 606 601
		9445870995, 04175 - 235806
அச்சாக்கம்	:	மணி ஆப்செட், சென்னை - 600 077
விலை	:	₹ 250/-
ISBN	:	978-93-93725-18-9

Adimaigal	:	Translated Short Stories
In Tamil	:	M.Rishan Shareef
	:	© Author
First Edition	:	Janauary - 2023
Wrapper Design	:	B.S. Vamsi
Published by	:	Vamsi books
		19.D.M.Saron,
		Tiruvannamalai - 606 601
		9445870995, 04175 - 235806
Printed by	:	Mani Offset, Chennai - 600 077
	:	₹250/-
ISBN	:	978-93-93725-18-9

www.vamsibooks.com - e-mail: kvshylajatvm@gmail.com

அடிமைகளாகவே பிறந்து, வாழ்ந்து,
மரித்த அனைத்து மனிதர்களுக்கும்

எம். ரிஷான் ஷெரீப்

எம். ரிஷான் ஷெரீப் இலங்கையைச் சேர்ந்த தமிழ் எழுத்தாளரும், கவிஞரும், ஊடகவியலாளரும், மொழிபெயர்ப்பாளரும் ஆவார். கவிதை, சிறுகதை, கட்டுரை, புகைப்படம் ஆகிய துறைகளில் பங்களிப்பு செய்து வரும் இவர் சிங்களம், ஆங்கிலம் ஆகிய மொழிகளிலிருந்து தமிழுக்கு மொழிபெயர்ப்புகளையும் மேற்கொண்டு வருகிறார்.

இந்த நூல்களுக்காக இவர் இதுவரையில் இலங்கை அரச சாகித்திய விருது, கொடகே இலக்கிய விருது, துரைவி விருது, இந்தியா வம்சி விருது, கனடா இயல் விருது, இந்தியா வாசகசாலை விருது போன்ற முக்கியமான விருதுகளை வென்றுள்ளார். இவரது படைப்புகள் சிங்களம், ஆங்கிலம், மலையாளம் ஆகிய மொழிகளில் மொழிபெயர்க்கப்பட்டு வெளியாகியுள்ளன.

mrishansh@gmail.com
mailto:mrishansha@gmail.com>

மொழிபெயர்ப்பாளரின் ஏனைய நூல்கள்

நாவல்
- ஆரண்ய வாசி

கவிதைத் தொகுப்புகள்
- வீழ்தலின் நிழல்
- மிக ரகசியச் சொற்கள்
- ஆட்டுக்குட்டியின் தேவதை

சிறுகதைத் தொகுப்பு
- அடைக்கலப் பாம்புகள் (இலங்கை அரச சாகித்திய இலக்கிய விருது - சான்றிதழ்)

கட்டுரைத் தொகுப்புகள்
- கறுப்பு ஜூன் 2014
- இயற்கை
- ஆழங்களினூடு

மொழிபெயர்ப்புக் கவிதைத் தொகுப்புகள்
- தலைப்பற்ற தாய்நிலம்
- இறுதி மணித்தியாலம் (கனடா தமிழ் இலக்கியத் தோட்ட விருது) (இலங்கை அரச சாகித்திய இலக்கிய விருது - சான்றிதழ்)
- அவர்கள் நம் அயல் மனிதர்கள்
- அல்பேனியக் கவிதைகள்

மொழிபெயர்ப்பு சிறுகதைத் தொகுப்புகள்
- எனது தேசத்தை மீளப் பெறுகிறேன் (இலங்கை அரச சாகித்திய இலக்கிய விருது)

- அயல் பெண்களின் கதைகள் (இந்தியா வாசகசாலை விருது) (இலங்கை அரச சாகித்திய இலக்கிய விருது)
- திருமதி.பெரேரா
- அந்திம காலத்தின் இறுதி நேசம் (துரைவி விருது) (இலங்கை அரச சாகித்திய இலக்கிய விருது)
- சுருக்கப்பட்ட நெடுங்கதைகள் (இலங்கை அரச சாகித்திய இலக்கிய விருது - சான்றிதழ்)
- தடை செய்யப்பட்ட கதைகள்
- அரிச்சுவடியில் காணப்படாத எழுத்து
- ஐந்து விளக்குகளின் கதைகள்
- அடிமைகள்

மொழிபெயர்ப்புக் கட்டுரைத் தொகுப்பு
- பிரபாகரனின் தாயாரது இறுதி யாத்திரை
- மருத்துவக் குறிப்புகள் அல்லாதவை

மொழிபெயர்ப்பு நாவல்கள்
- அம்மாவின் ரகசியம் (இலங்கை அரச சாகித்திய இலக்கிய விருது)
- தரணி (இலங்கை அரச சாகித்திய இலக்கிய விருது)
- நிலவியலின் துயரம் (இலங்கை அரச சாகித்திய இலக்கிய விருது - சான்றிதழ்)
- கிகோர் (இலங்கை அரச சாகித்திய இலக்கிய விருது - சான்றிதழ்)
- பீடி
- கடுந்துயருற்ற காதலர்கள் சதுர சாளரத்திற்கு இறுதி அஞ்சலி செலுத்தி விட்டு முற்றத்திலிருந்து வெளியேறிய போதிலும்
- அபராஜிதன்
- சாமிமலை
- மூன்றாவது மனைவி

காலத்துக்குள் உறைந்துள்ள 'அடிமைகள்'

அடிமையாக இருத்தல் என்பது ஏகாதிபத்தியத்தில் சர்வாதிகாரத்துக்கு அடிமையாகவிருப்பது மாத்திரமல்லாமல் ஒரு மனிதன் தனிமைக்கும், பதவிக்கும், கொள்கைகளுக்கும், தீய பழக்கங்களுக்கும், காதலுக்கும், இசைக்கும், அந்தஸ்து மோகத்துக்கும், மதத்துக்கும், இன்ன பிறவற்றுக்கும் அடிமையாக இருப்பதைத்தான் குறிக்கிறது. இவற்றை விட்டு விலகியிருக்கவே இயலாமல் அடிமை மனோபாவத்தோடு இயல்பாக வாழ்ந்து செல்லும் மனிதர்களையும், அவர்களது வாழ்வியலையுமே இந்தத் தொகுப்பிலுள்ள சிறுகதைகள் குறிப்பிடுகின்றன.

சுய அனுபவங்களைக் கொண்டு எழுதப்பட்டுள்ள இந்த உலகச் சிறுகதைகள் வழியே கடந்த நூற்றாண்டின் பல்வேறு நாடுகளினதும் வாழ்வியலை நாம் புரிந்து கொள்ள முடியும். இந்தக் கதைகளில் கூறப்படுவது போல போரிலும், கலவரங்களிலும் தமது பிள்ளைகள் கொல்லப்படுவதையே விரும்பும் தாய், தந்தைமார் இப்போதும் இருக்கிறார்கள்; வீடுகளில் நெருங்கிய உறவுகளால் நிகழ்த்தப்படும் பெண்கள் மீதான வன்முறைகள் இந்தக் காலகட்டத்திலும் நிகழ்ந்து கொண்டுதான் இருக்கின்றன; உறவுகள் துரோகமிழைத்ததால், தனிமையிலேயே தமது வாழ்க்கையைக் கழித்துக் கொண்டிருப்பவர்கள் இப்போதும் நிறைந்திருக்கிறார்கள்; தமக்குச் சேவகம் செய்ய எவ்வளவு ஊழியர்கள் இருக்கிறார்களோ அந்தளவு தமது அந்தஸ்து உயரும் என்று நம்பிக் கொண்டிருப்பவர்கள் இந்த நூற்றாண்டிலும் இருந்து கொண்டுதான் இருக்கிறார்கள். இவ்வாறாக இந்தச் சிறுகதைகள் வழியே காண்பிக்கப்படும் வாழ்வியல் சித்திரங்கள்

அப்படியே காலத்தோடு உறைந்து இன்றும் கூட நம் கண்முன்னே உயிர்பெற்று உலவிக் கொண்டுதான் இருக்கின்றன, அல்லவா?

இந்தச் சிறுகதைகளை எழுதிய எழுத்தாளர்கள் அனைவருமே இப்போது காலமாகி விட்டார்கள். அதிகார வர்க்கத்தால் கொல்லப்பட்டிருக்கிறார்கள். ஆனால் அவர்களது இந்தச் சிறுகதைகள் இன்றும் கூட சம கால வாழ்வியலைத் தெளிவுபடுத்தியவாறு நம்முடன் நிலைத்திருக்கின்றன. இவற்றைத் தமிழ் வாசகர்கள் அறிந்திருக்க வேண்டும் என்பதனாலேயே இந்தச் சிறுகதைகளைத் தமிழில் மொழிபெயர்க்கத் துணிந்திருக்கிறேன்.

இந்தச் சிறுகதைகளை ஒரு தொகுப்பாகப் பிரசுரிக்கும் வம்சி பதிப்பகத்திற்கும், எனக்கு எப்போதும் ஆதரவளிக்கும் அன்புச் சகோதரியும் எழுத்தாளருமான ஷைலஜா பவா செல்லதுரைக்கும், அட்டைப்படம் மற்றும் நூலுருவாக்கத்தில் பங்குகொண்ட அனைவருக்கும் எனது மனமார்ந்த நன்றியையும், அன்பையும் தெரிவித்துக் கொள்கிறேன்.

என்றும் அன்புடன்,

எம். ரிஷான் ஷெரீப்

14.11.2022

உள்ளடக்கம்

1. வாழ்க்கையின் நறுமணம் 12
   பக் யொங் ஜுங்
2. வாய்பேசா ஆயுதங்கள் 52
   அஹ்மத் ஹுசைன் அபூ மாஹிர் யெமனி
3. காதலின் சாபம் 62
   அனதொலி அஃபனாஸியெவ்
4. ஸாத்தின் தாய் 106
   ஹஸான் கனஃபானீ
5. பயணம் 116
   ஐஸாக் பாபெல்
6. வாழ்த்துகளைப் பாடும் குயில்கள் மூன்று 134
   சகிரிகோர் த்யூத்யூன்னிக்
7. திருடப்பட்ட பியானோவிலிருந்து எழும் கிறீக்கின் இசை.. 148
   எஸ்கியா மஃபாலேலே
8. அடிமைகள் 192
   பா ஜின்

பக் யொங் ஜூங்

பக் யொங் ஜூங் கொரிய எழுத்தாளரான பக் யொங் ஜூங் 1911 ஆம் ஆண்டு பிறந்தவர். ஜப்பானிய காலனித்துவக் காலத்தில் பல நூல்களை எழுதிய இவர் யோன்ஹுய் பல்கலைக்கழகத்தில் 1934 ஆம் ஆண்டு கலைப்பிரிவில் பட்டப்படிப்பைப் பூர்த்தி செய்தார். 1935 ஒரு புத்தக நிறுவன வழக்கில் கைது செய்யப்பட்ட இவர் ஐந்து மாதங்களின் பின்னர் விடுதலையாகி மீண்டும் கொரியாவுக்குத் திரும்பினார். அங்கு 1948 ஆம் ஆண்டு கலாசாரத் துறையின் செயலாளராகப் பணியாற்றிய இவர், 1951 ஆம் ஆண்டில் இராணுவத் தலைமையகத்தின் அலுவலக பொது ஊழியராகவும் பணியாற்றியுள்ளார்.

சுதந்திரத்துக்கு முற்பட்ட காலத்தில் கிராமியம் சார்ந்த அதிகளவான படைப்புகளை எழுதியுள்ள எழுத்தாளராக இவர் அறியப்படுகிறார். சுதந்திரத்துக்குப் பிறகு இவர் தனது படைப்புகளின் களத்தை நகரத்துக்கு மாற்றியதோடு, நகரத்தில் வசிக்கும் மக்களின் தனிமையையும், வாழ்க்கைச் சிக்கல்களையும் அடிப்படையாகக் கொண்டு பல படைப்புகளை எழுதியிருக்கிறார்.

தனது இலக்கியப் படைப்புகளுக்காக ஆசிய சுதந்திர இலக்கிய விருதை 1954 இல் வென்ற இவருக்கு, 1965 ஆம் ஆண்டில் அகாடமி ஆஃப் ஆர்ட்ஸ் விருதும், 1967 ஆம் ஆண்டில் சியோல் மெட்ரோபொலிட்டன் சிட்டி கலாசார விருதும் வழங்கப்பட்டுள்ளன. இவர் 1976 ஆம் ஆண்டு தனது 65 ஆவது வயதில் காலமானார்.

வாழ்க்கையின் நறுமணம்

'ஐயோ என்னோட மகனே! என்னோட செல்ல மகனே! ஏனடா எங்களை விட்டுப் போனாய்...'

தனது மகனின் சடலத்துக்கு அருகில் அமர்ந்திருந்த சொங் ஹே பெருமூச்சு விட்டார். மகன் மரணித்து ஒரு முழு நாளும் கடந்திருந்தது. எவருமே துக்கம் விசாரிக்க வரவில்லை. அது அவருடைய தவறுதான்.

எவருக்கும் அவர் மரணத்தைக் குறித்து அறிவித்திருக்காததால்தான் எவருமே வரவில்லை. அதனால், இறுதிச் சடங்குகள் அனைத்தையும் கூட அவர்தான் தனியாகச் செய்ய வேண்டியிருக்கும். மரணத்தைப் பதிவு செய்வதையும், இறுதிக் கிரியைகளையும் கூட அவர்தான் செய்ய வேண்டும். சிரித்த முகம்தான் எப்போதும் சொங் ஹேவுக்கு இருந்தபோதிலும், அவர் வேண்டுமென்றேதான் யாருடனும் ஒருபோதும் நட்பு பாராட்டவில்லை.

'ஐயோ என்னோட மகனே! என்னோட அன்பு மகனே!'

அவர் மீண்டும் மகனைப் பார்த்தார். இது மகனின் பாடசாலைக் கல்வியின் இறுதி வருடம். அதை முடித்ததும் அவனைக் கல்லூரிக்கு அனுப்ப அவர் திட்டமிட்டிருந்தார். அதற்குரிய அனுமதிப் பரீட்சைக்குக் கூட தோற்றாமல் மகன் எவ்வாறு இறந்து போவான்?

அவரது செல்லப் பிள்ளை அவன். மொத்தக் குடும்பத்துக்குமே இருந்த ஒரே ஒரு மகன் அவன். இப்போது ஐம்பது வயதை நெருங்கியிருக்கும் தனக்கு உதவி உபகாரங்களைச் செய்யும் அளவுக்கு அவன் விரைவில் வளர்ந்து விடுவான் என்று நினைத்துக் கொண்டிருந்தபோது மரணித்து விட்டிருந்தான் அவன். இனிமேல் சின்னச் சின்ன வேலைகளை அவருக்குச் செய்து தரக் கூட யாருமே இல்லை. போதாததற்கு தனது மகனின் இறுதிக்கிரியைகளைச் செய்யும் நிலைமை கூட அவர் மீதுதான் சுமத்தப்பட்டிருந்தது.

தனது மகன் விரைவிலேயே பெரியவனாக வளர்ந்து விடுவதைக் காண மிகுந்த ஆவலோடு அவர் காத்திருந்தார். அப்போதுதான் அவரால் அவனைக் கொண்டு வீட்டு வேலைகளைச் செய்வித்துக் கொள்ள முடியும். அவரது மனைவி பதினைந்து வருடங்களுக்கு முன்பு அவரை விட்டுச் சென்றிருந்தாள். பிறகு அவர் மீண்டும் திருமணம் செய்து கொள்ளாமல் சில வருடங்கள் தனியாகத்தான் வாழ்ந்து வந்தார். அதன் பின்னர் அவரது விதவைச் சகோதரி அவர்களைப் பார்த்துக் கொள்ளவென அவர்களுடன் வந்து தங்கிய போதிலும், அவளால் பெரிதாக எதிலும் உதவ முடியவில்லை. வீட்டு வேலைகளில் அந்தளவு திறமையற்றவளாக இருந்த அவளுக்கு சமைப்பதற்குக் கூட அவர்தான் கற்றுக் கொடுக்க வேண்டியிருந்தது.

அந்த வீட்டின் அனைத்துச் செலவுகளுக்கும் அவர்தான் பொறுப்பேற்றிருந்தார். மகன் வளர்ந்து வீட்டு வேலைகளில் உதவும் பருவத்தை எட்டும்போதே மரணிக்க நேர்ந்தது ஏன்? போதாததற்கு அவனது இறுதிக் கிரியைகளையும் அவர்தான் செய்ய வேண்டியிருக்கிறது. அவன், அவருடைய ஒரே மகன் என்பதால் இனி அவரது கடைசி காலத்தில் அவருக்கு யார் உதவிக்கு இருப்பார்கள்?

அவரது அக்காவும் அவரோடு சடலத்தின் அருகே அமர்ந்திருந்தாள். அவள் அவரையே முறைத்துப் பார்த்துக் கொண்டிருந்தாள். அந்த இளம் வாலிபனின் மரணத்தை அவளால் தாங்க முடியவில்லை. இறுதி மரியாதை செலுத்த எவருமே வராமலிருப்பது சரியில்லை என்று அவள் தனியாக யோசித்துக் கொண்டிருந்தாள்.

அவ்வாறேதான் முழு நாளும் கழிந்திருந்தது. மரண வீட்டுக்கு ஒருவர் கூட வரவில்லை. தனது சகோதரனின் நடவடிக்கை குறித்த அவளது உணர்வுகள் அவளது விழிகளிலேயே வெளிப்பட்டுக் கொண்டிருந்தன. அயலவர்களுக்கும், தன்னோடு பாடசாலையில் ஒன்றாகப் பணிபுரியும் சக ஆசிரியர்களுக்குமாவது அவர் இந்த மரணம் குறித்து அறிவித்திருக்கலாம். மரணத்தை அறிவிக்கும் அளவுக்கு குடும்பத்தினர்களோ, உறவினர்களோ தமக்கு இருக்கவில்லையென்றாலும் இருபது வருடங்களாக தன்னுடனேயே பணியாற்றும் ஆசிரியர்களிடம் அதைத் தெரிவிக்கும் கடமை அவருக்கு இருக்கிறது.

வருத்தம் தெரிவிக்க எவரும் தனது வீட்டுக்கு வருவதை விரும்பாத அவர் அயலவர்களுக்குக் கூட மரணம் பற்றிய விபரத்தைத் தெரிவிக்கவில்லை. அழும் சத்தம் கேட்டு ஆட்கள் வீட்டுக்கு வருவார்கள் என்றும், அயலவர்கள் மரணத்தைப் பற்றித் தெரிந்து கொள்ளக் கூடும் என்றும் அவர் தனது சகோதரியை அழக் கூட விடவில்லை. அவர் ஏன் அப்படிச் சொல்கிறார் என்று அவளுக்குப் புரியவேயில்லை. இவ்வாறெல்லாம் சிந்திக்கும் வேறு ஒரு நபர் கூட இந்த உலகத்தில் இருக்க மாட்டார் என்ற வியப்போடு அவள் யோசித்துக் கொண்டிருந்தாள். எப்படியாவது பிறருக்கு அறியத் தர வேண்டும் என்று அவள் நினைத்த போதிலும், அவ்வாறு எவரேனும் துக்கம் விசாரிக்க வீட்டுக்கு வந்தால் அவர்களை எவ்வாறு உபசரிப்பது என்று நினைத்து அதைச் செயற்படுத்தத் தயங்கினாள்.

"மகன் பேர்ல நாங்க அன்னதானம் ஏதாவது சமைத்துக் கொடுக்கணுமில்ல?" என்று மெதுவாக சகோதரனின் முகத்தை ஏறிட்டுப் பார்த்துக் கேட்டாள்.

"யாருமே வரலங்குறப்ப எதுக்கு சமைக்கப் பாடுபடணும்?" என்று அவள் ஏதோ அநாவசியமான கேள்வியைக் கேட்டது போல அவள் மீது எரிந்து விழுந்தார்.

"யாருமே வரலன்னாக் கூட மதச் சடங்குகளை ஒழுங்காச் செய்யணுமில்லையா? அதுக்கு உதவிக்கு வர்றவங்களுக்கு அன்னதானம் கொடுக்கணுமே?"

"உதவுறதுக்கு ஆட்களைக் கொஞ்சம் காசு கொடுத்து வரவழைச்சுக்கலாம். சும்மா எதுக்கு அடுத்தவங்கக்கிட்ட தாழ்ந்து போகணும்?"

"இன்னும் பாழடைஞ்சு போகாம ஆட்கள் வசிச்சிட்டிருக்குற வீட்டுக்கு யாருமே வராம இருக்குறது சரியில்ல. நாங்க இன்னும் ஒரேயொரு நாள்தான் வாழப் போறோம்னு வச்சுக்கிட்டாலும் அடுத்தவங்க நம்மை விமர்சிக்குற அளவுக்கு எந்தக் காரியத்தையும் நாங்க செய்றது நல்லதில்ல. நாங்க எதையுமே செய்யலைன்னாலும் அன்னதானத்தையாவது ஏற்பாடு செய்யணும், சரியா?"

"சரி. நான் வெளியே போய் எதையாவது வாங்கிட்டு வரேன்" என்று கூறியவர் வேகமாக வெளியே கிளம்பிப் போனார். அவர் அதைக் குறித்து மேலும் வாதாடிக் கொண்டிருக்க விரும்பவில்லை. எவ்வளவுதான் வாதம் செய்தாலும் அவர்களிருவராலும் ஒருபோதும் ஒரு இணக்கத்துக்கு வர முடியாது என்பதை அவர் நன்றாக அறிந்திருந்தார்.

தாம் நேசிக்கும் ஒருவரின் மரணத்துக்குப் பிறகு உணவைக் குறித்து கதைப்பது கூட சரியில்லை என்றுதான் அவருக்குத் தோன்றியது. மரணத்தினால் கவலையில் ஆழ்ந்திருப்பவர்களைத் தேற்றுவதுதான் முக்கியமான விடயம். எந்த விதத்திலும் கள்ளம் கபடத்தை அவருக்குப் பிடிக்காது. இறுதிச் சடங்குகளின் வெற்றியை அன்னதானத்தினால் அளவிட முடியாது. உணவு இருக்கிறதோ, இல்லையோ உண்மையிலேயே அனுதாபப்படுபவர்கள் மரண வீட்டுக்கு வருவார்கள். உண்ணக் குடிக்க எதுவுமே இல்லாவிட்டாலும், நிஜமாகவே கண்ணீர் சிந்த அவர்களால்தான் முடியும்.

தனது துயரத்தைப் பகிர்ந்து கொள்ள அவருக்கு நெருங்கிய தோழர்கள் என்று எவருமே இருக்கவில்லை. மரண வீடுகளில் உணவு பரிமாறப்படும்வரைக்கும் காலத்தைக் கடத்தியவாறே அமர்ந்திருப்பவர்களை அவருக்குப் பிடிக்கவே பிடிக்காது. தனது சகோதரியுடன் தேவையில்லாமல் வாக்குவாதங்களில் ஈடுபடவும் அவர் விரும்பவில்லை. எனவேதான் கடைக்குப் போவதாகச் சொல்லி விட்டு வெளியே கிளம்பி வநந்தார். என்றாலும் கடைக்குப் போகாமல் அவர் நேராக பாடசாலைக்குத்தான் போனார்.

உள்ளே நுழைந்ததும் முதல் வேலையாக, விடுமுறை கோருவதற்காக பாடசாலை அலுவலகத்துக்குச் சென்றார்.

''என்னோட பையனுக்கு திடீர்னு உடம்பு சரியில்ல. அதனால என்னால ஸ்கூலுக்கு வர முடியாமப் போயிடுச்சு. நாளைக்கும் எனக்கு லீவு வேணும்'' என்றார்.

அதன்பிறகு அவர் தனது சக ஆசிரியர்கள் சிலரை சந்திக்க முயற்சித்தார். அத்தோடு அலுவலகத்திலிருந்த கணக்காளரையும் நேரில் போய்ச் சந்தித்தார்.

"என்னோட பையனுக்கு உடம்பு சரியில்ல. ஆஸ்பத்திரிக்குக் கொண்டு போகணும்னு நினைக்கிறேன். முற்பணமா எனக்குக் காசு கொஞ்சம் தர முடியுமா?"

"என்னாச்சு பையனுக்கு?" என்று ஆச்சரியத்தோடு கேட்டார் கணக்காளர்.

"அவனுக்குக் காய்ச்சல். நியூமோனியா போலத் தெரியுது" என்று அவர் உண்மையிலேயே மகனின் மரணத்துக்குக் காரணமான விடயத்தைக் கூறினார்.

"அப்படீன்னா பார்த்துட்டிருக்குறது நல்லதில்ல. சீக்கிரமா மருத்துவம் பார்க்கணும். எதுக்கும் கவலைப்படாதீங்க. இப்பல்லாம் நியூமோனியாவைக் குணப்படுத்த நல்ல மருந்துகள் இருக்கு. கொஞ்சம் இருங்க. காசு எடுத்துத் தாறேன்."

கணக்காளரின் மனம் இளகியிருப்பது தென்பட்டது. ஒரு காகிதத்தில் எதையோ எழுதிய அவர் பணம் கொடுப்பதற்கான அனுமதி பெறுவதற்காக தனது மேலதிகாரியின் அறைக்குச் சென்றார். சற்று நேரத்திற்குப் பிறகு அனுமதிப் பத்திரத்தோடு வெளியே வந்தவர் எதுவும் பேசாமல் அந்தப் பத்திரத்தைத் தனது மேசை மீது வைத்து விட்டு காசுத்தாள் கட்டொன்றை வெளியே எடுத்து எண்ணத் தொடங்கினார். தேவையான தொகையை எண்ணிப் பார்த்து சொங் ஹேயின் கையில் கொடுத்தவர் "இன்னும் காசு தேவைன்னா எப்ப வேணும்னாலும் தயங்காம வந்து கேளுங்க" என்றார்.

களவாடிய பணத்தை அவசர அவசரமாக சுற்றியெடுத்து மறைத்துக் கொள்ள முயற்சிக்கும் திருடனொருவனைப் போல அவர் காசுத்தாள்களை இரண்டு சட்டைப் பைகளிலும் திணித்துக் கொண்டார். தன்னிடம் இந்தளவு பெருந்தொகை இருப்பதை எவரேனும் கண்டால் தான் ஏதோ ஊழல் செய்து சம்பாதித்ததாகத்தான் மற்றவர்கள்

நினைப்பார்கள் என்று அவர் பயந்தார். இருபது வருடங்களாக அவர் ஆசிரியராகப் பணி புரிந்து வந்தபோதிலும் இந்தளவு பெருந்தொகையை முற்பணமாக அவர் பெற்றுக் கொள்ளும் முதற்தடவை இதுதான்.

தனது மகனின் மரணம் குறித்து எங்கும் கூறத் தேவைப்படாமலிருந்தது அவருக்கு நிம்மதியளித்தது. அவர் அதைத் தெரிவிப்பதாக இருந்தால் நண்பர்களிடமும் இன்னும் அறிந்தவர் தெரிந்தவர் எல்லோரிடமும் தெரிவித்திருக்கலாம். கவலை தோய்ந்த முகத்தோடு, சோகம் நிறைந்த கரகரப்பான குரலில் அவரால் அதைக் கூறியிருக்க முடியும். அப்போது அவர்கள் இது எந்தளவு பேரிழப்பு என்று கூறி, தனக்கு வேறு பிள்ளைகள் இல்லையென்பதை நினைவுபடுத்த முற்பட்டிருப்பார்கள். மனதில் வன்மம் நிறைந்த வஞ்சகன் கூட அவ்வேளையில் போலியாக அனுதாபம் காட்டியிருப்பான். அவருக்கு அவ்வாறான வஞ்சகர்களைப் பிடிக்கவே பிடிக்காது. என்றாலும் குடும்பத்தில் மரணமொன்று நேரும்போது குடும்பத்தவர்கள் கவலை தோய்ந்த முகத்தைக் காட்டிக் கொண்டிருப்பதைத்தான் எல்லோரும் எதிர்பார்க்கிறார்கள்.

இந்த உலக சம்பிரதாயங்களிலிருந்து தன்னால் விடுபட முடிந்ததைக் குறித்து அவர் சந்தோஷமாக உணர்ந்தார்.

இனிமேலும் யாருக்கும் தெரிவிக்க வேண்டிய அவசியமில்லை. அவரது மகனின் மரணம் வேறு யாருக்கும் ஒரு பிரதானமான விடயமேயல்ல. மரணத்தைக் குறித்துக் கூறியதுமே அவர்களிடமிருந்து வெளிப்படும் அனுதாபம் கலந்த வருத்தம் தெரிவித்தலானது ஒரு கணத்துக்கு மாத்திரமே நிலைத்திருக்கும். அதன் பிறகு, ஏதோ தெருவில் போய் வரும்போது தற்செயலாகக் காணும் தெருவோரப் பாறை போல எப்போதாவது அது அவர்களது நினைவில்

தோன்றி மறையக் கூடும். அவ்வாறான எதிர்வினையால் என்ன பயனிருக்கப் போகிறது?

அடுத்ததாக, மரணம் குறித்த மருத்துவச் சான்றிதழை வாங்கிக் கொண்டு வரவென அவர் பாடசாலையிலிருந்து நேராக, மகனுக்கு மருத்துவம் பார்த்த மருத்துவமனைக்குச் சென்றார். அங்கு அதைப் பெற்றுக் கொண்டவர், சடலத்தைத் தகனம் செய்யத் தேவையான அனுமதிப்பத்திரத்தைப் பெற்றுக் கொள்ள அங்கிருந்து நகர சபை காரியாலயத்திற்குச் சென்றார். பிறகு அந்த நகரத்திலிருந்த தகனக்கிரியைகளை மேற்கொள்ளும் சுடுகாட்டுக்குச் சென்று இறுதிக்கிரியைக்குத் தேவையான நடவடிக்கைகளை ஏற்பாடு செய்தார். அனைத்தையும் முடித்து விட்டு வீட்டுக்கு வரும்வழியில் இறுதிச் சடங்குகளை மேற்பார்வை செய்பவரைச் சந்தித்து பிணத்தை சுடுகாட்டுக்கு எடுத்துச் செல்ல வண்டியொன்றை ஏற்பாடு செய்தார்.

இவ்வாறாக இறுதிச் சடங்குகளை மேற்கொள்வதற்கான அனைத்து ஏற்பாடுகளையும் செய்வதற்காகவே அவரது முழு நாளும் கழிந்திருந்ததால், வீட்டுக்குப் போய்ச் சேரும்போது இரவாகியிருந்தது. அவர் வீட்டுக்குள் நுழையும்போது அவரது அக்கா சடலத்தின் அருகே அமர்ந்திருந்து கதறியழுதவாறு மகனின் கை கால்களை அன்பாகத் தடவிக் கொடுத்துக் கொண்டிருந்தாள்.

அவள் மகனுக்காக அழுகிறாளா, தன்னை நினைத்தே அழுகிறாளா என்று அவருக்குள் சந்தேகம் தோன்றியது. இப்போதே அவளுக்கு அறுபது வயதாகிறது. இன்னும் அதிக காலம் உயிர் வாழ மாட்டாள். அவள் தனது மருமகனின் உடலைத் தடவிக் கொடுப்பதைக் கொண்டு அவள் மரணத்தை நினைத்து வருந்துவதைக் காட்டிலும் அடுத்தது தான்தான் என்ற எண்ணத்தில் துயருறும் அடையாளமே தென்படுவதாக அவர் நினைத்தார். அவள் அழுது புலம்புவது

அவருக்குப் பிடிக்கவேயில்லை. கவலைப்படவும், அழவும் அவளுக்கு உரிமையிருக்கிறதுதான். அதற்காக, எதற்காக கை கால்களைத் தடவிக் கொடுக்க வேண்டும்? அவருடைய மகனின் உடல் அவருக்குத்தான் சொந்தமானது.

ஒரு தடவை சக ஆசிரியர் ஒருவர் பாடசாலையிலிருந்து அவரது சிகரட் லைட்டரை எடுத்துக் கொண்டு போன போது கூட இதே உணர்வுதான் அவருக்கு ஏற்பட்டது. அதன் பிறகு அவர் பாடசாலையில் அதை எவ்வளவு தேடியும் கிடைக்கவேயில்லை. அது விலைமதிப்பான ஒன்றல்ல என்றாலும் அந்த இழப்பை அவர் பெரிதாக உணர்ந்தார். அது எங்கே காணாமல் போயிருக்கக் கூடும்? காலையில்தான் அவர் அதைப் பயன்படுத்தினார். அவர் அதைத் தேடிக் கொண்டிருப்பதைக் கண்ட வேறு ஒரு ஆசிரியர் யாராவது அதை எடுத்துக் கொண்டு போயிருக்கக் கூடும் என்றார். முதலாவதாக, அனுமதி கோராமல் மற்றொருவரது பொருளைப் பயன்படுத்தியதற்காக அவருக்குக் கோபம் வந்தது. அவரது முகம் சிவந்தது. ஒருபோதும் அவர் மற்றவர்களின் பொருட்களை அனுமதியின்றி தொட்டது கூட இல்லை.

பாடசாலை விட்டதுமே அவர் தனது மேசையை அவசர அவசரமாக ஒதுக்கி எல்லா இடங்களிலும் நன்றாகத் தேடிப் பார்த்து விட்டு, லைட்டரை எடுத்துப் போயிருக்கக் கூடும் என்று கருதப்பட்ட ஆசிரியரின் வீட்டுக்குத்தான் நேராகச் சென்றார். சொங் ஹேயை வேண்டுமென்றே குழப்ப வேண்டுமென்ற நோக்கில் விளையாட்டாகத்தான் அந்த ஆசிரியர் அதை வீட்டுக்கு எடுத்துக் கொண்டு போயிருந்தார். அதை வாங்கிக் கொண்டு போவதற்காகவே சொங் ஹே தனது வீட்டுக்கு வந்திருப்பதைக் கண்டு பழித்துக் காட்டியவாறே கிண்டல் செய்தார்.

''ஏன்டா இந்தச் சின்ன விஷயத்தைப் பெருசா எடுத்துக்குறாய்? உன்னோட லைட்டர் அந்தளவு பெறுமதியானதா?''

''அதோட பெறுமதியல்ல இங்க பிரச்சினை. முக்கியமான விஷயம் அது என்னோடதுங்குறதுதான்'' என்று பதிலளித்து விட்டு லைட்டரைப் பெற்றுக் கொண்ட பிறகுதான் அவர் வீட்டுக்கே போனார்.

நாளை இதே நேரமாகும்போது மகனின் சடலம் வீட்டிலிருந்து போயிருக்கும். என்னதான் இருந்தாலும் அவன், அவரது இரத்தம், சதை, நரம்புகளால் ஆனவன். அவனை அவர்தான் தனியாக வளர்த்தெடுத்தார். இன்றும் கூட நாள் முழுதும் அவனது இறுதிச் சடங்குகளுக்காகத்தான் அவர் பாடுபட்டிருந்தார். ஒரு புழு, பூச்சி கூட அவரது உதவிக்கு வரவில்லை. நகர சபைக்கு, சுடுகாட்டுக்கு, இறுதிக்கிரியை மேற்பார்வையாளரைச் சந்திக்க என அனைத்திற்கும் அவர் தனியாகத்தான் போய் வந்தார்.

''எனக்குப் பசிக்குது. சாப்பாடு போடு'' என்று அவர் கோபத்தோடு தனது அக்காவை நோக்கிக் கத்தினார்.

திருடிக் கொண்டிருக்கும்போது கையோடு அகப்பட்டது போல அவள் அவரது குரலைக் கேட்டு அதிர்ந்து போய் பெரும் சங்கடத்துக்குள்ளானாள். உடனடியாக கண்களைத் துடைத்து, அழாதவள் போல தன்னைக் காட்டிக் கொண்டவள் எழுந்து சமையலறைக்கு வேகமாகச் சென்றாள்.

சொங் ஹேயின் மகனது சடலத்தைத் தகனம் செய்து நான்கு தினங்கள் கடந்து விட்டிருந்தன. நிறைய நேரம் யோசித்து அந்தத் தகவலை அதிபரிடம் மாத்திரம் தெரிவிக்கலாம் என்று

தீர்மானித்திருந்தார் அவர். அவ்வாறு எவரிடமும் அந்தத் தகவலைத் தெரிவிக்க அவர் விரும்பாததன் காரணத்தினாலேயே அவர் அதுவரையில் எவரிடமும் அதைக் கூறத் தயங்கிக் கொண்டிருந்தார். என்றாலும், இவ்வளவு தாமதமாக அதை அதிபரிடம் கூறவும் அவர் பயந்தார்.

வேறொருவரின் பிள்ளையின் இறப்பைக் குறித்து எவரும், தெருவோரச் சரளைக் கல்லில் கால் இடறுவதற்கு மேலதிகமான வலியை உணர்வார்களா என்ற சந்தேகமும் அவருக்குள் இருந்தது. அவரது மகனோ மரணித்தாயிற்று. அதனால் அதை ஏனைய ஆசிரியர்களிடம் கூற வேண்டுமா இல்லையா என ஏன் இன்னும் யோசித்துக் கொண்டிருக்க வேண்டும்? முன்பே அதைக் கூறிருந்தால் அவர்கள் உணர்வுபூர்வமாக வருத்தம் தெரிவித்திருப்பார்கள்தான். அதை அவர் விரும்பவில்லை. மனப்பூர்வமாக வருத்தம் தெரிவிக்க காலம் கடந்திருந்த போதிலும், இப்போதாவது அவர்களிடம் அதைத் தெரிவிக்க வேண்டும் என்று அவருக்குத் தோன்றியது. இல்லாவிட்டால் பிறகு பெரிதாக குறை சொல்வார்கள்.

அத்தோடு, இவ்வாறான இடர்கள் நேரும்போது உதவுவதற்காகவே பாடசாலையில் ஆசிரியர்கள் எல்லோரும் ஒன்று சேர்ந்து ஒரு நிதியுதவி ஏற்பாட்டைச் செய்திருந்தார்கள். அனைவரும் மாதாந்தம் ஒரு தொகைப் பணத்தைச் செலுத்தி அதற்கு தமது பங்களிப்பைச் செய்து வந்ததோடு தமது வீட்டில் ஏதேனும் துயரம் நிகழும்போது ஆசிரியர்கள் எவராலும் அந்தப் பணத்தைப் பெற்றுக் கொள்ள முடியும். அவர் தனது மகனின் மரணத்தைக் குறித்து பாடசாலைக்கு அறிவிக்காமல் விட்டால் அவரால் அந்தத் தொகையைப் பெற்றுக் கொள்ள முடியாமலிருக்கும். அவருக்கு அந்தத் தொகையைப் பெற்றுக் கொள்ள வேறு எந்தக் காரணமும் கூட இருக்கவில்லை.

அதிபரின் அறைக்குள் நுழைந்த அவர், வணக்கம் தெரிவித்து விட்டு, தொடர்ந்து கூறிக் கொண்டே போனார்.

''என்னோட மகன் செத்துப் போயிட்டான்னு உங்களுக்குக் கூடிய சீக்கிரமாவோ, தாமதமாகவோ தெரிய வரக் கூடும். அவனோட இறுதிச் சடங்குகளையும் செஞ்சு முடிச்சிட்டோம். எல்லோருக்குமே வேலைகள் அதிகமா இருக்குங்குறது எனக்குத் தெரியும்ங்குறதால யாரையும் தொந்தரவு பண்ண நான் விரும்பல. அதான் அப்பவே சொல்லல.''

''என்ன சொல்றீங்க? இப்படிப்பட்ட விஷயத்தை எப்படி மறைச்சு வச்சீங்க?'' என்று திகைத்துப் போன அதிபர் கேட்டார்.

சொங் ஹே எதிர்பார்த்த விதத்திலேயே அதிபரின் பிரதிபலிப்பு இருந்தது. அந்தத் தகவலை சொங் ஹே அப்போதே தெரிவிக்காமல் விட்டது தவறு என்பது போன்ற ஒரு உணர்வே அதிபரின் முகத்தில் வெளிப்பட்டது.

''சரி. நான் அதை அப்பவே சொல்லியிருந்தாலும் என்னதான் நடந்திருக்கும்? உங்களுக்கு அது தெரிய வராதவரைக்கும் உங்க மனசாவது நிம்மதியா இருந்திருக்கும்.''

''சொங் சார், என்னால உங்களைப் புரிஞ்சுக்கவே முடியல. ஒருத்தரோட துயரத்துல மத்தவங்க பங்கெடுத்துக்குறதுங்குறது இயல்பான ஒண்ணு. நீங்க ரொம்பத் தனிமைல இருக்கீங்க. நீங்களேதான் அதை மாத்திக்கணும்.''

சொங் ஹே தலையைக் குனித்தவாறே ''சரி'' என்றார். இருந்தாலும், ஐம்பது வயதான ஒருவர் திடீரென எவ்வாறு மாறுவது என்று அவருக்குத் தோன்றி உடல் சிலிர்த்தது.

இவ்வளவு காலமும் அவர் தனிமையில்தான் வாழ்ந்திருக்கிறார்.

மகனின் மரணத்தைத் தெரிவிக்காமலிருந்தது சங்கடத்துக்கு உள்ளாக்கியது என்றபோதிலும் தனது சுபாவத்தை மாற்றிக் கொள்ள இனிமேல் காலம் போதாது என்பது அவருக்குப் புரிந்தது.

அதிபர் தொடர்ந்தும் திட்டிக் கொண்டேயிருந்ததால் சொங் ஹே தான் ஒரு குற்றவாளி என்பது போல தலைதாழ்த்தியிருந்தார். தான் எந்தக் குற்றத்தையும் இழைக்கவில்லை என்றாலும், அவர் திட்டுவதை நிறுத்த வேண்டுமென்றால், அவர் சொல்வதைச் செய்ய சம்மதிக்க வேண்டும் என்பதை அவர் அறிந்திருந்தார்.

"இந்த விஷயத்தைக் கேள்விப்பட்டா மற்ற எல்லா ஆசிரியர்களுமே வருத்தப்படுவாங்க. உடனடியாகப் போய் அவங்கக்கிட்ட சொல்லுங்க" என்று அதிபர் அறிவுறுத்தினார். அவர் சொங் ஹேயின் நடவடிக்கைகளால் பயந்து போயிருப்பது வெளிப்படையாகவே தென்பட்டது.

தான் இப்போது அந்த அறையிலிருந்து வெளியேறுவது நல்லது என்பதைப் புரிந்து கொண்ட சொங் ஹே, தான் ஏனைய ஆசிரியர்களிடம் விடயத்தைத் தெரிவிப்பதாகக் கூறியவாறே எழுந்து நேராக ஆசிரியர்களின் ஓய்வறைக்குச் சென்றார். இருந்தாலும், அவர் தனது மகனின் மரணத்தைக் குறித்து வேறு யாரிடமும் எதையும் கூறவேயில்லை.

மரணமொன்று நிகழ்ந்திருக்கும் சந்தர்ப்பத்தில் முகஸ்துதிக்காக மாத்திரம் வருத்தப்படுபவர்களிடம் தனது துயரத்தை எவ்வாறு பகிர்ந்து கொள்ள முடியும் என்பது அவருக்கு விளங்கவேயில்லை. மரண வீடொன்றில் இறுதிச் சடங்குகள் முடிந்ததன் பிறகுதான் எல்லோரும் சற்றேனும் ஆறுதலாக உணர்வார்கள். என்றாலும், முகஸ்துதிக்காக வருத்தப்படுபவர்கள், எல்லாக் காரியங்களும் முடிந்த பிறகு கேள்விப்பட்டாலும் கூட, ஏன் முன்பே சொல்லவில்லையென்று

திட்டுவது சரியில்லை என்று அவருக்குத் தோன்றியது. அவ்வாறானவர்களிடம் எப்படிச் சொல்வது?

ஆசிரியர்களிடம் போய்ச் சொல்வதாக அவர் அதிபரிடம் கூறி விட்டு வந்த போதிலும், அதைக் குறித்து மேலும் மேலும் யோசித்துக் கொண்டிருந்தாரே ஒழிய எவரிடமும் எதுவும் கூறவேயில்லை. பாடசாலை விடுவதற்கு முன்பே அவர் பாடசாலையிலிருந்து வெளியேறினார்.

வீட்டுக்குப் போவது குறித்து நினைக்கும்போதே அவருக்கு வெறுப்பாக இருந்தது. அவரது அறை திடீரென்று பாழடைந்து போய் தனிமையால் நிறைந்திருந்தது. அவர் அங்கு பயத்தை உணர்ந்தார். ஆகவே அவர் நேராக ஒரு பேரங்காடிக்குச் சென்றார். மகனுக்குக் கைக்கடிகாரமொன்று தேவைப்பட்டது அவருக்கு நினைவுக்கு வந்தது. அவன் கல்லூரிக்குப் போகும்வரைக்கும் அவனுக்குக் கைக்கடிகாரமொன்றை வாங்கிக் கொடுக்க அவர் மறுத்து வந்தார். அதை நினைத்து அவர் இப்போது தன்னையே வெறுத்தவாறு கவலைப்பட்டு வருந்தினார்.

கடையொன்றுக்குள் நுழைந்தவர் விற்பனைக்காக கைக்கடிகாரங்கள் வைக்கப்பட்டிருந்த இடத்தை நெருங்கிப் பார்த்தபோதுதான் விலை மலிவான கைக்கடிகாரங்கள் நிறைய இருப்பதைக் கண்டார். அவற்றைக் கண்டதும், 'அவன் இவ்வளவு சீக்கிரமாக செத்துப் போவான்னு யாருக்குத் தெரியும்?' என்று தன்னைத்தானே தேற்றிக் கொண்டார்.

மகன் சாகப் போவது தெரிந்திருந்தால், அவனுக்கு விலைமலிவான கைக்கடிகாரமொன்றையாவது வாங்கிக் கொடுத்திருப்பார். கைக்கடிகாரங்களையே பார்த்துக் கொண்டிருந்தவர் தனக்குப் பிடித்த கடிகாரமொன்றின் விலையை விசாரித்தார்.

கடைச் சிப்பந்தி அவர் சுட்டிக் காட்டிய கைக்கடிகாரத்தைக் கையிலெடுத்து ''இது ரொம்ப நல்ல கடிகாரம். மூணு வருஷ உத்தரவாதமும் இருக்கு'' என்று கூறியவாறே அதை உயிர்ப்பிக்க முயற்சித்ததைக் கண்டவர்,

''இதை வாங்கி நான் யாருக்குத்தான் கொடுக்குறது?'' என்று முணுமுணுத்தவாறே அந்தக் கடையிலிருந்து வெளியே வந்தார்.

அவர் வீட்டை நோக்கி நடந்தார். என்றாலும், கடிகாரம் கேட்டுக் கெஞ்சிக் கொண்டிருந்த மகன் இறந்து போய்விட்டான் என்பது நினைவுக்கு வந்ததுமே வீட்டுக்குப் போக அவருக்கு மனம் வரவில்லை. எனவே தெருவில் இலக்கில்லாமல் நடக்கத் தொடங்கினார். தான் எங்கே போகிறோம் என்பதை அவரே அறிந்திருக்கவில்லை.

இந்தக் குழப்பமான மனநிலையோடு ஒரு சுரங்கப்பாதையைக் கடந்து வந்தவர் எதிர்பாராமல் மதுபானக் கடையொன்றின் முன்னால் நின்று கொண்டிருந்தார். எந்தத் தயக்கமுமில்லாமல் உள்ளே நுழைந்தவர் ஒரு குவளை பீருக்கு உத்தரவிட்டார்.

சேவகி ஒரு குவளை பீரோடு, வடைகளையும் ஒரு தட்டில் வைத்து எடுத்து வந்து தந்தாள். பீரில் ஒரு மிடறை அருந்தியதுமே, இவ்வளவு காலமும் தனக்கு ஏன் குடிக்கத் தோன்றவில்லை என்று அவருக்குத் தோன்றியது. ஒரே மூச்சில் குவளைலிருந்த பீரில் அரைவாசியைக் குடித்தவர் தன்னையறியாமலேயே ஏப்பம் விட்டவாறு மேசையின் மீது குவளையை வைத்தார்.

மதுபானக் கடையில் பணி புரியும் மற்றுமொரு சேவகன் அவருக்கருகாமையில் அமர்ந்திருந்த வாடிக்கையாளரின் முன்னால் வடைத் தட்டை வைத்து விட்டு அவரைக் கண்டு அருகில் வந்து ''நீங்க சொங் ஹேதானே?'' என்று கேட்டான்.

அவனது தலைமயிர் நேர்த்தியாக வாரப்படாமலிருந்தது. ஆடையும் அழுக்காக இருந்ததால் அவன் இந்தக் கடையின் உரிமையாளரா, சிப்பந்தியொருவனா என்று சொங் ஹேக்கு சந்தேகம் தோன்றியது. அதை வெளிப்படையாகக் கேட்கவும் முடியாமல் அவர் அவனையே உற்றுப் பார்த்துக் கொண்டிருந்தபோதுதான் அவன் யாரென்பது அவருக்கு நினைவு வந்தது.

''நான் யார்னு தெரியலையா உனக்கு? நான் மியோங் யு'' என்று அவன், சொங் ஹேயால் தன்னை அடையாளம் கண்டுகொள்ள முடியாமல் இருப்பதைக் குறித்து வியந்தவாறே கூறினான்.

''ஏன் தெரியாது? நீ மியொங் யு தானே'' என்று அதேவேளையில் பதிலளித்தார் அவர்.

அவன் தன்னுடன் கல்லூரியில் ஒன்றாகப் படித்தது அவருக்கு நினைவுக்கு வந்தது. என்றாலும், அவன் அந்தக் காலத்தில் அவரது பரம எதிரியாக இருந்தவன்.

அவன் அவருக்கு முன்னாலிருந்த இருக்கையில் அமர்ந்து கொண்டான். ஆகவே அவனை அவரால் தவிர்க்க முடியாதிருந்தது. சரியாகச் சொன்னால், ஒற்றையடிப் பாலமொன்றின் மீது நேருக்கு நேராக சந்தித்துக் கொண்டது போல இருந்தது அந்தச் சந்திப்பு.

''நாங்க கடைசியாச் சந்திச்சு எத்தனை வருஷமிருக்கும்? ஒரு இருபது வருஷமிருக்கும், இல்லையா? அதனாலதான் என்னால உன்னை இனங்கண்டு கொள்ள முடியாமப் போச்சு'' என்றார்.

அவரைச் சந்திக்கக் கிடைத்ததையிட்டு தான் மிகவும் மகிழ்ச்சியடைந்திருப்பதாகவே மியொங் யு காணப்பட்டான். கைலாகு கொடுப்பதற்காக அவரை நோக்கிக் கையை நீட்டினான் அவன். கை கொடுப்பதைத் தவிர அவருக்கு வேறு வழியிருக்கவில்லை.

''நீ எப்படியிருக்கேடா? நீ ஒரு ஸ்கூல் மாஸ்டராகிட்டாய்னு கேள்விப்பட்டேனே.''

''ஆமா... எப்படியோ வாழ்ந்துட்டிருக்கேன்.''

''உன்னோட பொஞ்சாதி செத்துப் போயிட்டதாகவும், நீ திரும்ப கல்யாணம் முடிக்கவேயில்லன்னும் கேள்விப்பட்டேனே. நிஜமாடா?''

''ஆமா.. நிஜம்தான்.''

இருபது வருடங்களுக்கு முன்பு அவர்கள் இருவரும் ஒரே வகுப்பில் ஒன்றாகப் படித்தவர்கள். இருந்தாலும் மியொங் யுவின் கேள்விகளுக்கு சொங் ஹே பட்டும்படாமலும்தான் பதிலளித்தார். அவர்களிடையே முன்பு எழுந்திருந்த பிரச்சினையொன்றின் காரணமாக அவர்களிருவரும் வெகுகாலமாக மனஸ்தாபத்தோடு இருந்தவர்கள்.

''நான் இப்ப இந்த மதுபானக்கடையை நடத்திட்டிருக்கேன். கடந்த காலம் முழுக்க நிறைய வேலைகளைச் செஞ்சு பார்த்தேன். ஒண்ணுமே சரிப்பட்டு வரலடா. போன வருஷம்தான் இதைத் தொடங்கினேன்'' என்று மியொங் யு நிறுத்தாமல் கதைத்துக் கொண்டிருந்தான். கதைப்பதற்காக அவனைத் தூண்டி விடத் தேவைப்படவில்லை. இடையில் குறுக்கிடாமல் இருந்தால் அவன் தனது கடந்த காலம் முழுவதையும் தயங்காமல் ஒப்பித்துக் கொண்டிருப்பான் என்று அவருக்குத் தோன்றியது.

அவருக்கு வாயாடிகளைப் பிடிக்காது. எனவே கண்ணாடிக் குவளையில் எஞ்சியிருந்த மதுபானத்தை சீக்கிரமாகவே குடித்து முடித்தவர் மியொங் யு பக்கமாகத் திரும்பி ''நாங்க சந்திச்சுக்கிட்டதைக் கொண்டாட கொஞ்சம் குடிப்போமா?'' என்று கேட்டார்.

''நல்லது. எனக்காக நீ காசு கொடுப்பாய்னா நானும் குடிக்கிறேன். நீ என்னை உபசரிப்பாய்னு நான் நினைச்சிருக்கவேயில்ல'' என்றான்

அவன். பிறகு, இன்னும் கொஞ்சம் பீரை எடுத்துக் கொண்டு வருமாறு வடை தயாரித்துக் கொண்டிருந்த பெண்ணை நோக்கிக் கத்தினான்.

''ஹேய் மேடம்... உன்கிட்ட சொங் ஹேயைப் பற்றி சொல்லியிருக்கேன்தானே. ஞாபகமிருக்கா? இவர்தான் அவர். அதெல்லாம் ஒரு காலம். அதெல்லாம் இப்ப விபரமாச் சொல்லிட்டிருக்க முடியாது. அதனால மறந்துடு. உடனடியாக இவரை நல்லவிதமா வரவேற்கணும் நீ.''

சொங் ஹே உடனடியாக இருக்கையிலிருந்து எழுந்து நின்றார். அவளுக்கு பதில் வணக்கம் தெரிவிப்பதல்லாமல், வேறு எதையும் செய்ய அவருக்கு வழியிருக்கவில்லை. அவனது கன்னத்தில் அறைய வேண்டும் என்று அவருக்குத் தோன்றிய போதிலும் அந்த யோசனையை மனதுக்குள் அடக்கியவாறு அவர் அமைதியாக மீண்டும் இருக்கையில் அமர்ந்தார்.

''நான் அரிசி வைன் கொஞ்சம் எடுத்துட்டு வரேன்'' என்று கூறியவாறே அவள் அங்கிருந்து விலகிச் சென்றாள்.

''நல்லது'' என்று கூறிய அவன் மனதில் தோன்றுவதையெல்லாம் வெளிப்படையாகப் பேசுபவன். தனது வார்த்தைகளால் மற்றவர்களுக்கு என்னென்ன பாதிப்புகள் ஏற்படும் என்பதைப் பற்றியெல்லாம் அவன் யோசித்தே பார்ப்பதில்லை. அவனைப் போல எதையும் பேசும் முன்பு ஒரு தடவையாவது யோசித்துப் பார்க்காதவர்களை சொங் ஹேக்குப் பிடிப்பதேயில்லை.

மேலுமொரு குவளை பீரை அருந்தி முடித்த அவர் தனது இருக்கையிலிருந்து எழுந்து நின்றார்.

''எனக்கு அவசர வேலை கொஞ்சமிருக்கு. நான் போகணும்'' என்றார்.

கல்லூரிக் காலம் முழுவதும் சொங் ஹே தனக்கு எதிராக முறைப்பாடுகளை முன்வைத்துக் கொண்டேயிருந்ததை மியொங் யு மறந்திருக்கவில்லை. ஆகவே அவனின் முன்னால், அவர் அசௌகரியமாக உணர்ந்தார் எனினும் அவருக்கு எதிராக அவன் எந்தத் திட்டங்களையும் வைத்திருக்கவில்லை என்பது தெளிவாகத் தென்பட்டது. அவர் ஐம்பது ஹுவாங் பணக் கடனுக்காகத்தான் அவனுக்கு எதிராக முறைப்பாடு செய்திருந்தார்.

முழு மனித சமூகமும் அதற்காகத் தன்னை விமர்சிக்கக் கூடும் என்ற உணர்வால் அப்போது அவர் மிகுந்த அசௌகரியமாக உணர்ந்திருந்தார். இருந்தாலும் தன்னிடம் கடனாகப் பெற்ற பணத்தைத் திரும்பத் தராமலிருக்கும் தனது நண்பனை மன்னிக்க அவரது இதயம் அப்போது இடமளிக்கவேயில்லை. ஆகவே தனது பணத்தைப் பெற்றுக் கொள்ள அவர் சட்ட உதவியை நாடும் அளவுக்கு அந்த விவகாரம் பாரதூரமாகச் சென்றது.

சொங் ஹே அந்த வழக்கில் வென்ற போதிலும், அந்த வழக்குக்காகச் செலவழித்த தொகை கடன்தொகையை விட அதிகமாக இருந்தது. என்றாலும், தான் நேர்மையாக நடந்து கொண்டிருப்பதால், எதற்கும் கவலைப்படத் தேவையில்லையென்று கடைசியில் தன்னைத்தானே தேற்றிக் கொண்டார். அன்றிலிருந்து அவர் எவரையும் நம்பவுமில்லை. யார் மீதும் எவ்வித நம்பிக்கையும் வைக்கவுமில்லை.

அன்றிலிருந்துதான் அவர் யாரையும் கூட்டு சேர்க்காமல் தனியாக வாழத் தொடங்கினார். அந்தக் கால கட்டத்தில் அவன் பணத்தைத் திருப்பித் தராததால், அவனது உடைமைகளை பறிமுதல் செய்து கொள்ளலாமா என்றும் கூட அவர் யோசித்திருந்தார். அதுவும் வெறும் ஐம்பது ஹுவாங் பணத்துக்காக. அதற்காக அவரது மனது எவ்வளவு ஆழமாகக் காயமடைந்திருந்தது என்றால், அவன்

வெளிப்படையாகவும், மனப்பூர்வமாகவும் மன்னிப்புக் கேட்ட பிறகும் கூட அந்தக் காயம் ஆறாமலேயே இருந்தது.

தற்செயலாகக் கூட, மீண்டும் அவனைச் சந்திக்கக் கிடைக்குமென்று அவர் நினைத்திருக்கவேயில்லை. ஆகவே, இந்தத் தற்செயல் சந்திப்பை சீக்கிரம் முடித்துக் கொள்வது நல்லதென அவருக்குத் தோன்றியது.

அவர் தனது இருக்கையிலிருந்து எழுந்து நின்றார். தனது மதுபானங்களுக்கு பணம் செலுத்த வேண்டும் என்பதை அவர் அறிந்திருந்த போதிலும், எவ்வளவு செலுத்த வேண்டும் என்பதைக் கேட்கத் தோன்றவில்லை. மியொங் யு பணத்தை வாங்கிக் கொள்ளாமல் இருப்பானானால்? இலவசமாகக் குடிக்க அவர் விரும்பவில்லை.

தொகை எவ்வளவு என்பதை அவர் மனதுக்குள் கணித்துப் பார்த்தார். பீர் மூன்றுக்கு நூற்றைம்பது ஹுவாங், ஒரு தட்டு வடைக்கு ஐம்பது ஹுவாங். மொத்தம் இருநூறு ஹுவாங். அவ்வளவுதான் இருக்கும் என்று தோன்றியபோதிலும், வடைகளுக்கு எவ்வளவு இருக்கும் என்பதை அவர் சரியாக அறிந்திருக்கவில்லை. தான் ஒரு கஞ்சன் என்று அவன் கருதுவதை அவர் விரும்பவில்லை. எவ்வளவு விலையுயர்ந்த வடையானாலும், ஒரு தட்டு வடை நூறு ஹுவாங்குகளுக்கு அதிகமாக இருக்காது. அதனால் இருநூற்று ஐம்பது ஹுவாங்குகளைக் கொடுத்தால் அது சரியாக இருக்கக் கூடும்.

அவர் தனது சட்டைப் பையில் கையை விட்டுப் பார்த்தார். அவரிடம் முந்நூறு ஹுவாங்கள் மாத்திரமே இருந்தன. இது அளவை விட அதிகமானது எனத் தோன்றிய போதிலும், அந்தத் தொகையை அவனின் முன்னால் வைத்து விட்டு "மீண்டும் சந்திப்போம்" என்று கூறியவாறே அவனிடமிருந்து விடைபெற்று வெளியேறினார்.

மதுபானக்கடையிலிருந்து வெளியே வந்த அவரை மீதிப் பணத்தை எடுத்துக் கொண்டு பின்னாலேயே அவன் வருவானானால் தன்னை அவன் அழைத்தும் நிற்காமல் தொடர்ந்தும் நடந்து சென்றமைக்காகத் திட்டுவான் என்பதை உணர்ந்தார். மியொங் யு போன்றவர்கள் தன்னை விடவும் கொடையாளர்கள். தன்னைப் போன்றவர்கள் கடன்களைக் கொடுத்து முடிக்கும்போதுதான் நிம்மதியாக உணர்வார்கள்.

எதிர்பார்த்தது போலவே அவன் அவரை அழைத்தான். தான் நினைத்தது சரி என்று அவருக்குத் தோன்றியது. கடந்த காலம் மீதுள்ள அத்தனை பிணைப்புகளையும் உடைத்தெறியத் தீர்மானித்திருந்த அவர் திரும்பிப் பார்க்கவேயில்லை. எதுவும் காதில் விழாதது போல தொடர்ந்து நடந்தார். யாராக இருந்தாலும், தான் வழக்குத் தொடர்ந்த ஒருவரிடமிருந்து இலவசமாக வாங்கிக் குடிப்பது எவ்வாறு?

அவர் வெகுதூரம் செல்ல முன்பே அவரை நெருங்கிய அவன் அவரது தோளில் தட்டி 'உன்னோட மீதிக் காசு ஐம்பது ஹுவாங்கையும் வாங்க மறந்துட்டாய்'' என்று கூறியவாறே காசை அவரது கையில் திணித்தான்.

அவ்வாறாக அந்தக் கொடுக்கல் வாங்கல் முடிந்தது. அனைத்தும் நீதமாக நடந்தாயிற்று. அருமை. சொங் ஹே மனப்பாரம் குறைந்திருப்பது போல உணர்ந்தார்.

''பீர் இவ்வளவு விலை மலிவானதா இருக்கும்னா நான் மீண்டும் மீண்டும் உங்கிட்ட வர வேண்டியிருக்குமே'' என்றவாறே அவர் பணத்தை வாங்கி சட்டைப் பையில் திணித்தவாறே தொடர்ந்து நடந்தார்.

வெகுதூரம் செல்ல முன்பே அவர் மீண்டும் வந்த வழியே திரும்பி நடந்தார். அவனுடனான கொடுக்கல் வாங்கல்கள் முழுமையாக முடிவடைந்ததையிட்டு அவர் மிகவும் சந்தோஷமாக உணர்ந்தார்.

இனி அவனுடன் மீண்டும் கொடுக்கல் வாங்கல்களைச் செய்ய அவருக்குத் தயக்கமேதுமில்லை. கையில் மீதமிருந்த பணத்தை உடனடியாக செலவழிக்க வேண்டுமென்ற பேராசை அவருக்குள் உதித்தது.

அவர் மீண்டும் மதுபானக் கடைக்குள் பிரவேசித்து ஒரு குவளை பீருக்கு உத்தரவிட்டார். பீர் குவளையையும், ஊறுகாயையும் எடுத்துக் கொண்டு வந்த மியொங் யு வாய் நிறைய புன்னகைத்தான். அவசர அவசரமாக பீர் குவளையைக் காலி செய்த சொங் ஹே வெளியேறும்போது ''நல்ல பீர்'' என்று கூறி விட்டு வீட்டை நோக்கி நடந்தார்.

மதுபானம் தந்த தாக்கத்தினாலோ என்னவோ அவர் மிகுந்த கவலையோடுதான் வீட்டை அடைந்தார். 'என்னுடைய ஒரே மகன் இறந்துட்டான்' என்று கண்ணீரைத் துடைத்தவாறே அங்கு அமைதியாக அழுது கொண்டிருந்தார். அவன் ஏன் செத்துப் போனான்? அவரால் வேண்டிய மட்டும் அழுதிருக்கலாம். ஆனால் சற்று நேரத்துக்கு முன்பு சந்தித்த மியொங் யுவையும் அவரால் மறக்க முடியாதிருந்தது. அதனால் அழுவது சரியில்லை என்று அவருக்குத் தோன்றியது.

மியொங் யுவின் திருமண சமயத்தில் அவர் தனது மனைவி சீதனமாகக் கொடுத்த பணத்தைத்தான் அவனுக்குக் கடனாகக் கொடுத்திருந்தார். அப்போது அவர் திருமணம் முடித்து ஒரு வருடம் கூட ஆகியிருக்கவில்லை. இப்போதோ அவரது மனைவி அவரைப் பிரிந்து போய் விட்டாள். மனைவியின் பணத்தை தனது நண்பனுக்குக் கடனாகக் கொடுப்பது சரியில்லை என்று அவர் கருதிய போதிலும்,

திருமணத்துக்காகக் கொடுக்கப் போகும் கடன் என்பதால் அதற்கு அவர் தனது மனைவியையும் இணங்கச் செய்தார். அந்த சமயத்தில் அவன் வாக்களித்த விதத்தில் இரண்டு மாதங்களுக்குள் கடனைத் திரும்பச் செலுத்தி விடுவான் என்று அவர்கள் அவனை முழுமையாக நம்பிக் கொண்டிருந்தார்கள். அத்தோடு திருமணத்துக்காகப் பெறும் கடன்களை எவரும் விரைவிலேயே திரும்பச் செலுத்தி விடுவார்கள் என்றும் சொங் ஹே உறுதியாக நம்பினார்.

ஆறு மாதங்கள் கழிந்தன. கடனாகக் கொடுத்த அந்தப் பணம் திரும்பக் கிடைக்கவில்லை. சில மாதங்களுக்குப் பிறகு மியொங் யு யாரிடமும் எதுவும் சொல்லாமல் ஊரிலிருந்து காணாமல் போயிருந்தான். அவனுக்குப் பணம் கொடுத்திருப்பது தான் மாத்திரமல்ல என்பதை அவர் அதன் பிறகுதான் அறிந்து கொண்டார். அவருக்கு தனது இளம் மனைவியிடம் மன்னிப்புக் கேட்கவும் தோன்றியது.

அவளுக்கு இன்னும் ஒரு திருமண மோதிரத்தைக் கூட வாங்கிக் கொடுக்க அவரால் இயலவில்லை. அவ்வாறிருக்கும்போது தனது மனைவி காலம் காலமாக பாடுபட்டுச் சேமித்துப் பத்திரமாக வைத்திருந்த பணத்தைத் தான் கடனாகக் கொடுத்து இழந்திருப்பது அவருக்கு மிகுந்த கவலையைத் தந்தது. தான் ஒன்றுக்கும் உதவாதவன் என்று அவருக்குத் தோன்றியது.

ஆகவேதான் அவர் தனது நண்பனுக்கு எதிராக வழக்குத் தொடர்ந்தார். அவ்வாறெல்லாம் செய்யக் கூடாதென அவரது மனைவி அவருக்கு எவ்வளவோ எடுத்துச் சொல்லி அவரைத் தடுத்த போதிலும் அவரது தீர்மானத்தில் எவ்வித மாற்றமும் இருக்கவில்லை. அவர் வழக்குத் தொடர்ந்தது மாத்திரமல்லாமல், அவனது சொத்துகளைப் பறிமுதல் செய்யவும் முயன்றார். தனக்கு நம்பிக்கைத் துரோகமிழைத்த அவனைக் கேவலப்படுத்த வேண்டும் என்பதுதான் அவருக்கு

அவசியமாக இருந்தது. என்றாலும், அவ்வாறெல்லாம் நடைபெறுவதற்கு முன்பே அவன் அந்தப் பணத்தை மீளச் செலுத்தியினான்.

''அந்தக் காசு இல்லன்னா நீங்க பட்டினியால செத்துப் போயிடுவீங்களா என்ன? ஐம்பது ஹுவாங்குகளுக்காக நண்பனொருத்தனை இழந்துட்டீங்கன்னா உங்களுக்குத்தான் நஷ்டம்'' என்று அவரது மனைவியும் கூட அவரைத்தான் கடிந்து கொண்டாள்.

அன்றுதான் தான் மீண்டும் அந்தப் பணத்தைப் பெற்றுக் கொண்டதற்காக அவர் மிகவும் கவலைப்பட்டார். இருபது வருடங்களுக்கு முன்பு அவரது மனைவி கூறிய வார்த்தைகள் அவருக்கு நேற்று கூறியது போல இப்போதும் தெளிவாக நினைவிருக்கிறது.

'கடந்த காலத்தில் நீங்கள் பிரிந்த நபரை, நீங்களே தேடும் ஒரு காலம் வரும்.'

அந்த வார்த்தைகளை அவள் இப்போதும் தொலைவிலிருந்து கூறிக் கொண்டிருப்பது போல ஒரு குரல் அவருக்குக் கேட்பதாக உணர்ந்தார்.

மியொங் யுவைத் தற்செயலாகச் சந்தித்தமை அவருக்கு தனது மனைவியை நினைவூட்டியது. அவள் இப்போது எங்கிருந்தாலும், தான் மியொங் யுவைச் சந்தித்தது குறித்து அவள் மகிழ்ச்சியடைவாள். அவளைப் பற்றி நினைக்கும்போதே அவள் தன்னை எப்படியெல்லாம் கவனித்துக் கொண்டாள் என்பது அவருக்கு நினைவு வந்தது. அவர் அறையின் கதவை மூடிக் கொண்டார்.

அவளுக்கு ஒரு கௌரவமான கணவனும், மகனும் இருந்தார்கள். என்றாலும் அவள் இன்னொருவனிடம் காதலில் விழுந்திருப்பதாக

அவர் சந்தேகப்பட்டார். ஆகவே அவளை வீட்டை விட்டுத் துரத்தி விட அவருக்கு நேர்ந்தது. அன்று தொடக்கம் அவளால் அவர் எவ்வளவுதான் அழுதிருப்பார்?! தனது கைக்குழந்தையைப் பார்த்துக் கொண்டபோதெல்லாம் அவரது கண்களில் கண்ணீர் நிற்காமல் வழிந்தோடிக் கொண்டேயிருக்கும்.

அவர்கள் பிரியும்போது அவருக்கு முப்பது வயதுதான். அவர் மீண்டும் திருமணம் செய்து கொள்ளவேயில்லை. இப்போதும் அவரது மனதில் அவள் மீது காதல் இருக்கிறதா? வெறுப்பை மனதுக்குள் புரையோடச் செய்ததன் மூலம் தான் எவ்வளவு மோசமாக நடந்து கொண்டிருக்கிறேன் என்று அவருக்குத் தோன்றியது.

இன்று வரைக்கும் அவர் தனது மனைவியின் ஞாபகங்களைச் சபித்துக் கொண்டிருந்த போதிலும், இருபது வருடங்களுக்குப் பிறகு இன்றுதான் அவளை சந்தோஷப்படுத்த தன்னால் முடிந்திருக்கிறது என்றும் அவருக்குத் தோன்றியது. அதை ஏதோவோர் அசௌகரியம் போலவும் அவர் ஒரு கணம் உணர்ந்தார். ஆகவே இப்போது அவர் மனைவியைப் பற்றி யோசித்தவாறே மியொங் யுவை வெறுத்தார். என்றாலும் அந்த உணர்வை அவனுடனான தனது தொடர்பை மீண்டும் புதுப்பிக்க ஒரு தடையாக ஆக்கிக் கொள்ள அவர் விரும்பவில்லை.

மீதிப் பணத்தைத் தருவதற்காக மியொங் யு தன்னைத் தேடி ஓடி வருவதை அவர் அவ்வேளையில் அறுவெறுப்போடுதான் பார்த்துக் கொண்டிருந்தார். அவனது முகத்திலேயே காறித் துப்பி விட வேண்டும் என்று கூட அவருக்குத் தோன்றியது. ஐம்பது ஹுவாங் பிரச்சினைக்காக அவரைப் பழி வாங்கவே அவன் தன்னைத் துரத்தி வருவதாகத்தான் அவர் அதைக் கண்டார். அவரால் அவனைப் பழி வாங்க முடியுமா? முடியாது. இத்தனை வருட காலம் முழுவதையும் அவர் வெறுமனே தனிமையில் கழித்திருக்கிறார். எப்படிப் பார்த்தாலும் தோல்வியடைந்தவர் அவர்தானே.

தான் ஏன் இவ்வளவு காலமும் தனிமையில் வாழ்ந்தோம் என்று தன்னைத் தானே கேட்கும் காலம் கடந்து விட்டது. செத்துப் போன மகனைக் குறித்து அவர் மிகவும் கவலைப்பட்டார். மகன் உயிரோடு இருந்திருந்தால் தான் இந்தளவு கையறு நிலைக்கு ஆளாகியிருக்க மாட்டேன் என்று அவருக்குத் தோன்றியது. அவரது கண்களில் கண்ணீர் பெருக்கெடுத்து வழியத் தொடங்கியது. அவர் அதைத் துடைக்க முற்படவில்லை. மகனின் மரணத்திற்குப் பிறகு அவரது வாழ்க்கை குழம்பியிருப்பது போலத் தோன்றியது.

கடைசியில் அவர் தன்னைக் கட்டுப்படுத்திக் கொள்ள முற்பட்ட அதே சமயத்தில்தான் அவரது பாடசாலைத் தோழர்கள் சிலர் அவரைச் சந்திக்க வந்தார்கள். வைன் போத்தலொன்றையும் எடுத்துக் கொண்டு வந்திருந்த அவர்கள் 'மகன் மரணித்தாயிற்று. ஆகவே இனிமேல் கவலைப்பட்டு பயன் எதுவுமில்லை' என்று கூறி அவரை சமாதானப்படுத்தினார்கள். 'அவரது கவலையைப் போக்குவதற்காக எல்லோரும் இணைந்து குடிக்கலாம்' என்று ஆலோசனை கூறினார்கள். அவர்களுடன் இணைந்து குடித்தாலும், இல்லாவிட்டாலும் தனது கவலையைப் போக்க அவருக்கு உதவுவதற்காக அவர்களுக்குள் எழுந்த ஆசை குறித்து அவர் அவர்களுக்கு நன்றி தெரிவிக்க நினைத்தார். கடைசியாக தான் யாருக்கு நன்றி தெரிவித்தேன் என்பது கூட அவருக்கு ஞாபகம் வரவில்லை.

கண்ணாடிக் குவளைகளை எடுத்துக் கொண்டு வருமாறு அவர் தனது அக்காவுக்கு உத்தரவிட முற்பட்ட போதே அங்கு வந்திருந்த அதிபரும், ஆசிரியர்களும் மகனது மரணம் பற்றிய தகவலை அவர் முன்பே கூறவில்லை என்று அவரைக் கடிந்து கொண்டார்கள். அதனால் அவருக்குள் எழுந்த நன்றியுணர்வு படிப்படியாகக் குறைந்தது. அவர்கள் அவரிடம் நிதியுதவிப் பணம் அடங்கிய காகித உறையைக்

கொடுத்த போதுதான் அவர்கள் எதற்காக வந்திருக்கிறார்கள் என்பது அவருக்குப் புரிந்தது. அவர் அந்தப் பணத்தை ஏற்றுக் கொண்டார். அவருக்கு அதற்கு உரிமை இருப்பதால்தான் அதையும் கூட அவர் பெற்றுக் கொண்டார். இருந்தாலும் அவர்களோடு ஒன்றாக அமர்ந்திருந்து மதுவருந்தும் ஆசை அவரிடம் அற்றுப் போயிருந்தது.

வைன் போத்தலையே பார்த்துக் கொண்டிருந்த ஒரு ஆசிரியரின் முகத்தில் கண்ணாடிக் குவளைகள் எங்கிருக்கிறதோ என்று யோசிக்கும் பாவனை இருப்பது தெரிந்தது. அதைக் கண்ட சொங் ஹே,

''ரொம்ப நாளா நான் தூங்கல. அதனால எனக்கு ரொம்பக் களைப்பா இருக்கு. இன்னிக்கு உங்களோடு சேர்ந்து ஒண்ணாக் குடிக்க முடியாம இருக்குறதுக்கு என்னை மன்னிக்கணும்'' என்று கூறியவாறே எழுந்து நின்றார்.

அவர்கள் விடைபெற்றுச் சென்றார்கள். அவருக்கு எந்த வேலையும் இருக்கவில்லையென்றாலும், கடமைக்காக வந்து செல்பவர்களிடம் தொடர்ந்தும் பேசிக் கொண்டிருக்க அவர் விரும்பவில்லை.

அவர்கள் கிளம்பிப் போனதுமே பெருந்தனிமையொன்று தனக்குள்ளேயிருந்து வந்து தன்னைச் சூழ்ந்து கொள்வதை அவர் உணர்ந்தார். அது மகனின் மரணத்தினால் உருவான கவலைக்குரிய ஒன்று. தான் வேண்டுமென்றே உருவாக்கிக் கொண்ட தனிமை வாழ்க்கையைக் குலைக்கக் கூடிய எவ்விதப் பலவீனங்களுக்கும் அவர் ஒருபோதும் இடம் கொடுத்ததேயில்லை. இருபது வருடங்களுக்குப் பிறகு அந்த வேலியை உடைத்தெறிந்து வந்திருக்கும் இந்த வெறுமையானது அவரது தனிமையினுள்ளிருந்து வந்துள்ள மறுவினையாகும். திடீரென்று, தான் மிகப் பிரமாண்டமான வெறுமையால் சூழப்பட்டிருப்பது போல அவர் உணர்ந்தார்.

மறுநாள் அவர் பாடசாலைக்குப் போகவில்லை. ஏனைய ஆசிரியர்களை விடவும் தனது மனசாட்சிக்குக் கட்டுப்பட்டு சேவையாற்றும் அவர் இருபது வருடங்களுக்குப் பிறகு முதன்முறையாக தனது விருப்பத்துக்கு ஏற்ப செயற்பட்டிருந்தார். எவருக்கும் தீங்கிழைக்காமல், எவராலும் தீங்கிழைக்கப்படாமல் வாழ்வது மனித சுபாவத்துக்கு மாற்றமானது என்று அவருக்குத் தோன்றத் தொடங்கியிருந்தது.

அவர் அன்றைய தினம் முழுவதையும் படுக்கையிலேயே கழித்தார். அது, அவரிடம் இப்போது எஞ்சியிருப்பது வெறும் இதயமொன்றும், எலும்புக் கூடொன்றும் மாத்திரம் என்பதனாலா? இவ்வாறாக அவருக்குள் தோன்றிய விந்தையான உணர்வுகள் அவரது உடலிலிருந்து வெளியே குதித்து வெற்று வெளியில் மிதந்து கொண்டிருப்பது போல உணர்ந்தார்.

அவர் நாள் முழுவதும் படுத்துக் கொண்டேயிருப்பதைக் கண்டு அவரது அக்கா பயந்து போயிருந்தாள். ஆகவே பதறிப் போய் கேட்டாள்.

"உடம்பு சரியில்லன்னா ஆஸ்பத்திரிக்குப் போய் மருந்தெடுத்தா நல்லது, இல்லையா?"

அவள் சில நாட்களுக்கு முன்புதான் தனது மருமகனுக்காகக் கவலைப்பட்டுக் கொண்டிருந்தாள். இப்போது தனது தம்பியின் நிலைமையைக் குறித்து அவள் பயப்படுவது கூட இயல்பான ஒன்று என்றுதான் அவருக்குத் தோன்றியது.

"பயப்படாதே. நான் உன்னைத் தனியா விட்டுட்டு சாக மாட்டேன்" என்று ஏதோ குறை கூறும் தொனியில் கூறினார்.

"நீ செத்துப் போனா உன்னோட பொணத்தை வச்சுக்கிட்டு நான் தனியா என்னதான் செய்வேன்? அதைப் பற்றி கொஞ்சம் கூட

யோசிச்சுப் பார்க்க மாட்டியா?'' என்று அவனது நிலைமையைப் புரிந்து கொள்ள இயலாமல் கேட்டாள்.

''செத்துப் போனதுக்கப்புறம் தன்னோட பொணத்தைப் பற்றி யார்தான் கவலைப்படுவாங்க?'' என்று அவர் வாதம் செய்தார்.

அவள் பதிலேதும் பேசாமல் அழத் தொடங்கினாள். அவளது கவலையை ஏற்றுக் கொள்ள விரும்பாத அவர் அவளைத் திட்டினார்.

''இப்படி நீ அழுவுறதுக்கு இங்க யாரு இப்ப செத்துப் போனாங்க?''

''நான் என்ன சொன்னாலும் நீ என்கூட சண்டைக்கு வாறாய். நான் எப்போ சாவேன்னுதான் நீ பார்த்துட்டிருக்காய். நான் இன்னும் உயிரோடு இருக்குறதாலதானே நீ இப்படியெல்லாம் பேசுறாய்'' என்று அவள் சத்தமாகக் கதறி அழுதாள்.

''அக்கா, உன்னை யார் சாகச் சொன்னாங்க? ஜனங்கள் சாகும்வரைக்கும் ஆவலோடு காத்துட்டிருக்குற பிணப்பெட்டிக் கடை முதலாளின்னு என்னை நீ நினைச்சிட்டிருக்கியா?''

அவருடைய அக்கா தனது வாழ்நாள் முழுவதும் அவருக்கு எந்தத் தவறையும் இழைத்தவளல்ல. என்றாலும், அவரோ அதை நன்றாகத் தெரிந்து கொண்டே, காரணமேதுமில்லாமலேயே அவளை எப்போதும் வார்த்தைகளால் வதைத்துக் கொண்டிருந்தார். கடைசியில் அந்த வார்த்தைகளாலேயே அவள் பலவீனமானவளாக ஆகி விட்டிருந்தாள்.

''இப்படியெல்லாம் பேசாதேடா தம்பி. உன்கிட்ட தங்கி வாழ்றதைத் தவிர வேறென்ன பாவத்தை நான் செஞ்சுட்டிருக்கேன்?'' என்று அவள் கேட்டாள்.

அந்த வார்த்தைகளால் அவர் மௌனமானார். இன்னுமொருவரிடம் தங்கி வாழ்வதை அவள் பாவமாகக் கருதுகிறாள்

என்பது அவருக்கு கடைசியில்தான் புரிந்தது. அவர்களிருவரதும் துயர் மிகுந்த வாழ்க்கைகளில் ஒரு ஒற்றுமை இருந்தது.

யாரோ நுழைவாயிலைத் தட்டும் ஓசை எழும்வரைக்கும் அவர்கள் இருவரும் வெகுநேரம் மௌனமாகவே இருந்தார்கள். நுழைவாயிலைத் திறக்க வெளியே போகவென அக்கா எழுந்தாள்.

"நான் இப்ப யாரையும் சந்திக்க விரும்பல. யார் கேட்டாலும் எனக்கு உடம்பு சரியில்ல, தூங்கிட்டிருக்கேன்னு சொல்லு" என்று குரலைத் தாழ்த்தி அவளிடம் கூறினார். அதுதான் அவர் அவளிடம் உதவி கேட்கும் முதல் தடவை. அவள் அதைப் புரிந்து கொண்டது அவளது முகத்தில் தென்பட்டது. அவள் நுழைவாயிலைத் திறக்கப் போனாள்.

அவரது அக்கா நுழைவாயிலருகே வெகுநேரமாக யாருடனோ பேசிக் கொண்டிருப்பதை அவர் உணர்ந்தார். பிறகு அறைக்குள் நுழைந்த அவள் அவரிடம் கடித உறையொன்றை நீட்டினாள்.

"மகனோட ஸ்கூல் மாஸ்டர் இதை உன்கிட்ட தரச் சொன்னார்" என்றாள்.

"என்னது இது?"

"ஏதோ மகன் எழுதியதுன்னு சொன்னார்."

அவர் படுக்கையிலிருந்து துள்ளிக் குதித்து எழுந்தார். தனது மகனின் பாடசாலை ஆசிரியரை வீட்டுக்குள் வரவேற்க அவர் விரைந்தார். ஆசிரியர் அவருக்கு வணக்கம் தெரிவித்த வேளையில், மகனின் மரணத்தையிட்டு அவர் நிஜமாகவே வருத்தப்படுவது அவரது முகத்தில் தெரிந்தது.

கடைசி நாளில் அவரது மகன் பாடசாலையில் வைத்து ஒரு கட்டுரையை எழுதியிருக்கிறான். இனிமேல் அந்தக் கட்டுரை தனக்குத்

தேவைப்படாது என்பதால் ஆசிரியர் அதைக் கையோடு எடுத்துக் கொண்டு வந்திருந்தார். அவருக்கு நன்றி தெரிவித்த சொங் ஹே அவரை வீட்டுக்குள் வருமாறு அழைத்தார். ஏனைய ஆசிரியர்கள் பணத்தைக் கொண்டு தமது அனுதாபத்தைத் தெரிவிக்க முற்பட்ட வேளையில், இந்த ஆசிரியரோ மகனை நிஜமாகவே நேசித்ததாலும், தந்தையின் உணர்வுகளைப் புரிந்து கொண்டதாலும் நேரிலேயே தேடி வந்திருக்கிறார் என்பது அவருக்குப் புரிந்தது.

அவர் தனது அக்கா பக்கமாகத் திரும்பி ஆசிரியருக்கு வைன் கொண்டு வருமாறு பணித்தார். இருந்த போதிலும் தனக்கு வேலை இருப்பதாகச் சொல்லி விட்டு ஆசிரியர் புறப்பட்டுச் சென்றார்.

ஆசிரியர் போனதன் பிறகு, மகனின் கட்டுரையானது தன்னை எடுத்து வாசிக்கச் சொல்லி அவரை வற்புறுத்துவதாக அவருக்குத் தோன்றியது. அவர் அதை வாசிக்க ஆரம்பித்தார்.

'எனக்கு அம்மா இல்லை. அவள் உயிரோடு இருக்கிறாளா இல்லையா என்பது எனக்குத் தெரியாது என்பதைத்தான் நான் அம்மா இல்லை என்ற வார்த்தைகளால் கூற முற்படுகிறேன். அவள் இறந்து விட்டதாகத்தான் என்னுடைய அப்பா என்னிடம் கூறியிருக்கிறார். என்றபோதிலும் எனது அத்தையின் பார்வையில், அவள் எங்கோ உயிருடன் இருப்பது புலப்படுகிறது. அவ்வாறு எங்கேயோ உயிரோடு இருக்கும் அம்மா செத்துப் போய் விட்டதாக அப்பா கூறுகிறார் என்றால் அதன் அர்த்தம் அவள் மோசமானவள் என்பதுவும், நான் அவளைச் சந்திக்கவே கூடாது என்பதுவும்தானே.

எது எவ்வாறாயினும் நான் அம்மா வரும்வரைக்கும் காத்துக் கொண்டிருக்கிறேன். அவள் மோசமானவளாகவே இருந்தாலும் கூட எனக்கு அவளை ஒரு தடவையாவது நேரில் பார்க்க வேண்டும். வேறு எந்தப் பிரபலங்களை நேரில் பார்ப்பதை விடவும் எனக்கு எனது

அம்மாவை நேரில் காணவே மிகவும் ஆசையாக இருக்கிறது. சிலவேளை எனது ஆசையானது கைக்குழந்தையொன்று தாய்ப்பாலைத் தேடுவதை ஒத்ததாக இருக்கக் கூடும். இருந்தாலும் எனக்கு அது தேவையில்லை. எனக்கு தாய்ப்பால் தேவையில்லை. எனக்கு எதுவுமே தேவையில்லை. எனது தாயின் வாசனை எவ்வாறிருக்கும் என்பதை நான் அறிய விரும்புகிறேன். அந்த வாசனை நல்லதோ, தீயதோ எவ்வாறானதாக இருந்தாலும் பரவாயில்லை. நான் சாகுவதற்கு முன்பு எனது அம்மாவின் வாசனையை உணர விரும்புகிறேன்.'

அவர் வாசிப்பதை நிறுத்தி விட்டு கட்டுரையை மடித்து தரையில் வைத்தார். அதற்கு மேல் என்ன எழுதியிருக்கக் கூடும் என்ற பயம் அவருக்குள் தோன்றியிருந்தது. படுக்கையில் சாய்ந்து கொண்ட அவர் 'எப்படிப் பார்த்தாலும் ஒரு பிள்ளைக்கு தந்தையின் பாசம் மட்டும் போதாது' என்று முணுமுணுத்தார்.

தனது தாயைக் காண மகனுக்குள்ளிருந்த ஆசை குறித்து அவர் மேலும் சிந்தித்துப் பார்த்த போதுதான் ஒரு ஆத்மாவுக்குள்ளிருக்கும் வெறுமையை நிரப்ப சாப்பாடு மாத்திரம் போதாது எனும் விடயம் அவருக்குப் புரிந்தது. மகனுக்காகவாவது தனது மனைவியை விட்டுப் பிரியாமல் இருக்க தான் முயற்சித்திருக்கலாம் என்றும் தோன்றியது. என்றாலும், அவள் மீது சந்தேகம் வந்ததால் ஏற்பட்ட வெறுப்பை அவரால் அப்போது நிராகரிக்க முடியாமலிருந்தது.

அவ்வாறென்றால் அவரது மகனின் மரணத்துக்குக் காரணம் உடல் சுகவீனம் மாத்திரமல்ல. தனது தாய் அருகிலில்லாத ஏக்கத்தினால்தான் அவன் செத்துப் போனான். அவளது வாசனையை அறிந்துகொள்ள, அவளது அரவணைப்பைப் பெற்றுக் கொள்ளும் ஆசையோடுதான் அவன் செத்துப் போயிருக்கிறான்.

அன்றைய நாள் முடியும்வேளையில் அவரது மனதிலிருந்த வெறுமை அகன்று மகிழ்ச்சியாக உணர்ந்தார். அவரது மகனது மரணத்துக்கு இப்போது இரண்டு காரணங்கள் இருப்பது குறித்த அவரது புதிய கண்டுபிடிப்புதான் அந்த மகிழ்ச்சிக்குக் காரணமா என்று யோசித்துப் பார்த்தார். இவ்வளவு நாளும் மகனின் மரணத்துக்குக் காரணம் தான் மாத்திரம்தான் என எண்ணிக் குறுகியவாறே அவர் தனியாக, மிகுந்த மனக்கவலையோடு இருந்தார். இப்போது அவனது மரணத்துக்கு மற்றுமொரு காரணம் இருப்பது குறித்த புதிய கண்டுபிடிப்பினால் அவரது உணர்ச்சியில் மாற்றமேற்பட்டிருந்தது.

திடீரென்று கொஞ்சம் மதுபானம் அருந்த வேண்டுமென்ற அளவற்ற உந்துதலை அவர் உள்ளுக்குள் உணர்ந்தார். படுக்கையிலிருந்து எழுந்து ஆடைகளை மாற்றிக் கொண்டார். உண்மையில் அவருக்கு மதுபானம் அருந்தத் தேவைப்படவில்லை. தனது அம்மா அருகிலிருக்க வேண்டும் என்று மகன் ஆசைப்பட்டது போல, சக மனிதனொருவனைத்தான் அவரது உள்ளம் தேடியது.

அவர் வேறெங்கும் செல்லாமல் நேராக மியொங் யு வின் மதுபானக் கடைக்குத்தான் போனார். மியொங் யு அன்று மீதிப் பணத்தைத் தேடி வந்து கொடுத்தது தமக்கிடையேயான கொடுக்கல் வாங்கல்களை முடிவுக்குக் கொண்டு வரத்தான் என்று அவருக்கு திடீரென்று தோன்றியது. இருந்தாலும் அவ்வாறு நடக்கச் சாத்தியமில்லை என்றும் தோன்றியது. காரணம் மியொங் யு கோபதாபங்களை மனதுக்குள் பூட்டி அழுத்தி வைத்திருக்கும் ஒருவனல்ல என்பதையும் அவர் அறிவார். அவன் வறுமை வாய்ப்பட்டிருந்த காலத்தில் அவரை ஏமாற்றிய போதிலும், அதைக் கொண்டு அவனை மோசமானவன் என்று கருத முடியாது. ஆகவே மியொங் யு அன்று மீதிப் பணத்தைத் தந்தது நேர்மையான வாழ்க்கையொன்றைக் கழிக்க அவன் முயற்சித்துக் கொண்டிருப்பதால்தான் என்ற தீர்மானத்துக்கு அவர் வந்தார்.

"நீ வந்தது நல்லதாப் போச்சு. எனக்கு இன்னிக்கு ரொம்ப சந்தோஷமா இருக்கு. ஆனா நீ ஏன் உன்னோட கூட்டாளிகளைக் கூட்டிட்டு வரல? ஏன் தனியாக வந்தாய்?" என்று அவரைக் கண்டதுமே கேட்ட மியொங் யு உண்மையாகவே சந்தோஷமடைந்ததை அவர் கண்டார். அவர் ஆட்களுடன் சேர்ந்து மதுவருந்தும் ஒருவரல்ல என்பதை அவன் அறிந்திருந்தான். இருந்தாலும், அவருக்கு அவனது வெள்ளந்தித்தனம் பிடித்திருந்தது. மியொங் யு வெளிப்படையான ஒருவன்.

"சரி. நான் அடுத்த தடவை வர்றப்ப என்னோட பாடசாலை நண்பர்கள் எல்லாரையும் கூட்டிட்டு வாறேன்" என்று அவர் உடனடியாக பதிலளித்தார்.

"அவங்க எதுக்காக வேறு எங்கேயாவது குடிக்கப் போகணும்? மதுபானம் எல்லா இடத்துலயும் ஒரே விலைதான். உன்னோட கூட்டாளிகளுக்கும் கொஞ்சம் வாங்கிக் கொடேன்."

"நிஜம்தான். நீ சொல்றது சரிதான்" என்று அவர் அதை ஆமோதித்தார்.

ஒரு சுற்று அருந்தியதன் பிறகு அவர் அவனிடம், அவனது பிள்ளைகளைக் குறித்து விசாரித்தார். தனது மகன் சில தினங்களுக்கு முன்னர் இறந்து போய் விட்டதையும் அவராகவே விருப்பத்தோடு தெரிவித்தார்.

"ஐயோ... உன்னோட ஒரே பிள்ளை" என்று அவன் மிகுந்த கவலையையும், அதிர்ச்சியையும் வெளிப்படுத்தியவாறே கேட்டான். அவன் உண்மையிலேயே வருத்தப்பட்டுக் கேட்டதும், அது அவனது மனதிலிருந்து ஊற்றெடுத்து வந்த நிஜ உணர்வு என்பது அவருக்குப் புரிந்தது.

"இப்போதான் அவனுக்கு பதினெட்டு வயசு ஆகுது. சாகுற கணம் வரைக்கும், அடுத்த வருஷம் கல்லூரிக்குப் போறதைப் பற்றித்தான் நாங்க ரெண்டு பேரும் திட்டம் போட்டுட்டிருந்தோம்."

"எப்போ செத்துப் போனான்?"

"நாலைஞ்சு நாளுக்கு முன்னாடி."

"நாலைஞ்சு நாளுக்கு முன்னாடி? அப்படீன்னா நேத்து வந்தப்ப நீ ஏன் எதுவுமே சொல்லல?"

அவனும் கூட முன்பே அந்த விடயத்தைத் தெரிவிக்காததைக் குறித்து அதிபரும், ஆசிரியர் குழாமும் கடிந்து கொண்டதைப் போலவே கடிந்து கொண்ட போதிலும், அந்தக் குற்றம் சாட்டல் தொனியில் மாற்றமிருப்பதையும், ஓர் உரிமை இருப்பதையும் அவர் கண்டார். அவன் அவரைத் திட்டவோ, சந்தர்ப்பத்தைக் கொண்டு பயனடையவோ முயற்சிக்கவில்லை.

"சரி. நீ முன்னாடியே தெரிஞ்சிருந்தா என்ன பண்ணியிருப்பே?"

"இது என்ன கேள்வி? இப்படியெல்லாம் இந்த உலகத்துல வேற யாராவது யோசிப்பாங்களா? நம்ம ஜீவித காலம் முழுவதிலும், சாகுற வரைக்கும் நாங்க இன்னொருத்தர்கிட்ட எதையாவது எதிர்பார்த்துத்தான் எல்லாத்தையும் பகிர்ந்துக்கிட்டிருக்கோமா? உனக்கு உதவுறாங்களோ, இல்லையோ யார்க்கிட்டயாவது அதைச் சொல்லணும்னு உனக்குத் தோணவேயில்லையா?"

"சரிதான். என்னை மன்னிச்சிடு. நீ சொல்றது ரொம்பச் சரி."

உதவியொன்றை எதிர்பார்த்து எதையும் பகிர்ந்து கொள்ளும் எண்ணம் பற்றிய அவனது கருத்து அவரது மனதைக் கவர்ந்தது. அவ்வேளையில் தனது தோள்கள் ஏன் தாமாகவே தாழ்ந்தன என்பது அவருக்குப் புரியவில்லை. எல்லாவற்றையும் அவன் தன்னை விடவும் ஆழமாக கூர்ந்து கவனிக்கிறான் என்பது அவருக்குப் புரிந்தது.

சில குவளைகள் பீரை அருந்திய அவர் தனது இருக்கையிலிருந்து எழுந்து நின்றார்.

"அடுத்த தடவை நிச்சயமா நான் என்னோட கூட்டாளிகளை இங்க கூட்டிட்டு வாறேன்."

"ஆமா. எனக்கு உதவி செய். நண்பர்கள்னா ஒருத்தருக்கொருத்தர் உதவிக்கணும். உனக்கு அது தெரியும்தானே? அதுக்குத்தானே நட்புன்னு சொல்றது?"

போதை தலைக்கேறியிருந்த அவர் அவனது தோளில் தட்டிக் கொடுத்தார். பல வருடங்களுக்கு முன்பு சக மாணவ நண்பனாக அவனுடன் கதைத்தது போல வேடிக்கையாகக் கதைக்கத் தொடங்கினார்.

"ஆமாமா.. இந்த முட்டாப் பயலுக்கு எல்லாமே கடைசியிலதான் புரியும்."

"டேய் கிறுக்கனே... உனக்கு என்னதான்டா புரியும்? உனக்கு சாணி உருண்டை அளவுக்காவது ஒண்ணுமே புரியாது" என்று அவன் பதிலளித்தான்.

"டேய்... பொறுக்கி. இப்படியெல்லாம் பேசாதேடா. வயசுல பெரியவனுக்கு நீ இப்படியெல்லாம் பேசலாமா? ஹா! ஹா! ஹா!"

"உன்னையே பாரு. பெரியவன் மாதிரியா இருக்கே? உன்னோட காதோர முடி கூட இன்னும் நரைக்கல. நீ பெரியவனாகுறதுக்கு இன்னும் ரொம்பக் காலமிருக்கு பையா. ஹா! ஹா! ஹா!"

அவர்களது சிரிப்பொலி மேலும் மேலும் உயர்ந்தது. கடந்த இருபது வருடங்களாக அவர் இந்தளவு வயிறு வலிக்க விழுந்து விழுந்து சிரித்ததேயில்லை.

"கிறுக்குப் பயலே,,,, நான் இப்போ உனக்கு எவ்ளோ தரணும்?"

''நேத்துக் கொடுத்த அதே அளவுதான். எனக்கு முந்நூறு ஹுவாங் கொடு. நான் உனக்கு மீதிக்காசு ஐம்பது ஹுவாங்கைத் தர்றேன்.''

''மீதியெல்லாம் வேணாம். முந்நூறே கொடுக்குறேன். மிச்சக் காசை என்னோட அன்பளிப்பா நீ உன்னோட பொஞ்சாதிக்குக் கொடு, புரியுதா?''

''வேணாம் வேணாம். இன்னொருத்தரோட பொஞ்சாதிக்கு அன்பளிப்பா காசு கொடுக்குறது சரியில்லங்குறது உனக்குத் தெரியாதா? இருந்தாலும் அவள் அதோ இங்கதான் வெய்ட்டரா வேலை பார்த்துட்டிருக்கா. நீயே அவள்கிட்ட கொடுத்துடு அப்போ.''

''டேய், பொஞ்சாதிக்கிட்ட இங்கேயும் வேலை வாங்கிட்டிருக்கியா கிறுக்குப் பயலே?''

அவர்கள் இருவரும் மீண்டும் ஒன்றாக விழுந்து விழுந்து சிரித்தார்கள்.

அவர், தான் அருந்தியதற்கான பணத்தைச் செலுத்தி விட்டு மீதிப் பணத்தைப் பெற்றுக் கொள்ளாமலேயே கிளம்பிச் சென்றார். அவன் அவரைத் தேடிக் கொண்டு பின்னாலேயே ஓடி வந்தான்.

''ஒண்ணும் மனசுல வச்சுக்காதே. எதுக்கும் கவலைப்படாதே. எப்படியும் இன்னும் சாகாதவங்க உயிர் வாழ்ந்துதானே ஆகணும். அந்த வாழ்க்கைல சந்தோஷமா இருக்கப் பாரு. அடுத்த தடவை இங்க வர்றப்ப செம்மிளகு சோஸ் தடவி செஞ்ச ஸ்டூவை சாப்பிட்டுப் பாரு. என்னோட பொஞ்சாதி நல்லா சமைப்பா. சாப்பாடெல்லாம் அவ்வளவு சுவையாயிருக்கும்.''

அவன் தனக்கு விருந்தோம்பல் செய்ய முன்வந்தமை குறித்து அவர் தனக்குள் மகிழ்ச்சியை உணர்ந்தார். அவன் தனது மனைவியின் சமையல் குறித்து அவரிடம் வர்ணித்த வேளையில் அவனை இன்னும் நெருங்கிய உறவாக உணர்ந்தார்.

‘‘எந்த முட்டாப் பயலாவது பொஞ்சாதி சமைக்குற சாப்பாடு சுவையா இருக்குன்னு சொல்வானா?’’ என்று வேடிக்கைக்காகக் கூறி வாய்க்குள்ளேயே அடக்க முற்பட்ட அவரது சிரிப்பானது பலத்த குரலில் வெளிப்பட்டது.

‘‘அதெல்லாம் முட்டாள்தனமில்ல. பொஞ்சாதியே இல்லாதவன் தான் முட்டாள். என்ன நாஞ் சொல்றது?’’

‘‘அப்போ கடைசில இப்ப யாருதான் முட்டாள்?’’ என்று முட்டாள் யாரென்பதில் அவனுக்கு எவ்வித சந்தேகமுமில்லாததைப் போலக் கேட்ட அவரது தோளை அசைத்தான் அவன். அவர் ஓரடி பின் வாங்கினார்.

‘‘என்னடா கிறுக்குப் பயலே, உன்கிட்ட இவ்வளவு நாற்றமா இருக்கு? என்னைத் தொடாதே’’ என்று அவன் தொட்ட இடத்தைக் கையால் தட்டி விட்டவாறே கூறினார். இருந்தாலும் அவரது தோளில் அவனது கை தொட்ட இடத்தை இரகசியமாக முகர்ந்து பார்க்க அவருக்குள் ஆழமான ஆசையை உணர்ந்தார். அவனை விட்டுச் செல்ல முடியாதவர் போல கொஞ்ச தூரம் நடந்து விட்டு திரும்பிப் பார்த்துக் கத்தினார்.

‘‘நீ மட்டும் இப்ப தந்திருக்குற வாக்குறுதியை நிறைவேத்தலன்னா பார்த்துக்கோ!.’’

வீடு நோக்கி நடந்த வழி நெடுகவும் அவர் தனக்குத்தானே சிரித்தவாறுதான் நடந்து கொண்டிருந்தார்.

அஹ்மத் ஹுசைன் அபூ மாஹிர் யெமனி

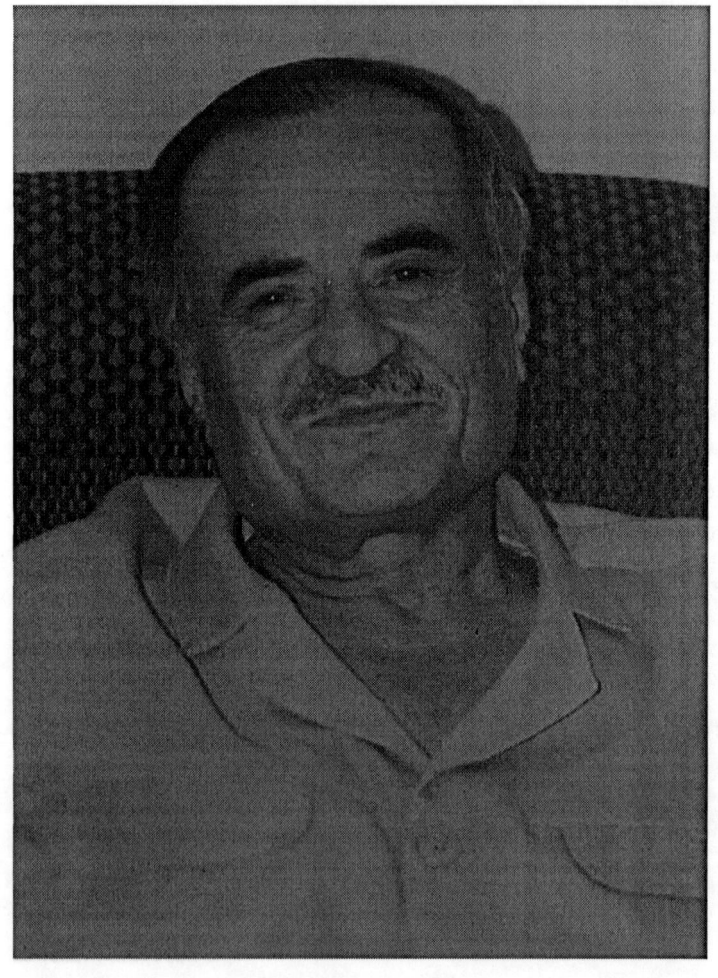

அஹ்மத் ஹுசைன் அபூ மாஹிர் யெமனி

எழுத்தாளர், புரட்சியாளர், தேசியத் தலைவர், சுதந்திரப் போராட்ட வீரர், அறிஞர் என அறியப்படும் அஹ்மத் ஹுசைன் அபூ மாஹிர் யெமனி, 1924 ஆம் ஆண்டு பாலஸ்தீனத்திலுள்ள ஒரு கிராமத்தில் பிறந்தவர். பாலஸ்தீன மக்களின் விடுதலைக்காகப் போராடிய இவரை பாலஸ்தீன மக்கள் ஒரு மாபெரும் வரலாற்றுத் தலைவராகக் கருதுகிறார்கள். 'பாலஸ்தீன விடுதலை மக்கள் முன்னணி' எனும் இயக்கம் உருவாகக் காரணமாக இருந்த இவர், 2011 ஆம் ஆண்டு தனது 87 வயதில் லெபனானில் காலமானார்.

வாய்பேசா ஆயுதங்கள்

ஷெரீப் ஒரு பிறவி ஊமை. செவிடும் கூட. சில நேரங்களில் அதனாலேயே அந்தக் கிராம மக்கள் அனைவரும் அவன் மீது அனுதாபம் காட்டுவதுண்டு. என்றாலும் அவனது தந்தைக்கோ அவன் அவரது இதயத்தைக் குத்திக் கொண்டிருக்கும் ஒரு முள்.. அவனைக் காணும் ஒவ்வொரு தடவையும் அவரது நெஞ்சு வெடிக்கும். அவ்வாறே அவனது சிறு தவறொன்றையேனும் காணுமிடத்து முரட்டுத்தனமாக அவனைத் தாக்குவார். ஒவ்வொரு தடவை அடி வாங்கியதன் பிறகும் அவன் தனது மனம் போன போக்கில் அழுது புலம்புவான். வாய் பேச இயலாதவன் என்பதால் தான் நிரபராதி என்பதை விவரிக்க அவனால் முடிவதில்லை.

அனைத்துக்கும் மேலாக, அவன் இவ்வளவு வளர்ந்தும் சும்மா இருப்பதுவும், ஒரு பெண் பிள்ளையைப் போல வீட்டுக்குள்ளேயே அடைபட்டிருப்பது அல்லது ஊர் சுற்றப் போய் மணித்தியாலக் கணக்கில் காணாமல் போய் விடுவதுமே அவனது தந்தையின் மிகப் பெரும் முறைப்பாடாக இருந்தது.

'எனக்கென்றால் இவனால வெட்கத்துல ஊருக்குள்ள தலையை நிமிர்த்தி நடக்க முடியல' என்று புலம்புவார்.

காலையும் மாலையும் ஜனங்கள் ஊர் மண்டபத்தில் ஒன்றுகூடுவார்கள். நாட்டின் சமகால நிலைமைகள் குறித்த பேச்செழும்போது, பாலஸ்தீனப் படையில் மகா வீரர்களெனப் பிரபல்யம் பெற்ற இரண்டு மகன்களைப் பெற்றிருக்கும் அவரது அயல்வாசியான அபூ முஹம்மத் நெஞ்சு நிமிர்த்தி அமர்ந்திருப்பதோடு, ஊர் மக்கள் ஷெரீபின் தந்தையை ஏளனமாகப் பார்த்துக் கொண்டிருப்பார்கள்.

"என்னோட மகன்கள் சிங்கங்கள்ம சிங்கங்கள்ம அவங்க தங்களோட சின்ன வயசுலேயே இப்படியான வீர தீரச் செயல்களைச் செய்யும் அறிகுறிகளைக் காட்டினாங்க. இஸ்ரேல் போலிஸ்காரர்கள் ஊருக்குள் வந்த நேரங்களில் அவங்க ரெண்டு பேரும் அவங்க மேல கல்மழையைப் பொழிஞ்சாங்க. ஒரு நாள், மூத்த மகன் என்ன செஞ்சான்னு தெரியுமா? ஒரு இஸ்ரேல்காரன் தனியாக மாட்டிக் கொண்டப்போ அவனை தடியொண்ணால நல்லாத் தாக்கித் துரத்தினான்" என அபூ முஹம்மத் பெருமையாகக் கூறுவார்.

அன்றைய தினம் ஊர் மண்டபத்தில் ஒன்று கூடிய ஜனங்கள் தமது வீடுகளை நோக்கித் திரும்பிச் சென்றபோது ஷெரீபின் தந்தையும் அமைதியாகத் தனது வீட்டுக்குத் திரும்பினார். வாசலருகே வந்தபோது, ஷெரீப் அயல்வீட்டுச் சிறுமிகளோடு ஏதோ விளையாடிக் கொண்டிருப்பதைக் கண்டார். அவர் அவனை பிரம்பால் அடிக்கத் தொடங்கினார். அவன் கீழே விழுந்ததோடு, சத்தமாக அழ முயற்சித்தான். அவனது விழிகளிலிருந்து கண்ணீர் பெருக்கெடுத்து வழிந்தது. அவன் அனுதாபத்தை யாசிக்கும் பார்வையால் தனது தந்தையையே பார்த்துக் கொண்டிருந்தான். குரல் மூலமாக வேண்டுகோள் விடுக்கும் உரிமையை இறைவன்தானே அவனிடமிருந்து எடுத்திருக்கிறான்.

'வாப்பா, நான் செய்த குற்றமென்ன?'

ஆமாம். அவனது கண்கள் நிச்சயமாக இவ்வாறுதான் கேட்டிருக்கக் கூடும்.

அவன் இன்னும் தரையில் சாய்ந்து அழுது கொண்டிருந்தான். அவனது தந்தை வீட்டினுள் சென்று விட்டார். வரவேற்பறையில் கால்வைத்ததுமே கத்தத் தொடங்கினார்.

''இவனைப் பார்க்கவே வெட்கமா இருக்கு. பொறுக்கி... எந்த நேரத்துல பொறந்தானோம''

''எதுக்குக் கோபப்படணும்? அவனால வாய்பேச முடியாது, காது கேட்காதுன்னு ஏன் நீங்க யோசிக்கிறதில்ல? நல்லது கெட்டதைப் புரிஞ்சுக்கக் கூடவா உங்களுக்கு புத்தியில்ல?'' என்று அங்கு நின்றுகொண்டிருந்த ஷெரீபின் தாய் முன்னால் வந்தபடியே கேட்டாள்.

சூரியன் மறைந்தது. ஊர்ப் பள்ளிவாசலில் தொழுகை நடைபெற்றுக் கொண்டிருந்தது. ஷெரீபின் தாய் உடனடியாக தொழுகைப் பாயினை விரித்தாள். அந்தத் தம்பதி தமதிரு மகள்மாரோடும் தொழுகையை முடித்த பின்னர், பாலஸ்தீனத்துக்கு சுதந்திரத்தைப் பெற்றுத் தர வேண்டியும், எதிரிகளின் பலத்தைத் தோற்கடிக்கச் செய்யுமாறும் இறைவனிடம் பிரார்த்தித்தார்கள்.

தொழுகையை நிறைவேற்றியதன் பிறகு வீட்டிலிருந்த அனைவரும் ஓரிடத்தில் அமர்ந்து இரவுணவை உண்ணத் தொடங்கினார்கள். இடையிடையே ஷெரீப் இல்லாமையை உணர்ந்தார்கள். எனினும் அவன் அவ்வாறு அடிக்கடி இரவில் மிகவும் தாமதமாக வீட்டுக்கு வருவதனால் அதைக் குறித்து எவரும் கவனத்தைச் செலுத்தாமலிருந்தார்கள். உரையாடல் தொடர்ந்தபடியிருந்தது. ஷெரீபின் தாய் கொட்டாவி விடத்

தொடங்கியதும் அனைவரும் இரவுத் தொழுகையைப் பூர்த்தி செய்து விட்டு உறங்கச் சென்றார்கள்.

ஷெரீபின் தந்தைக்கு அன்று உறக்கம் வராத காரணம் புரியவில்லை. எவ்வளவுதான் உறங்குவதற்கு முயற்சித்த போதிலும், தூக்கம் வரவேயில்லை. அவர் படுத்துக் கொண்டே சிந்தனைகளில் மூழ்கி விட்டார். அவர் இஸ்ரேலின் பாகுபாட்டையும், துரோகத்தையும் பற்றி சிந்தித்ததோடு அறபு நாடுகளுக்கிடையே இருக்கும் கருத்துவேறுபாடுகள் குறித்தும் கவலைப்பட்டார். சிந்தனையில், ஒன்றுக்கும் பயனற்ற அவரது மகன் ஷெரீப் அவரின் முன்னால் வந்தான். இவ்வாறாக அவர் அந்தச் சிந்தனைகளில் மூழ்கியிருந்தபோது திடீரென திடுக்கிட்டுப் போனார். அவரது எண்ணங்கள் சிதறிப் போயின. மிகவும் அருகாமையில் எங்கிருந்தோ, குண்டுகள் வெடிக்கும் ஓசை கேட்டுக் கொண்டிருந்தது.

வெடியோசைகளின் காரணமாக ஷெரீபின் தந்தையினது மாத்திரமல்லாமல், மொத்தக் கிராமத்தினதும் அமைதி குலைந்து போயிருந்தது. இன்று பாலஸ்தீன விடுதலைப் படைக்குழுவொன்று எல்லையைத் தாண்டிப் போனது வெற்றியளித்திருக்கக் கூடுமென மக்கள் தமது படுக்கைகளில் சாய்ந்திருந்தபடியே சிந்திக்க முற்பட்டார்கள். ஒரு வருடத்துக்கு முன்பு அமெரிக்காவிலிருந்து வந்து பாலஸ்தீன அரேபியர்களைத் துரத்தியடித்து, அவர்களது தோட்டங்களைக் கைப்பற்றி, அமெரிக்க டாலரின் பலத்தைக் கொண்டு வானுயரக் கட்டியிருக்கும் மாளிகைகளில் வாழும் யூதர்களுக்கு இன்று நிம்மதியிருக்காது.

இயந்திரத் துப்பாக்கிகளின் வேட்டோசையும் கேட்டது. சில வேளை அருகிலிருக்கும் இஸ்ரேல் முகாமிலிருந்து இராணுவப் படையும் வந்திருக்கக் கூடும். மொத்தக் கிராமமுமே இனம்

புரியாதவொரு அச்சத்தினால் பதற்றமடைந்திருந்தது. வேட்டோசைகள் குறையும் வரைக்கும் அந்தக் கிராமத்திலிருந்த அனைத்து வீடுகளினதும் கதவு, ஜன்னல்கள் மூடப்பட்டிருந்தன. பாதைகள் வெறிச்சோடிப் போயிருந்தன.

சிறிது நேரத்துக்குப் பிறகு சற்று அமைதி நிலவியது. படுக்கையில் சாய்ந்திருந்த ஷெரீபின் தந்தை மிகுந்த களைப்பை உணர்ந்தார். இதற்கிடையில் யாரோ அவரது வீட்டு வாசல்கதவைத் தட்டும் ஓசையை அவர் செவிமடுத்தார். அவரது இருதயம் வேகமாகத் துடித்தது. கதவைத் தட்டுவது தெளிவாகக் கேட்டது. அவர் பல தடவைகள் கூர்ந்து கவனித்துக் கேட்டார். இறைவனைப் பிரார்த்தித்தவாறே கட்டிலிலிருந்து எழுந்து கதவினருகே சென்று கேட்டார்.

"யாரது?... யாரது?"

கதவைத் தட்டுபவர் எந்தப் பதிலையும் அளிக்கவில்லை. தொடர்ச்சியாகக் கதவைத் தட்டிக் கொண்டேயிருந்தார். ஷெரீபின் தந்தை சொற்ப நேரம் அமைதியாக இருந்து தைரியத்தை வரவழைத்துக் கொண்டு கதவைத் திறந்தார். வெளியே எவரும் இருக்கவில்லை. ஒரு கணம் அவரது இதயம் நின்று துடித்தது.

அவர் வாசலைத் தாண்டி வெளியே வந்து சுற்றிவரப் பார்த்தார். பின்வாசல் பக்கமாக யாரோ சுவரில் சாய்ந்து கொண்டு முனகியவாறே வேகமாக மூச்சை மேலும் கீழுமாக இழுத்து சுவாசித்துக் கொண்டிருப்பதைக் கண்டவர் பார்வையைக் கூர்மையாக்கி அந்த உருவத்தை இனங்காண முயற்சித்தார். சடுதியாக அவரிலிருந்து அந்த ஓலம் எழும்பியது.

"மகனே ஷெரீப்.. என் உசுரே.. எங்கே இருந்தாய் நீ?' என்று கதறியவாறே அவர் ஷெரீபை அணைத்துக் கொண்டார்.

அவனது உடலிலிருந்து இரத்தம் பெருக்கெடுத்து வழிந்து கொண்டிருந்தது. அவனால் பேச முடியாது. ஆகவே அவன் எப்படிப் பதிலளிப்பான்? வீட்டிலிருந்த ஏனையவர்களும் அவ்விடத்துக்கு ஓடி வந்திருந்தார்கள். அவனை யாராவது கிணற்றுக்குள் தள்ளி விட்டிருக்கக் கூடுமென அவர்கள் அனைவரும் அனுமானித்தார்கள்.

''இல்லேன்னா, இருட்டில இவனாவே கிணற்றில விழுந்திருப்பான். எத்தனை தடவை எடுத்துச் சொல்லியிருக்கிறோம்'' என்றார்கள்.

''இல்லயில்ல... இவனுக்கு வேட்டுப் பட்டிருக்கு. உடம்புல வழிஞ்சுட்டிருக்குறது தண்ணீரில்ல. இரத்தம்.''

அவனது உடலிலிருந்து அதிகளவு இரத்தம் வெளியேறியிருந்தது. அவனால் எழுந்து நிற்க முடியாத காரணத்தால் தரையில் அமர்ந்து கொண்டான். பின்னர் தரையிலேயே படுத்துக் கொண்டான். அவன் விரலுயர்த்தி ஒரு திசையைக் காட்டியபோதும் அவர்கள் எவருக்குமே அது புரியவில்லை. பிறகு அவன் தனது நாக்கைச் சுட்டிக் காட்டினான். அவனது தங்கை அவனுக்கு தண்ணீர் எடுத்து வர ஓடினாள். அவன் வேகமாகக் கத்தினான். எனினும் அவனது பாஷை எவருக்குமே புரியவில்லை. வெடியோசைகள் கேட்டபடியிருந்த திசைக்கு நீட்டிய கை திடீரெனத் தாழ்ந்தது. அந்தக் கையை திரும்பவும் உயர்த்த அவனால் முடியவேயில்லை. அவனது தாய் அவனை அணைத்தவாறே அழத் தொடங்கினாள். சகோதரிகள் முந்தானையால் முகத்தை மூடிக் கொண்டு அழுதார்கள்.

'பிரதான செய்திகளிடையே மிகவும் முக்கியமான ஒரு செய்தியிருக்கிறது. முன் தினம் இரவு எமது இரகசிய ஒற்றர் படை உறுப்பினர் ஒருவரால், அமெரிக்காவிலிருந்து வந்து, எமது அரேபியச் சகோதரர்களைத் துரத்தியடித்துவிட்டு, அவர்களது விவசாய

நிலங்களையும், பழத் தோட்டங்களையும் பலவந்தமாகக் கைப்பற்றிக் கொண்ட யூத வியாபாரிகளது வானுயர்ந்த மாளிகைகள் எட்டு, டைனமைட் குண்டு வைத்துத் தகர்க்கப்பட்டிருக்கின்றன. இந்தச் சம்பவம் கல்கீலியா எனும் கிராமத்தில் நடைபெற்றிருக்கிறது. அந்தப் போராளியால் கட்டடங்கள் மாத்திரமல்லாமல், அவற்றில் வசித்தவர்களும் கூட மண்ணோடு மண்ணாக்கப்பட்டிருக்கிறார்கள். அது மாத்திரமல்லாமல், அருகிலேயே அமைந்திருந்த இஸ்ரேல் இராணுவ முகாமின் அனைத்துப் படைவீரர்களும் கூட கொல்லப்பட்டிருக்கிறார்கள். இந்தச் செயலை எமது இரகசிய ஒற்றர் படையின் உறுப்பினர்களில் ஒருவரான முஹம்மத் ஷெரீப் செய்திருக்கிறார். எமது அந்த வீரன், தற்போது உயிரோடு இல்லையென்பதையும், அவர் தனது உயிரைத் தியாகம் செய்திருக்கிறார் என்பதையும் கேட்டு நீங்கள் அனைவரும் ஆழ்ந்த கவலையில் மூழ்கக் கூடும். மாவீரன் ஷெரீப் பிறவியிலேயே வாய்பேச இயலாதவர், காது கேளாதவர் என்ற போதும், தாய்நாட்டின் விடுதலையைப் பெறுவது குறித்து அவருக்குள் மிகுந்த நம்பிக்கை இருந்திருக்கிறது. எமது அல்ஃபதாஹ் இயக்கம் அவரது பெற்றோர் மற்றும் ஊர்மக்களிடம் எமது ஆழ்ந்த இரங்கல்களைத் தெரிவித்துக் கொள்கிறது. அவர்களது இரத்தம் வீணாகிப் போய் விடவில்லை என்பதற்காக அவர்கள் பூரிப்படைவார்கள் என நாங்கள் நம்புகிறோம்.'

செய்தியறிக்கையைக் கேட்டுக் கொண்டிருந்த ஊர் மக்களால் மாத்திரமல்லாமல், ஷெரீபின் பெற்றோராலும், அவனது சகோதரிகளாலும் கூட தமது காதுகளை நம்ப முடியாமல் இருந்தது.

"ஆண்டவனே, இதென்ன நாங்கள் கேட்பது?"

ஷெரீபை இழந்த துக்கத்தில் சோர்ந்து போயிருந்த தந்தை சந்தோஷத்தில் பைத்தியம் பிடித்தவரைப் போலக் கத்தினார்.

‘‘ஷெரீப்பட உம்மாவ ஹேய் ஷெரீப்பட உம்மா. உங்களுக்குக் கேட்டதுதானே... எங்க மகன் மௌத்தாகல்ல. அவன் உயிரைத் தியாகம் செஞ்சிட்டான்.. ஷெரீப்பட உம்மா.. இனி என்னால நெஞ்சு நிமிர்த்தி இந்த ஊர்ல நடக்க முடியும். ‘‘நீங்க சிங்கங்களைப் பெற்றெடுத்தீங்க நான் சிங்கராஜாவையே பெற்றெடுத்திருக்கிறேன்’னு நான் போய் அபூ முஹம்மத்கிட்ட சொல்வேன்’’

அவர் எழுந்து கதவைத் திறந்துகொண்டு, கத்தியபடியே வெளியே ஓடினார்.

‘‘ஊர் மக்களேவ காதுகொடுத்துக் கேளுங்க.. என்னோட மகன் ஊமையில்ல... ஒரு வேலையை எப்படி நடத்தி முடிக்கணும்னு அவனுக்கு நல்லாத் தெரிஞ்சிருந்திருக்கு. ஆனா அது உங்களோட, எங்களோட பாஷையிலில்ல ஒரு அழகான, அருமையான விதத்துல, விடுதலைக்குரிய பாஷையில... தோட்டாக்கள், வெடிமருந்து, வெடிகுண்டுகளோட பாஷையில...’’

அனதொலி அஃபனாஸியெவ்

அனதொலி அஃபனாஸியெவ் அனதொலி விளாடிமிரொவிச் அஃபனாஸியெவ் எனும் முழுப் பெயரைக் கொண்ட எழுத்தாளரான அனதொலி அஃபனாஸியெவ் 1943 இல் ரஷ்யாவில் பிறந்தவர். மொஸ்கோ பல்கலைக்கழகத்தில் 1971 ஆம் ஆண்டு தனது பட்டப்படிப்பைப் பூர்த்தி செய்த இவரது முதலாவது சிறுகதைத் தொகுப்பு 1974 ஆம் ஆண்டு வெளிவந்தது. தொடர்ந்து நாவல்களை எழுதிய இவரது முக்கியமான நாவல்கள் 1970, 1980 களில் வெளிவந்தன.

சிறந்த எழுத்தாளராக இவரைப் பிரபலமடையச் செய்த அந்த நூல்கள் அனைத்துமே இந்த இரண்டு தசாப்த காலங்களுக்குள் இவரால் எழுதப்பட்டவையாகும். தொண்ணூறுகளிலிருந்து 2003 ஆம் ஆண்டு தனது அறுபதாவது வயதில் மரணிக்கும் வரைக்கும் நவீன ரஷ்யாவின் குற்றங்கள் தொடர்பான நூல்களை எழுதி வந்தவர் இவர்.

எழுபதுகளில் சோவியத் யூனிய எழுத்தாளர் சங்கத்தின் முக்கியமான உறுப்பினராகவும், எண்பதுகளில் மொஸ்கோ எழுத்தாளர் சங்கத்தின் செயலாளராகவும், தொண்ணூறுகளில் ரஷ்ய எழுத்தாளர் சங்கத்தின் சிறப்பு உறுப்பினராகவும் இருந்த இவர் 'லிடரடர்னஜா', 'டெ' ஆகிய இலக்கிய சஞ்சிகைகளின் ஆசிரியர் குழுவிலும் இருந்திருக்கிறார்.

சமூகத்திலுள்ள தீய கொள்கைகளை தீவிரமாக எதிர்க்கும் இவரது படைப்புகள் அனைத்தும் மனிதர்களின் ஆழ் மனங்களிலுள்ள இருண்ட பக்கங்களை வெளிப்படையாக விபரிப்பதால் அவை வாசகர்களின் உள்ளங்களை மிகவும் எளிதாக ஈர்க்கத்தக்கவையாக உள்ளன என்று இலக்கிய விமர்சகர்கள் இவரது எழுத்தைப் பற்றிக் குறிப்பிடுகிறார்கள்.

காதலின் சாபம்

பேத்யா த்யுனொவ்வின் மனைவியான முப்பதே வயதான தாஷா செத்துப் போனாள். அவள் மரணிப்பதற்கு ஆறு மாதங்களுக்கு முன்புதான் அவர்கள் விவாகரத்து பெற்றிருந்தார்கள். இருந்தாலும் அவர்கள் முன்பு போலவே ஒன்றாகத்தான் ஒரே வீட்டில் தொடர்ந்தும் வசித்துக் கொண்டிருந்தார்கள். அவர்களுக்கு பிள்ளைகள் இருக்கவில்லை. அவள் சிறு வயதிலிருந்தே பலவீனமானவளாகத்தான் இருந்தாள். ஆகவே அவளால் குழந்தை பெற்றுக் கொள்ள முடியாதிருக்குமென திறமை வாய்ந்த மருத்துவர்களும் கூறியிருந்தார்கள். மிகுந்த பலசாலியாகவிருந்த பெத்யா தியுனொவ் அவளது எந்த உடல் சுகவீனத்தையும் நம்பவேயில்லை. அவ்வாறான சந்தர்ப்பங்களில் அவளை முறைத்துப் பார்ப்பான் என்றாலும், அவளது மெல்லிய புன்னகையையும், மெலிந்த தேகத்தையும், மிருதுவான குரலையும் அவன் நேசித்தான். ஒரு சாமானிய இரும்புத் தொழிலாளியான அவன், நூலகத்தில் பணி புரியும் தனது படித்த மனைவியைக் குறித்து எப்போதும் பெருமைப்பட்டுக் கொண்டிருந்தான்.

அவர்கள் ஒன்றாக இணைந்து வாழ்ந்த வாழ்க்கை இன்பகரமானதாக இருக்கவேயில்லை. அவனது பரம்பரைக் கொடையாக அளவுக்கதிகமான குடிப் பழக்கமும், மோசமான பழக்க வழக்கங்களும் மாத்திரம்தான் அவனுக்குக் கிடைத்திருந்தன. போதை தலைக்கேறும்போதெல்லாம் அவன் ஒரு கரடியைப் போல வீட்டையே அதிரச் செய்வான். அவ்வேளையில் அவன் தனது மனைவியிடம் அன்பாக ஒரு வார்த்தை கூட பேச மாட்டான். எந்தக் கணத்திலும் அவளது கன்னத்தில் அறைய அவனால் முடிந்தது. பயந்து நடுங்கும் தாஷா, அவனை ஓய்வெடுக்க வைக்கவோ, தேநீர் ஊற்றிக் கொடுக்கவோ, தொலைக்காட்சியைப் பார்க்கச் செய்யவோ முயற்சிப்பாள். அப்போதும் அவன் கோபத்தோடு அவளைத் திட்டிக் கொண்டிருப்பான்.

"உன்னை மாதிரி அசிங்கமான பொம்பளை இந்த உலகத்தில வேறு யாருமே இருக்க மாட்டா. எந்த நேரத்துல உன்னைக் கல்யாணம் பண்ணிக்க எனக்குத் தோணுச்சோ? எப்போ பார்த்தாலும் உடம்பு சரியில்லன்னு பொய்யா நடிக்கிறியோ? வேற ஆம்பளைங்க கூட இருந்தாய்னா இந்த வருத்தமொண்ணும் உனக்கு இருக்காதுல்ல? கவனமா இருந்துக்கோ நாயே... அப்படி ஏதாவது எனக்கு அகப்பட்டுச்சுன்னா உன்னைப் பூச்சியை நசுக்குற மாதிரி நசுக்கிடுவேன். பார்த்துக்கோ."

பொறாமை கலந்த ஏச்சோடு தன்னையே தேற்றிக் கொள்ளும் அவன் அதன் பிறகு தனது மனைவியை பலவந்தமாக படுக்கைக்குத் தூக்கிச் செல்வான். அவனது மிருகத்தனமான ஆலிங்கனத்தை அவளால் ஒருபோதும் எதிர்க்க முடியாமலிக்கும். என்றாலும், "எனக்கு மூச்சு விடவாவது கொஞ்சம் இடம் கொடுங்க" என்று மாத்திரம் அவனிடம் கெஞ்சிக் கொண்டேயிருப்பாள்.

இவையனைத்தை விடவும் அவள், அவனது கேள்விகளுக்குத்தான் பயந்தாள். சில சமயங்களில் அவன், அவள் பணி புரியும் நூலகத்துக்குள் திடீரென்று நுழைவான். அங்குதான் அவள் இரவு ஒன்பது மணி வரை பணி புரிந்து கொண்டிருந்தாள். அவன் உள்ளே நுழைந்ததும் பத்திரிகையொன்றை எடுத்துக் கொண்டு போய் ஒரு மூலையில் அமர்ந்து கொள்வான். பிறகு இரகசியப் போலீஸாரைப் போல பத்திரிகையை விரித்து அதன் பின்னால் மறைந்து கொண்டு அங்கு வரும் ஆண்களையே கூர்ந்து கவனித்துக் கொண்டிருப்பான். அவள் பயத்தில் வெளிறிப் போவாள். அவளது கன்னங்கள் மரத்துப் போகும். வாடிக்கையாளர்களின் கேள்விகளுக்கு ஒழுங்காக பதிலளிக்க முடியாமல் திக்கித் திணறியவாறுதான் அவள் பதிலளிப்பாள். மிரட்டும் விதத்தில் ஏவப்பட்டுக் கொண்டிருக்கும் தனது கணவனின் முறைப்பு மாத்திரமே அவளது பார்வைக்குத் தென்பட்டுக் கொண்டிருக்கும். அவனது நெற்றியிலிருக்கும் சிவப்பு நிறத் தழும்பு மாத்திரமே அவளது கவனத்திலிருக்கும்.

பிறகு அவர்கள் ஒன்றாகத்தான் வீட்டுக்குப் போவார்கள். போனதுமே சமையலறையிலுள்ள ஆசனத்தில் அமர்ந்து கொள்ளும் அவன், அவளைத் தனது முழங்கால்களுக்குள் சிறைப்படுத்தி வைத்தவாறு தனது விசாரணையைத் தொடங்குவான்.

"சொல்லு என்னோட சின்னப் பொண்ணே... இன்றைய நாளைப் பற்றி நல்லா யோசிச்சு நீ பதில் சொல்ல வேண்டிய நேரம் வந்துடுச்சு. நீயே உன்னோட வாக்குமூலத்தை ஒப்புவிச்சேன்னா நல்லாருக்கும்."

"வாக்குமூலமா? எதைப் பற்றி?"

"உன்னோட மாயம் மந்திரமெல்லாத்தையும் காட்டி இந்த விசாரணைலருந்து தப்பிக்கலாம்னு நினைக்காதே நாயே. யாரு அந்த மீசைக்காரன்? எதுக்காக அவனோட கதைச்சுட்டிருந்தாய்?"

"அப்படி என்னங்க கதைச்சேன்? கொஞ்சம் பதற்றப்படாம இருங்களேன்."

"யாரவன்? சொல்லு."

அவன் நிறுத்தியதும் அவள் அன்று நடந்ததையெல்லாம் ஒன்று விடாமல் சொல்வாள். இருந்தாலும் அவன் திருப்தியடைய மாட்டான்.

"நீ பொய் சொல்றாய். பொண்ணுங்க எல்லோருமே நாய்கள். எப்பவும் பொய்தான் சொல்லிட்டிருப்பீங்க. சரி. நானே அவனைப் பார்த்துக்குறேன். அந்தச் சின்னத் தோல் பையை எடுத்துட்டு வந்தவன்னு யார்னு இப்போ நீ சொல்லு. அவனுக்கு மட்டும் ஏன் நீ மேசைக்குக் கீழ்ல இருந்த புத்தகமொண்ணை எடுத்துக் கொடுத்தாய்? இதையெல்லாம் கவனிக்காம இருக்க நான் குருடனில்ல. புரியுதா உனக்கு?"

"பிரபல பேராசிரியர் ஒருத்தர் அவர். அவருக்குத் தேவையான புத்தகமொண்ணை எடுத்து வைக்கச் சொல்லி எனக்கு ஃபோன் பண்ணியிருந்தார். அதைத்தான் எடுத்து வச்சிருந்தேன்."

"ஓஹோ... பார்த்தியா? உனக்கு ஃபோன் பண்ணியிருக்கான் அவன்... டெலிஃபோன்ல எல்லாம் பேசிக்கிறீங்களோ? நான் உங்க ரெண்டு பேரையுமே அழிச்சிடுவேன்."

"ஐயோ என்னை மன்னிச்சிடுங்க. இனிமே அவரைக் கண்டுக்காம இருக்கேன்."

"அப்புறம் அந்த...."

அவள் இவ்வாறான விசாரணைகளாலேயே பெரிதும் பாதிக்கப்பட்டாள். என்றாலும், விசாரணையின் போது அவனது அரவணைப்பிலேயே இருப்பது அவளுக்குப் பிடித்திருந்தது. வழமை போலவே அந்த விசாரணையின் போது ஆரம்பிக்கும் அவள் மீதான

சித்திரவதைகள் படுக்கையில் வைத்துத்தான் முடிவடையும். அவளுக்கு ஆடைகளை அகற்றக் கூட இடமளிக்காமல் அவன் வெறி பிடித்தவன் போலத்தான் நடந்து கொள்வான். அவ்வாறான சந்தர்ப்பங்களில் அவனது குரூரமான முகத்தில், ஏக்கம் நிறைந்த குழந்தையொன்றின் கண்ணீர் வழியும் பாவத்தையே அவள் அவனில் காண்பாள். ஆகவே அந்தச் சந்தர்ப்பத்தில் இந்த உலகத்தில் இருக்கும் எதற்காகவும் அவனுக்கு மன்னிப்பளிக்க அவளால் முடியுமாக இருக்கும்.

அவனது மனநிலை நன்றாக இருக்கும் நாட்களில் அவனே சந்தைக்குப் போய், புதிய இறைச்சியையும், கீரைகளையும் வாங்கிக் கொண்டு வந்து இறைச்சி கபாப் உணவையோ, கட்லட் உணவையோ தயாரிப்பான். மேசையில் அவற்றை சீராகப் பரப்பி வைத்து அதனருகே இருவரும் அமர்ந்து கொள்வார்கள். ஷெம்பேன் மதுபான போத்தலொன்றைத் திறந்து விட்டு, சற்று நேரம் ஒருவரையொருவர் அமைதியாகப் பார்த்துக் கொண்டிருப்பார்கள். என்றாலும், அவள் சிறிதளவு உணவைத் தனது தட்டில் எடுத்து வைத்துக் கொள்ளும்போது அவளைக் குற்றம் சொல்லத் தொடங்குவான். ஆரம்பத்தில் போலியான கோபத்தைக் காண்பிக்கும் அவன் திடீரென்று உக்கிரமாக சண்டை போடத் தொடங்குவான்.

"நீ இப்படிக் கொஞ்சமாகச் சாப்பிட்டு என்கிட்ட எதை நிறுவப் பார்க்கிறாயடி நாயே? நான் மிருகமொண்ணுன்னு எல்லோரும் சொல்லணும் நினைக்கிறியோ? நான் மிருகம் மாதிரி வயிறு நிறைய சாப்பிடுறேன், குடிக்கிறேன். நீயோ ஏதோ பெரிய மகாராணி மாதிரி சாப்பாட்டைக் கொஞ்சமா சாப்பிடுறாய். என்ன? நான் சொல்றது சரிதானே? இப்படித்தான் சாப்பிடணும்னு உன்னோட பேராசிரியனா உனக்குச் சொல்லித் தந்தான்? இருந்தாலும், நீ.... உன்னால சாமானிய ஆட்களைப் போல வாழ முடியாதோ? நீ என்னோட கோபத்தைக்

கிளறிட்டே இருக்காய். இறைச்சியில எலும்பை நீக்கிட்டு நீ இப்போ இந்த உணவு எல்லாத்தையும் மிச்சம் வைக்காம சாப்பிட்டு முடிக்கணும். இல்லேன்னா பார்த்துக்கோ.''

பயந்து போகும் அவள் அவசர அவசரமாக சாப்பிடத் தொடங்குவாள். அப்போது அவளுக்குப் புரையேறித் தடுமாறுவாள். அவளுக்கு சாப்பாடு விக்கியிருப்பதை அவன் காண்பான்.

''உனக்கு நல்லா வேணும்!'' என்று கத்தியவாறே உடனடியாக கதிரையிலிருந்து எழுந்து கொள்ளும் அவன் வீட்டை விட்டு வெளியே ஓடுவான். அப்படிப் போனால் இரண்டு, மூன்று தினங்களுக்குப் பிறகுதான் வீட்டுக்குத் திரும்பி வருவான். ஆகவே அவளும் பின்னாலேயே ஓடிப் போய் அவனைத் தடுக்க முற்படுவாள். என்றாலும், அவள் அவனது பலம் மிக்க கரங்களால் தூக்கி வீசப்படுவதுதான் நடக்கும். அதன் பிறகு ஒரு வாரத்துக்கும் மேலாக அவள் தனது உடல் மீதிருக்கும் தழும்புகளை முந்தானையால் மறைத்துக் கொள்ள வேண்டியிருக்கும்.

இவ்வாறாக இனியும் அவர்களால் தொடர்ந்தும் ஒன்றாக வாழ முடியாது என்பது அவனுக்கு ஒரு நாள் புரிந்தது. ஆகவே அவன் அவளை விவாகரத்து செய்யத் தீர்மானித்து அவளுடன் அது தொடர்பாகக் கதைத்தான்.

''இதைப் பெருசா எடுத்துக்காதே. நீ உனக்குப் பொருத்தமான யாராவது ஒரு முட்டாளை உன்னோட வாழ்க்கைத் துணையாகத் தேடிக்கோ. நீ யாரைத் தேர்ந்தெடுக்கப் போறாய்னு நானும்தான் பார்க்கிறேனே'' என்றான்.

அவள் அதற்கு சம்மதிக்கவோ, எதிர்ப்புத் தெரிவிக்கவோ இல்லை. அதைக் கேட்டு கற்சிலையாகச் சமைந்திருந்தாள் அவள். ஒரு மாதத்துக்குப் பிறகு நீதிமன்றத்துக்கு வருமாறு அவர்களுக்கு அழைப்பு

வந்தது. அவர்களுக்குப் பிள்ளைகள் இருக்காத காரணத்தால் வெகு சீக்கிரமாக விவாகரத்தைப் பெற்றுக் கொள்ள முடிந்தது. அந்தப் பிரிவு நிகழ்ந்த சில காலத்துக்குள்ளேயே அவன் வேறொரு பெண்ணை வீட்டுக்குக் கூட்டிக் கொண்டு வந்து குடும்பம் நடத்தத் தொடங்கினான்.

அவளது பெயர் யுர்கா. களஞ்சியப் பொறுப்பாளராகப் பணி புரிபவள். அவள் ஒரு மனைவியின் கடமைகளை சிறப்பாக நிறைவேற்றியபோதிலும் மிகவும் பிடிவாதக்காரியாக இருந்தாள். வந்த இரண்டாம் நாளன்றே அறைக்குள் ஓடிகொலோனை விசிறி நறுமணமூட்டினாள். குளிர்சாதனப் பெட்டியை சுத்திகரித்தாள். திகைத்துப் போய் பார்த்துக் கொண்டிருந்த தாஷாவிடம், ஓடிகொலோன் வாசனை அறையிலிருந்தால் தனது உணவின் சுவை கூடுவதாகச் சொன்னவள், சிரித்தவாறை அவனை மகிழ்வூட்டச் சென்றாள். அதன் பிறகு தொடர்ச்சியாக இரண்டு மணித்தியாலங்களுக்கு மேலாக அவளது சந்தோஷக் கூச்சல்களால் அந்தக் கட்டடம் அதிர்ந்து கொண்டிருந்தது.

தாஷாவுக்கோ உடனடியாக அந்த இடத்திலிருந்து தப்பித்து ஓடி விட வேண்டும் போல இருந்தது. என்றாலும் அவளது கால்கள் மரத்துப் போயிருந்தன. அன்றுதான் அவளுக்கு முதன்முதலாக மாரடைப்பு வந்தது. அவள் கதிரையிலிருந்து அப்படியே தரையில் விழுந்தாள். இரவாகும்வரை அந்த இடத்திலேயே அசையாமல் மயங்கிக் கிடந்தாள். தனது முன்னாள் மனைவி உயிருடனிருக்கும் அறிகுறி வீட்டுக்குள் தென்படாத காரணத்தால் அவன் அவளை அழைத்துப் பார்த்தான். பிறகு, தரையில் அசைவேதுமற்று அவள் விழுந்து கிடப்பதைக் கண்டவன் உடனடியாக யுர்காவை அழைத்தான். அவ்வேளையில் அவர்கள் இருவருமே உச்ச மதுபோதையில் இருந்தார்கள் என்பதால் சுய நினைவு அற்றவர்கள் போலத்தான் காணப்பட்டார்கள். யுர்கா மிகவும் பயந்து போயிருந்தாள். அவளுக்கு

வயிற்றைக் கலக்கியது. தள்ளாடித் தள்ளாடி குளியலறைக்குப் போனவள் அங்கிருந்த துவாலைகள், குழாய்கள், கண்ணாடி போத்தல்களின் மீது விழுந்து விடாமல் ஒருவாறு சமாளித்துக் கொண்டாள். இதனிடையே அவன் சற்று நிதானமடைந்து ஆம்பூலன்ஸை அழைத்திருந்தான்.

தாஷா மருத்துவமனைக்குக் கொண்டு செல்லப்பட்டாள். எதிர்பார்ப்புகள் நொருங்கிப் போயிருந்த அவன் அவளோடு மருத்துவமனைக்குச் செல்ல முற்பட்டான். எனினும், ஆம்பூலன்ஸில் வந்திருந்த இளம் மருத்துவர் கோபமாக அவனை முறைத்துப் பார்த்தார்.

"இந்தப் போதை முழுசாத் தெளியாம நீ இவளைப் பார்க்க வரக் கூடாது!" என்று அவனுக்கு கட்டளையிட்டார்.

தாஷாவை மருத்துவமனையிலிருந்து விடுவித்த நாளில்தான் அவன் அவளை மீண்டும் சந்தித்தான். அவன் அவளை ஒரு வாடகை வண்டியில் வீட்டுக்குக் கூட்டி வரும் வழியில், அவன் தன்னைக் குறித்து வருந்துவது அவளுக்குத் தெரிந்தது. அவன் மிகவும் கவலைப்பட்டான். அது, வேறொரு பெண்ணை வீட்டுக்குக் கூட்டிக் கொண்டு வந்தது தவறுதான் என்பதை வெளிப்படையாக ஏற்றுக் கொண்டது போல இருந்தது. யுர்கா அந்த வீட்டுக்கு வந்த மூன்று நாட்களுக்குள்ளேயே அவனுக்கும் மாரடைப்பு ஏற்படும் அளவுக்கு நடந்து கொண்டிருந்தாள். அவள் மரநாயைப் போல எப்போதும் குடித்துக் கொண்டே இருந்தாள். அவ்வாறு அவளைக் கண்டபோது 'இவளெல்லாம் ஒரு பெண்ணா?' என்றுதான் அவனுக்குத் தோன்றியது.

"என்னால பெண்ணொருத்தி இல்லாம இருக்க முடியாதுங்குறது உனக்குத் தெரியும்தானே தாஷா? நான் இப்பவும் நல்ல பலசாலியான ஒரு ஆண்மகன்" என்றான்.

"உங்க ரெண்டு பேரையும் பார்த்து நான் பொறாமைப்பட மாட்டேன்" என்று அவள், சாரதிக்குக் கேட்கக் கூடுமென்ற எண்ணத்தில், நாணத்தோடு மிகவும் மெதுவாக முணுமுணுத்தாள். அவன் பெருமூச்சு விட்டு தன்னை இலகுவாக்கிக் கொண்டான். என்றாலும், அவளைப் பார்க்கும்போது மிகுந்த கலவையான உணர்ச்சியொன்று தனக்குள் தோன்றுவதை அவன் உணர்ந்தான். மெலிந்து, பலவீனமுற்றிருந்த அவளை மருத்துவமனையில் அனுமதித்ததற்குப் பிறகு வீட்டில் பயங்கரமான வெறுமையை அவன் உணர்ந்திருந்தான். எந்தக் காரணத்தினாலும் இப்படிப்பட்ட ஒருத்தியை இழந்து விட முடியுமா என்ன? ஒருவரை வெறுக்கக் கூட மிகுந்த பலம் வேண்டும். ஆகவே, காதலிக்கும் எவனும் கேட்கக் கூடிய முட்டாள்தனமான கேள்வியொன்றை அவனும் அவளிடம் கேட்டான்.

"தாஷா, நீ... நீ இப்பவும் உடம்பு சரியில்லாத மாதிரி உணர்றியா?"

"இல்ல அன்பே.... நான் பூரணமா குணமாகிட்டேன்னு டாக்டர் சொன்னார்."

அவள் மருத்துவமனையிலிருந்து வீடு திரும்பிய அந்த மாலை நேரம் அவர்களுக்கு மாத்திரமே உரித்தான மாலை நேரமாக இருந்தது. அவர்கள் அமைதியாக தேநீர் அருந்தினார்கள். பிறகு, தொலைக்காட்சியில் திரைப்படமொன்றைப் பார்த்தார்கள். மருத்துவமனையிலிருந்து வந்திருந்ததனால் உடம்பிலுள்ள அழுக்குகளெல்லாம் போகட்டுமென அவள் உடல் கழுவிக் கொள்ளும்போது அவன் முதுகு தேய்த்து விட்டான். படுக்கையிலும் ஒருபோதும் இல்லாமல் அவன் மிகவும் அமைதியாகவும், அன்பாகவும் அவளிடம் நடந்து கொண்டான். அவன் அவளைத் திட்டவோ, நோவிக்கவோ இல்லை. அதனால் அவளுக்கு அழுகை வந்தது. தனது வாழ்நாளில் முதன்முறையாக அன்றுதான் அவளால் ஆறுதலாக அழ முடிந்தது.

"என்னாச்சு கிறுக்கியே?"

"பேத்யா, ஒருவேளை நான் செத்துப் போனேன்னா நீங்க வேறு யாரையும் கல்யாணம் பண்ணிக்கக் கூடாது."

"ஏன் உனக்கு இப்போ அப்படித் தோணுச்சு?"

"ஏனோ... நீங்க கல்யாணம் பண்ணிக்கக் கூடாது."

"இந்த மாதிரி பைத்தியக்காரத்தனமான யோசனைகளைத்தான் உன்னோட தலைல சுமந்துக்கிட்டிருக்கியா? நீ எதுக்கு சாகப் போறாய்?" என்று கேட்டான்.

அவ்வாறு கேட்ட ஒரு கிழமைக்குப் பிறகுதான் அவளது இருதயம் நிரந்தரமாகவே நின்று போனது. அவனால் அன்று அவளை விட்டு விலகியிருக்கவே முடியவில்லை. அவன் வாந்தியெடுக்கும்போது தனது உள்ளங்கைகளில் அதை ஏந்திக் கொண்டு போய் அவள் கொட்டிக் கழுவும் சமையலறையிலிருந்த தொட்டியினருகே அவன் உருண்டு புரண்டவாறு வெகுநேரமாக மேலும் மேலும் குடித்துக் கொண்டேயிருந்தான். பிறகு அவளது பெயரைச் சொல்லி அழைத்தவாறே தவழ்ந்து தவழ்ந்து படுக்கையறைக்கு வந்தான். அங்கு தாஷா படுக்கையில் உயிரற்றுக் கிடந்தாள். அவளது கை மின்விளக்கு பொத்தானைத் தட்டி விட நீண்டிருந்தது. அவளை மரணம் நெருங்கியிருப்பதை உணர்ந்ததும்தான் மின்விளக்கை எரியச் செய்ய அவளுக்குத் தோன்றியிருக்கும் என்பது அவனுக்கு விளங்கியது. என்றாலும், அவள் இருளிலேயே செத்துப் போயிருந்தாள்.

என்னதான் இருந்தாலும், ஒரு மாதத்துக்குப் பிறகு அவன் தேறி, மிகவும் கவனமாக சுற்றி வரப் பார்க்கத் தொடங்கினான். அந்தக் கால கட்டத்தில் அவன் தனது வீட்டை மீண்டும் நவீனமயப்படுத்தியதோடு, பெண்களிடமிருந்து தனது மனதையோ, கைகளையோ பற்றிக் கொள்ள

வரும் அழைப்புகளை ஏற்றுக் கொள்ளத் தயங்கவேயில்லை. தனது மனதைத் தேற்றிக் கொள்ள, இரண்டு மூன்று வருடங்களுக்குள் மிகவும் எளிதாக ஏமாற்றி விடக் கூடிய இளம்பெண்களுடன் உல்லாசமாக இருக்கலாம் என்று அவனுக்குத் தோன்றியது. அதன் பிறகு ஒழுங்காக யாரையாவது மணந்து குடும்ப வாழ்க்கையில் ஈடுபட்டு, மகனையோ மகளையோ ஈன்றெடுத்து, வாகனமொன்றையும் வாங்கி, கிராமத்தில் ஒரு சிறிய வீடொன்றில் வசிக்கவும் அவனால் முடியும் என்றும் தீர்மானித்திருந்தான்.

அவை அனைத்திற்கும் காலம் நிறையவே இருக்கிறது என்ற எண்ணத்தில் அவன் இருந்தான். அப்போதுதான் அவனுக்கு முப்பத்திரண்டு வயது. அந்த வயதில் பல பெண்களுடன் உல்லாசமாக இருக்கவும் முடியும். ஒழுங்கான குடும்ப வாழ்க்கையில் ஈடுபடவும் முடியும். எப்போதும் பெண்கள்தான் அவனுக்கு அடிமையானதோடு, அவர்களுடன் எவ்வாறு நடந்து கொள்ள வேண்டும் என்பதை அவனும் நன்றாக அறிந்திருந்தான். அவனுடன் பழகிய பெண்களுள் ஒரு சிலர் மாத்திரமே மறுமணம் செய்து கொள்ளப் பொருத்தமானவர்களாக இருந்தார்கள். அதனால் அவன் தனது தாயாரான எலிஸவேதா பெற்றோவினாவிடம் உதவி கோரினான்.

எலிஸவேதா பெற்றோவினா வீட்டிலிருந்து கொண்டே தையல் பணியில் ஈடுபட்டு வருவதோடு சகல மட்டத்திலுமுள்ள ஆட்கள் அனைவருடனும் தொடர்புகளைப் பேணி வருபவளாக இருந்தாள். அவள் மரித்த தனது மருமகளான தாஷாவை ஒரு வீரப் பெண்ணாகத்தான் கருதினாள். அவள் தாஷாவுடன் நெருக்கமாக இருந்தவள். என்றாலும், ஒன்றுக்கும் உதவாத தனது மகனுக்குப் பொருத்தமானவளாக தாஷா இருப்பாள் என்று அவள் ஒருபோதும்

நினைத்திருக்கவேயில்லை. தாஷா மிகவும் மென்மையான சுபாவம் கொண்டவள். காண்போரைக் கவர்ந்திழுக்கும் பேரழகி. அவளுக்கு சுவர்க்கம் கிட்ட வேண்டும் என்று எப்போதும் அவள் பிரார்த்தித்து வந்தாள். அவளுக்கு தனது கணவன் மூலம் உரித்தான விசாலமான இரண்டடுக்கு மாளிகையை, சிறிய இரண்டு மாடி வீடுகள் இரண்டிற்கு மாற்றிக் கொள்ள அவள் தயாரானது கூட, தனது மருமகளின் வெளிறிப் போன, துயரம் தோய்ந்த முகத்தைத் தினந்தோறும் தனது வீட்டுக்குள் காண நேரும் சங்கடத்தைத் தவிர்ப்பதற்காகவே ஆகும்.

அவள் தனது மகனது வேண்டுகோளுக்கு யதார்த்தத்தை யோசித்துப் பார்த்து பதிலளித்தாள். கடவுளின் தண்டனையோ என்னவோ அவன் தனது குடும்ப வாழ்க்கையில் தோல்வியுற்றிருந் தான். அதனால் மிகவும் கவலைக்குள்ளாகியிருந்தான். தோற்றத்தில் உல்லாசமானவனாகவும், முரடன் போலவும் காணப்படும் ஆண்களின் விதி பெண்களில்தான் தங்கியிருக்கிறது. அவர்களது சந்தோஷம், அமையும் மனைவிமார்களுக்கு ஏற்பவே தீர்மானிக்கப்படுகிறது. தொலைநோக்குப் பார்வை இல்லாத காரணத்தினாலோ, வீண்பெருமையின் காரணமாகவோ, அவசர புத்தி காரணமாகவோ அவன் தாஷாவை விடவும் மோசமான பொறியில் மாட்டிக் கொள்ள வாய்ப்பிருக்கிறது. ஆகவே அந்தத் தாய் முந்திக் கொள்ள வேண்டியிருந்தது. அதனால்தான் அவள் முந்திக் கொண்டாள். அதற்கு அதிர்ஷ்டமும் துணையாக அமைந்தது.

தைக்கும் சமயங்களில் அவளது வாடிக்கையாளர்களான பெண்களோடு அவள் எப்போதும் எதையாவது கலந்துரையாடிக் கொண்டேதான் வேலை செய்வாள். அவர்களுள் வயதில் சற்று மூத்தவளாக இருந்த ஒரு பெண் மிகவும் அகங்காரம் பிடித்தவள் என்றாலும் ஓரளவு முட்டாளாகவும் இருந்தாள். நகரத்துக்குத் தொலைவிலிருந்த குக்கிராமமொன்றிலிருந்து வந்திருந்த அவளது

உறவினரான இளம்பெண்ணொருத்தி அவளுடன் தங்கியிருந்தாள். அங்கிருந்த பெண்கள் கூறும் விதத்தில், அந்த இளம்பெண்ணோ நவீன தலைமுறையின் அனைத்துப் பெண்களையும் போல ஒன்றுக்கும் உதவாத, பயந்த சுபாவம் கொண்ட பெண்ணாக இருந்தாள். அவள் ஏதோவொரு கல்வி நிலையத்தில் அனுமதி பெறுவதற்காக பரீட்சை எழுதக் காத்துக் கொண்டிருந்தாள்.

எலிஸவேதா பெற்றோவினா அந்த இளம்பெண்ணைப் பற்றிய ஒவ்வொரு தகவல்களையும் மிகவும் கவனமாக விசாரித்துப் பார்த்தாள். அந்த இளம் பெண் தூய்மையானவளாகவும், தனது மகனுக்கு அடங்கிப் போகக் கூடிய விதமாக பொருத்தமானவளாகவும் இருப்பாள் என்று அவளுக்குத் தோன்றியது. என்றாலும், அந்த இளம்பெண்ணுக்கே உரித்தான சுய கௌரவமொன்றும் அவளிடம் இருப்பது இருந்தது. எந்தவொரு வீட்டிலும் ஊதியம் பெறாத இல்லத்தரசியாகவும், தாசியாகவும் இருப்பதை அந்த இளம்பெண் விரும்பவில்லை. படித்து மருத்துவராக ஆக அவள் விரும்பினாள். அது எவ்வளவோ நல்ல விடயம் என்றாலும், எலிஸவேதா தனது வாடிக்கையாளர்களிடம் அதைக் குறித்துக் கூறி வருத்தப்பட்டாள். தனக்கும் கூட ஒன்றுக்கும் பயனில்லாத ஒரு மகன் இருப்பது அவளுக்கு நினைவுக்கு வந்தது. அவன் அந்தளவு மோசமானவனல்ல என்று அவளுக்குத் தோன்றியது. 'அவன் நன்றாக சம்பாதிக்கிறான். ஆகவே, இந்த இரண்டு பேரையும் ஜோடி சேர்க்க முயற்சிப்பது தவறில்லை. இறைவன் நாடியது நடக்கும்' என்றெல்லாம் அந்த முதிய வாடிக்கையாளரான பெண்மணியிடம் கூறி தூண்டிலிட்ட போது அவள் அந்த இரையைக் கச்சிதமாக விழுங்கி அடித் தொண்டையால் கத்தினாள்.

"யாராவது அவளை என்கிட்ட இருந்து பறிச்சிட்டாங்கன்னா, பறிச்செடுத்த அந்த ஆளுக்காக நான் சிலையொண்ணு வைப்பேன்" என்று மகிழ்ச்சியோடு கூறினாள்.

நவீன பாணியிலான பாவாடையொன்றைத் தைத்துத் தருவதாகக் கூறி மறுநாள் அந்தப் பெண்மணியே, அந்த இளம்பெண்ணான அன்யூத்தாவைக் கையோடு கூட்டிக் கொண்டு வந்தாள். முதல் சந்திப்பிலேயே எலிஸவேதாவின் மனதைக் கொள்ளை கொள்ள அன்யூத்தாவால் முடிந்தது. அவளது தூய்மையான வெட்கப் புன்னகை, அதிகம் பேசாத தன்மை, பிறர் கூறுவதை அவதானமாக செவிமடுப்பது, மூத்தவர்கள் மீது கருணை காட்டுவது போன்ற அவளது அனைத்து நடவடிக்கைகளும், மிகவும் இளமையாக இருப்பதுவும் அதற்குக் காரணங்களாக அமைந்தன. அவள் மிகவும் சிவப்பானவளாக இருந்தாள். செழிப்பான, எடுப்பான மார்புகளைக் கொண்டிருந்தாள். அவள் போன்ற பெண்ணொருத்தியால்தான் பத்துப் பிள்ளைகளுக்கு மேல் பெற்றெடுத்து வளர்க்க முடியும் என்றும் அவனுடனான தாம்பத்தியத்தில் ஏதேனும் ரகசியங்கள், வேறு தொடர்புகள் இருந்தாலும் அவற்றைக் கண்டுபிடிக்க அவளால் முடியாமலிருக்கும் என்றும் எலிஸவேதாவுக்குத் தோன்றியது. எப்படியோ மகன் பேத்யாவுக்கான சிறந்த கண்டுபிடிப்பு அன்யூத்தா என்றுதான் அவள் கருதினாள்

அதன் பிறகு அனைத்தும் மெதுவாகவும், சிறப்பாகவும் நடந்தேறின. எலிஸவேதா, அவர்களின் அடுத்த வருகையின் போது தனது மகனுக்கு அந்தப் பெண்ணைக் காணவும், கதைக்கவும் வாய்ப்பை ஏற்படுத்திக் கொடுத்தாள். பேத்யா, அந்தக் கிராமத்து அழகியைக் கண்டதுமே அவள் மீது வெகுவாக ஈர்க்கப்பட்டான். அவனது விழிகள் பிரகாசித்தன. உதடுகள் வரண்டன. குரல் கம்மியது. அவன் காளை மாடுகளைக் கூட தனியாக அடக்கக் கூடியவன் என்பது அவளுக்குத் தெரியும் என்றாலும், அவளின் முன்னால் இன்னும் பெரிய பையனாக ஆகாத சிறுவனைப் போன்ற அவனது நடவடிக்கைகளை அந்தத் தாய் ரசித்துக் கொண்டிருந்தாள். அவர்கள்

சந்தித்துக் கொண்டு ஒரு மணித்தியாலம் கூடக் கழியவில்லை. அதற்குள் அவன் அன்யூத்தாவை வெளியே போய் வரலாமென்று அழைத்தான்.

"நாங்க எதுக்காக வீட்டுக்குள்ளேயே அடைஞ்சு கிடக்கணும்? வெளியே போய் கொஞ்சம் நடந்துட்டு வருவோமா? நான் உனக்கு இந்த மொஸ்கோவைச் சுத்திக் காட்டுறேன். சரியா?"

"சரி. இப்பல்லாம் எனக்கு படிக்க ஆசை வருதேயில்ல. பரீட்சையும் நெருங்கிட்டிருக்கு" என்று கூறிச் சிரித்தவாறே அன்யூத்தாவும் அவனுடன் கூட நடந்தாள்.

பேத்யா, அன்யூத்தாவைச் சந்தித்ததிலிருந்து அவர்களுக்குள் நடப்பவற்றையெல்லாம் தனது தாயான எலிஸவேதா பெற்றோவினாவிடம் கூறி வந்தான். அன்றைக்குப் பிறகு அவன் அவளை மொத்தமாக நான்கு தடவைகள் சந்தித்திருந்தான். அவற்றுள் இரண்டு தடவைகள் அவர்கள் திரையரங்குக்குச் சென்றதோடு ஒரு தடவை உணவகமொன்றுக்கும், மற்றுமொரு தடவை நாடக அரங்கொன்றுக்கும் சென்றிருந்தார்கள். பிறகு அவன் தனது வருங்கால மனைவியான அவளை ஒரு நாள் தனது வீட்டிலுள்ள தளபாடங்களைப் பார்க்க வருமாறு அழைத்திருந்தான்.

"எதிலும் அவசரப்படாதே மகனே" என்று அவனது தாய் அவனுக்கு தொலைபேசி வழியே அறிவுரை கூறினாள்.

"எங்களுக்கு அவசரப்பட ஒண்ணுமேயில்ல அம்மா. அது போலவே எங்களுக்குக் காத்திருக்கவும் ஒண்ணுமில்ல. என்னோட வாழ்க்கை ரொம்ப சலிப்பா இருக்குன்னாலும், அவள் எனக்கு சகல விதத்திலும் பொருத்தமா இருக்கா அம்மா. அதுக்கு உங்களுக்குத்தான் ரொம்ப நன்றி சொல்லணும். அவள் எல்லா விதத்திலும் நல்லாருக்கா.

நான் அவளையே கல்யாணம் பண்ணிக்குறேன். இன்னிக்கு, நாளைக்கு பண்ணிக்க முடியாது. அவ படிச்சு முடிக்கணும். அது முடியுற வரைக்கும் ரெண்டு, மூணு வருஷமானாலும் நான் காத்துட்டிருப்பேன். இன்னிக்கு அது சம்பந்தமா அவள்கிட்ட பேசி ஒரு முடிவுக்கு வரலாம்னு இருக்கேன்'' என்றான்.

மீண்டும் அலங்கரித்த பிறகு அவனது ஒற்றைப் படுக்கையறையைக் கொண்ட சிறிய வீடானது ஐஸிங் இட்ட கேக் போல அழகாக ஆகியிருந்தது. அவன் எப்போதும் எல்லாவற்றையும் பிறரிடம் பெருமையாகக் காண்பிக்கும் மனோபாவம் கொண்டவன். ஒரு சோபா, வர்ணத் தொலைக்காட்சியொன்று, ஒரு சுவரிலிருந்து மற்ற சுவர் வரைக்கும் நீண்டதோர் அலுமாரி ஆகியவற்றோடு எல்லோரது வீடுகளிலுமிருக்கும் அனைத்துப் பொருட்களும் அந்த வீட்டிலும் இருந்தன.

அவன் நூற்றிருபத்தைந்து ரூபிள் பணம் கொடுத்து வாங்கிய ஓவியமொன்றை சுவரில் தொங்க விட்டிருந்தான். அந்த ஓவியத்தில் அழகிய இளம்பெண்ணொருத்தி கண்ணாடியொன்றின் முன்னால், நீண்ட வாங்கொன்றில் நிர்வாணமாகச் சாய்ந்திருந்தாள். அன்யூத்தா அதைக் கண்டதுமே தனது சட்டையின் நீண்ட கைகளை மேலும் கீழ் நோக்கி இழுத்து தன்னை மூடிக் கொண்டாள். அவனோ முகத்தில் கோபத்தை வரவழைத்தவாறு அவளைச் சமையலறைக்கு அழைத்துச் சென்றான். அங்கு அவளை மேசை மீது அமரச் செய்து விட்டு குளிர்சாதனப் பெட்டியிலிருந்து ஷெம்பேன் போத்தலொன்றை எடுத்தான்.

கழுத்தைச் சுற்றும் பாம்பு போலத்தான் அவன் அந்த வீட்டில் அவளுடன் நடந்து கொண்டான். அவன் திடகாத்திரமானவன். குக்கிராமத்திலிருந்த போது அவள் கனவு கண்டுகொண்டிருந்தது

போலவே கட்டுமஸ்தானவன். ஆகவேதான் அவனை எதிர்க்கக் கூடாதென்று அவளுக்குத் தோன்றியது. எதிர்ப்பதில் பயனேதுமில்லை என்பதையும் அவள் அறிந்திருந்தாள். சரியாகச் சொன்னால் சூறாவளிக்கு முகம் கொடுப்பதைப் போன்றது அது. ஆகவே பொறுமையாக இருப்பதே நல்லது. அதை விடவும், விரைவிலேயே அவளைத் திருமணம் முடிப்பதற்கான அறிகுறிகளை அவன் வெளிப்படுத்திக் கொண்டேயிருந்தான். அவனது நவீன பாணியிலான மேற்சட்டைக்குக் கீழே அசைந்து கொண்டிருந்த பரந்த தோள்களின் மெல்லிய அசைவுகளும், அவனது விழிகளிரண்டின் பிரகாசமும் அவளுக்குப் பிடித்திருந்தன.

பிறகு அவர்கள் எவ்வித சிறப்பியல்பும் இல்லாத பல விடயங்களைக் குறித்தும் கதைத்துக் கொண்டிருந்தார்கள். குக்கிராமத்தில் பிறந்து வளர்ந்த இளம்பெண்ணொருத்திக்கு மொஸ்கோ நகரத்தில் வாழ்வது இலகுவானதாக இருக்காது என்பதை அவன் அவளுக்கு படிப்படியாக விளங்கப்படுத்திக் கொண்டிருந்தான். அவனைப் பொறுத்தவரையில் அவ்வாறு ஒருத்தி வாழ்வது சாத்தியமில்லை. அவளுக்கு நகரத்தில் உற்ற நண்பர்கள் யாராவது இருப்பார்களென்றால் மாத்திரமே எவ்வித சிரமமுமில்லாமல் வாழ முடியுமாக இருக்கும்.

அவள் ஷெம்பேனைக் கண்ணாடிக் குவளையில் நிரப்பிக் கொண்டதன் பிறகு அவன் பிராண்டியை எடுத்து அருந்தத் தொடங்கினான். தொடர்ந்து அவன் அவளைத் தனது படுக்கையறைக்கு அழைத்தான். அவளைக் கட்டிலின் மீது அமரச் செய்து விட்டு, பிரதான மின் விளக்கை அணைத்து விட்டான். அவள் அமைதியாகத் தலைகுனிந்திருந்தாள். அவர்கள் ஆலிங்கனத்துக்குத் தயாராகும்போது அவன் திடீரென்று வெகுவாக வெளிறிப் போய் அவளையே பார்த்துக் கொண்டிருந்தான்.

''தாஷா... இது நீயா?'' என்று அவனது குரல் எழுந்தது.

''ஏனடி நீ பேசாமலிருக்கிறாய் நாயே? இது நீதானே? பதில் சொல்லடி!'' என்று கோபமாக அவளை முறைத்துப் பார்த்தான். அவனது புருவங்களுக்கு மேலால் வியர்வை துளிர்த்திருந்தது. அவள் பயந்து போய் தனதிரு கரங்களால் முகத்தை மூடிக் கொண்டாள்.

''போடி வெளியே... வெளியே போடி நாயே'' என்று அவன் கத்தினான்.

அவள் மெதுமெதுவாக கதவை நோக்கி நகர்ந்தாள். ஒரு சுண்டெலியைப் போல வேகமாக அந்த வீட்டிலிருந்து வெளியே வந்தாள்.

அதன் பிறகு அவனது வாழ்வில் வந்தவள் நாதியா. அவளோ இரசாயனத் தொழிற்சாலையொன்றில் பணி புரிபவள். சொஸேஜஸ் வாங்க வரிசையில் நின்றிருந்த வேளையிலேயே அவன் அவளைக் கண்டான். உடலோடு ஒட்டிய கறுப்பு ஆடையொன்றையும், நாவல் நிற காலுறைகளையும் அன்று அவள் அணிந்திருந்தாள். அவள் மின்சாரக் கம்பியொன்றைப் போல தென்பட்டதால்தான் அவன் அவளுடன் அவ்வேளையில் எதையும் கதைக்காமல் இருந்தான். அவள் சொஸேஜஸ்களை வாங்கி முடிக்கும்வரை அவன் பார்த்துக் கொண்டிருந்தான். பிறகு அவள் வரும்வரைக்கும் பேரூந்துத் தரிப்பிடத்தில் காத்திருந்தான். அங்கு வைத்துத்தான் அவன் அவளிடம் தனது எண்ணத்தை வெளிப்படுத்தினான்.

''நீ விரும்பினா உன்னோட சொஸேஜஸை நாளைக்கு சாப்பிட வச்சுக்கோ. இன்னிக்கு ராத்திரி என்னோடதை ரெண்டு பேரும் பகிர்ந்துக்கலாம்'' என்றான்.

அவள் உடலோடு ஒட்டிய ஆடைகளை அணியும்போதெல்லாம் அனைத்து ஆண்களுமே இவ்வாறான உணர்வுகளால் தூண்டப்படுவார்கள் என்பதை அவள் நன்றாக அறிந்திருந்தாள். அவளுக்கு இவ்வாறான பல அனுபவங்கள் இருந்தன. உடனடியாக அவர்களைத் துரத்திவிடத்தான் அவள் தருணம் பார்ப்பாள். என்றாலும், இவனின் பசித்த விழிகளில் மிரட்டும் பிரகாசமொன்று வெளிப்படுவதை அவள் கண்டாள்.

''உனக்கென்ன பைத்தியமா? தொலைஞ்சு போ!''

''நான் நிஜமாத்தான் சொல்றேன். நீ வரிசைல நின்னுட்டிருந்தப்ப தான் உன்னை முதன்முதலாக் கண்டேன். மூச்சு விடக் கூட மறந்துட்டேன்னாப் பார்த்துக்க. அதனால உன்கிட்டப் பேச எனக்கு அப்போ வார்த்தையே வரல.''

''உனக்குப் பைத்தியமில்லன்னு நீ நம்பிட்டிருக்கியோ?''

''நான் ஒரு ஃபேக்டரில வேலை செஞ்சிட்டிருக்கேன். பைத்தியக்காரன்களையெல்லாம் அங்க வேலைக்குச் சேர்க்க மாட்டாங்க.''

''சரி. என்னை ரெஸ்டூரண்ட் ஒண்ணுக்கு சாப்பிடக் கூப்பிடு. வரேன். ஆனா இன்னிக்கில்ல. இன்னிக்கு எனக்கு நிறைய வேலையிருக்கு.''

ஹவானா உணவகத்திலிருந்த மேசையருகே அமர்ந்திருந்த அவர்கள் இருவராலும் வெகுவிரைவில் கதைப்பதற்குப் பொதுவான விடயங்களைக் கண்டெடுக்க முடிந்தது. சகலவிதமான வேடிக்கைக் கதைகளையும் பேசி அவர்கள் சத்தமாக சிரித்துக் கொண்டிருந்தார்கள். வெகுகாலமாக எவராலும் இந்தளவு வெற்றிகரமான, சுதந்திரமான விடுதலையுணர்வை அவன் அனுபவித்திருக்கவில்லை. பார்வைக்குத்தான் அவள் அகங்காரம் பிடித்தவள் போல தென்பட்டாள். உண்மையில் அவள் யாருடைய செலவிலாவது தனது

வாழ்க்கையைக் கொண்டு செல்லத்தான் ஆசைப்பட்டாள். சலிப்பான தொழிலைச் செய்துகொண்டு நாட்களைக் கழிக்கத் தான் அஞ்சுவதாக அவள் அவனிடம் தெரிவித்தாள். அவ்வாறே அவள் எவரையும் திருமணம் செய்து கொள்வதற்கும் அஞ்சினாள்.

''நீயே சும்மா நினைச்சுப் பாரேன். யாரோ ஒருத்தனைக் கல்யாணம் பண்ணிக்கிட்டு வாழ்நாள் முழுக்க அவனுக்குக் கட்டுப்பட்டு வாழணும், பிள்ளைகளைப் பெத்துக்கணும். கடவுளே, என்னால இதையெல்லாம் பண்ணவே முடியாது. அப்படி ஏதாவது நடந்துச்சுன்னா நான் உடனடியா தூக்குப் போட்டு செத்துப் போயிடுவேன்.''

''கவலைப்படாதே. யாரும் உன்மேல ஆசைப்பட்டு கிறுக்குப் புடிச்சு அலைவாங்கன்னு நான் நினைக்கல'' என்று அவன் அவளைத் தேற்றினான்.

இவ்வாறான வேடிக்கைப் பேச்சுகளை அவள் சந்தோஷமாக அனுபவித்தாள்.

''போடா பொறுக்கிப் பயலே'' என்று சிரித்தவாறே முணுமுணுத்தாள்.

உணவகத்திலிருந்து வெளியேறியதும் அவன், அவளைத் தனது வீட்டுக்குத்தான் அழைத்துச் சென்றான். அந்த வீட்டினுள் அவள் திடீரென செல்லம் கொஞ்சுபவளாகவும், அடக்கமானவளாகவும் ஆகியிருந்தாள். அடுத்து வரப் போகும் தருணங்களைக் கனவு காண்பவன் போல அவளையே இமைக்காமல் பார்த்துக் கொண்டிருந்த அவன் தனது சொகுசுப் படுக்கையறைக்குள் புகுந்தான். காற்றில் டர்பன்டைனின் வாசனை பரவியிருந்தது. அது எங்கிருந்து வருகிறது என்பதை அவனால் யோசித்துப் பார்க்க முடியவில்லை.

"கொஞ்சம் இங்கேயே இரு. ஏதாவது புத்தகத்தை எடுத்துப் பார்த்திட்டிரு. நான் ஏதாவது தயார் பண்றேன்" என்று அவன் உணர்வேதுமற்ற குரலில் கூறினான்.

வருத்தம் தோய்ந்த விழிகளால் சுவர்களை ஏறிட்டுப் பார்த்தவள் அங்கிருந்த புஷ்கினின் புத்தகமொன்றை எடுத்துக் கொண்டு போய் சாய்கதிரையில் அமர்ந்தாள். அவன் குளியலறைக்குப் போய் கண்ணாடிக்கு முன்னாலிருந்த கதிரையில் அமர்ந்தான். ஏதோ இப்போதுதான் முதற்தடவையாக தனது முகத்தைப் பார்ப்பது போல் மிகுந்த ஆசையோடு அதையே பார்த்துக் கொண்டேயிருந்தான். அப்போது அவன் உணர்ந்தவற்றையெல்லாம் வார்த்தைகளாக மாற்றிக் கொள்ள அவனால் முடியாமலிருந்தது. வழமையான அவனது பழிச்சொற்கள்தான் நாவில் நடனமாடத் தொடங்கின.

"நீ அப்படியே கிட நாயே" என்றவாறே அங்கு அடுக்கி வைக்கப்பட்டு மின்னிக் கொண்டிருந்த தாஷாவின் அழகுசாதனப் பொருட்களையும், பெயரறியாத பல்வேறு விதமான சிறிய வாசனைத் திரவியங்களையும் பார்த்துக் கொண்டேயிருந்தான். அவற்றை அங்கிருந்து அகற்றுவதற்கு இன்னும் கூட அவனுக்கு நேரம் கிடைக்கவில்லை. தொடர்ந்து அவன் அவற்றிலொன்றைத் திறந்து வாசனை பார்த்தான். மூக்கைத் துளைத்துச் செல்லும் நறுமணம் அதிலிருந்து கசிந்தது. 'உகந்த தருணம் இதுதான்' என்று தனக்குத்தானே கூறிக் கொண்டவன் உடனடியாக அறைக்குள் பிரவேசித்தான்.

"நீ படுக்கைக்குச் செல்லத் தயாராக இருக்கியா தாஷா?" என்று அந்த இளம்பெண்ணை நோக்கிக் கேட்டவாறே அவன் அவசர அவசரமாக காற்சட்டையைக் கழற்ற முற்பட்டான்.

"என்னோட பெயர் நாதியா."

"எல்லாப் பொண்ணுங்களுமே ஒண்ணுதான். நாதியா, தாஷா, மாஷா... எந்த வித்தியாசமுமில்ல. யாராக இருந்தாலும் ஒரு பொஞ்சாதியா செய்ய வேண்டிய கடமைகளையெல்லாம் நல்லா ஒழுங்கா செய்ய வேண்டியிருக்கும்" என்றான்.

பனிக்கட்டியைத் தொட்டது போல அவள் உடல் நடுங்கிப் போனாள். அவனது வார்த்தைகளால் அவள் பீதியை உணரவில்லை. என்றாலும், அவனது அந்தப் பார்வை. அது ஏதோ போதையின் உச்சத்தில் அவன் இருப்பதைப் போல இருந்தது. தன்னைப் பாதுகாத்துக் கொள்வதற்காக அவனிடமிருந்து விலகியோட அவளுக்குத் தோன்றியது. என்றாலும் அவனது பலம் மிக்க கரங்கள் அவளைத் தடுத்தன. மிகவும் முரட்டுத்தனமாக தன்னை நோக்கி அவளை இழுத்தெடுத்தவன், திடீரென்று அவளைக் கைவிட்டு விட்டு, அடி வயிற்றில் அடி வாங்கியவன் போல முணுமுணுத்தான்.

"தாஷா, நீ இன்னும் சாகல... சாகல இல்லையா?"

தெருவுக்குத் தப்பியோடி வந்த பிறகுதான் நாதியா சுய நினைவுக்கே வந்தாள். அவளது சட்டையின் காலர் கிழிந்திருப்பதை அப்போதுதான் அவள் கண்டாள். அந்தத் தெருவில் யாருமே இல்லாமல் தனியாக நின்று கொண்டிருந்தாள். அவளது தலைக்கு மேலே தெருவிளக்குகள் ஒளிர்ந்து கொண்டிருந்தன.

அவன் மறுநாள் விடிகாலையில்தான் அவனது படுக்கையில் விழித்துக் கொண்டான். முந்தைய நாளின் முன்னிரவு தொட்டு என்ன நடந்ததென்றே வெகுநேரம் வரைக்கும் அவனுக்கு ஞாபகம் வரவேயில்லை. என்னவெல்லாம் நடந்ததென்று ஞாபகம் வந்த போது, தாஷாவின் கவலைக்குரிய மரணம் குறித்து புதிய உணர்வொன்று அவனுக்குள் தோன்றி அவனது பற்கள் கூட மரத்துப் போயின. என்னதான் இருந்தாலும் அவன் பலசாலியான ஒருவன் என்பதால் தனது உணர்வைக் கட்டுப்படுத்திக் கொண்டான்.

எலிஸவேதா பெற்றோவினா தனது மகனுக்கு உபதேசித்துக் கொண்டிருந்தவையெல்லாம் வீணாவே போயிற்று. தாஷா உயிருடன் இருந்த போதே வேறு இளம்பெண்களையும் அவன் காதலித்திருக்கலாம். அவ்வாறு செய்திருந்தால் இந்த மரணம் அவனை இந்தளவு பாதித்திருக்காது. போதாததற்கு, அவள் தனது மகனின் பெயருக்கு தனது வீட்டையும் எழுதி வைத்திருந்தாள். இருந்தாலும் அவன் அவளது அறிவுரைகளைப் பொருட்படுத்தவேயில்லை. தன்னையே தொடர்ந்து கொண்டிருக்கும் தனது செத்துப் போன மனைவியை எப்பாடுபட்டேனும் கை விடவே வேண்டும் என்பதை மிகவும் தாமதமாகத்தான் அவன் புரிந்து கொண்டிருந்தான்.

''நீயென்ன நினைக்கிறாய் அம்மா? ஏன் அவள் என்னை நிம்மதியாக வாழ விடுகிறாளில்லை? நான் அவளை எவ்வளவு அன்பாப் பார்த்துக்கிட்டேன் தெரியுமா?''

''நீ அன்பாக இருந்தாய்தான். ஆனா ஒழுங்காப் பார்த்துக்கல.''

''நான் அவளை ஒழுங்காப் பார்த்துக்கலையா?''

''நாங்க யாருமே அவளை ஒழுங்காப் பார்த்துக்கல மகனே. அதான் இப்போ அவளுக்கு நிம்மதியில்ல. அவளோட ஆன்மா சாந்தியடையாம தவிச்சிட்டிருக்கு.''

''அதுக்கு நான் என்னம்மா பண்றது?''

''காலப்போக்கில அவளே அமைதியாகிடுவா. நான் தேவாலயத்திற்குப் போறப்பல்லாம் அவளுக்காக ஒரு மெழுகுதிரியை ஒவ்வொரு தடவையையும் ஏற்றி வச்சிட்டுத்தான் வரேன்.''

இந்த உரையாடலின் பிறகு அவன் சற்று ஆசுவாசமாக உணர்ந்தான். இருந்தாலும், ஏதோ இருண்ட துரதிஷ்டமொன்று அவனுடனே உலவிக் கொண்டிருந்தது. அவனுக்கு உயிர் வாழும் ஆசையே அற்றுப் போயிருந்தது. வோட்கா அருந்துவதும் கூட வெறுத்துப் போயிருந்தது.

தொழிற்சாலையில் அவனுடன் பணி புரியும் நெருங்கிய நண்பர்கள் கூட சலித்துப் போயிருந்தார்கள். அவன், அவர்களுடன் கூட எப்போதாவதுதான் ஒன்றாக நடைப்பயணம் போனான். அப்படிப் போனாலும் அவன் அவர்களோடு சண்டை பிடித்தான். ஒரு தடவை அவர்கள் அனைவரும் இணைந்து நீராவிக் குளியலுக்காகப் போயிருந்தார்கள். அங்கும் கூட அதுவேதான் நடந்தது. அவன் அங்கிருந்த வாங்கில் உறங்கி வழிந்து கொண்டிருந்தான். பிறகு உடை மாற்றும் அறையில் காரணமேயில்லாமல் வோட்கா நிரம்பிய கண்ணாடிக் குவளையொன்றைத் தரையில் போட்டுடைத்தான். அவனது மேற்பார்வையாளராகப் பணிபுரியும் வேடிக்கையான மனிதரான மேத்யூஜின் அவனுக்கு அறிவுரை கூறினார்.

"நீ தோற்றுப் போனவனா ஆகப் போறாய் பேத்யா. அது நல்லதுக்கில்ல. நாங்க எல்லோருமே உன்னோட கவலைல உன்னோட சேர்ந்து கவலைப்படுறோம்தான். இருந்தாலும், உன்னோட வாழ்க்கையை நீதான் வாழ்ந்து தீர்க்கணும். நீ உன்னோட தனிப்பட்ட கவலைகளை அடுத்தவர்களைப் பதற்றப்பட வைக்கப் பயன்படுத்தாதே. எப்போதாவது யாராவது உன்னைத் தாக்கிடுவாங்க."

"அதையுமதான் செஞ்சு பார்க்கட்டுமே" என்று அவன் பலவீனமாகக் கூறினான்.

"அடுத்தவங்களால உன்னோட மனநிலையைப் புரிஞ்சுக்க முடியாது. நீ கர்வம் பிடிச்சவன்னுதான் அவங்க நினைப்பாங்க. கவலையும் கூட சந்தோஷம் போலவே ஒரு உணர்வுதான் பேத்யா. உயிரணுக்களை உனக்குள்ளேயே ஒளிச்சு வச்சிருக்குறது போல அதையும் எப்பவும் ஒளிச்சே வச்சிருக்கணும். சக மனுஷங்களுக்குக் காட்டவே கூடாது."

"அந்த நாய் என்னை வாழ விடுறாளில்ல. நான் எங்க போனாலும் அங்கேயிருந்து கொண்டு என்னையே பார்த்துட்டிருக்கா" என்று இரண்டாவது குவளை வோட்காவை அருந்தியவாறே அவன் அவரிடம் கூறினான்.

"உன்னோட செத்துப் போன பொஞ்சாதி திரும்ப வாறதில்ல அது. உன்னோட மனசாட்சிதான் உன்னைத் தொந்தரவு பண்ணிட்டிருக்கு. இப்படியான விஷயங்கள் எல்லா மனிதர்களுக்குமே நடக்கும். நமக்கு ரொம்ப நெருக்கமான ஒருத்தர் செத்துப் போனா, யதார்த்தத்துல நம்ம மனசாட்சிதான் தடுமாறிப் போகும். சரியாகச் சொன்னா பல் வலி போன்ற ஒன்று அது. உன்னால அதைத் தாங்கிக்க முடியுமாக இருக்கணும்" என்று அவர் தனது மேற்சட்டைக்குள் கையை விட்டு மயிரடர்ந்த நெஞ்சைத் தடவிக் கொடுத்தவாறே கூறினார்.

இருந்தாலும் அவனது அந்தத் துன்பத்துக்கு முடிவேயிருக்கவில்லை. கழிந்து கொண்டிருந்த ஒவ்வொரு தினமும் அவனது தலை மேலும் மேலும் வலிக்கத் தொடங்கியது. அவனுக்கு விந்தையான கனவுகள் தென்படத் தொடங்கின. அவற்றுள் ஒன்றில் அவன் சிறுவன் ஒருவனாக சைக்கிள் ஓட்டிக் கொண்டிருக்கிறான். மலையிலிருந்து கீழ் நோக்கி மிகவும் சந்தோஷமாக ஓட்டிச் செல்லும் அவன் மீண்டும் மலை மீதேறிச் செல்ல சைக்கிளை மிதிக்க முடியாமல் தடுமாறுகிறான். அவன் மிகவும் பாடுபட்டு சைக்கிளை மிதித்த போது அவனது வயிற்றிலிருந்து கூட ஓசைகள் எழும்பின. என்றாலும் சைக்கிள் ஓரங்குலம் கூட முன்னே நகரவில்லை. அவ்வாறான கனவுகளைக் காணும்போதெல்லாம் அவன் வியர்வையில் குளித்தவாறு விழித்தெழுந்து, சமையலறைக்குள்ளேயே நடமாடுவான். அந்த இடம் சிகரெட் புகையால் நிரம்பும். ஜன்னலைத் திறந்து விடுவான். பிறகு, கொட்டகைக்கு அப்போதுதான் வந்து ஓய்வெடுக்கும் குதிரையொன்றைப் போல நின்று கொண்டே ஆழமாக மூச்சு வாங்குவான்.

மூன்று தடவைகள் தற்கொலை எண்ணங்களிலிருந்து மீண்டவன், மூன்றாவது தடவைதான் ஒரு தீர்மானத்தை எடுத்தான். களஞ்சியப் பொறுப்பாளராகப் பணி புரியும் யுர்காவைத் தொலைபேசியில் தொடர்பு கொண்டவன், உடனடியாக ஏதாவது கிராமத்துக்கு சுற்றுலாப் பயணம் போய் வரலாமென்று அவளுக்கு அழைப்பு விடுத்தான். வேனிற்காலம் இதமான வெப்பத்தை வழங்கத் தொடங்கியிருந்தது.

யுர்கா ஆனந்தக் கண்ணீர் வடித்தவாறே யரொஸ்லாவ்ல் புகையிரத நிலையத்திற்கு வந்து சேர்ந்தாள். அவர்கள் அங்கிருந்து ரயிலில் ஏறியதோடு, வனாந்தரமொன்றின் அருகில் வைத்து இறங்கிக் கொண்டவர்கள் அடர்ந்த வனத்தினுள்ளே நடந்து சென்று இளைப்பாறினார்கள். அவர்களது தலைகளுக்கு மேலால் ஆதிகாலத்திலிருந்து இருக்கக் கூடுமான தேவதாரு மரங்களின் கூரிய இலைகள் சரசரவென்று ஓசையெழுப்பிக் கொண்டிருந்தன. இருண்ட அந்தக் காட்டுக்குள் சூரிய வெளிச்சம் ஊடுருவிக் கொண்டிருந்தது. நிழலடர்ந்த புல்வெளி மீது பத்திரிகைத் தாள்கள் பரப்பப்பட்டன. அந்தத் தாள்களின் மீது விரிக்கப்பட்ட மேசை விரிப்பானது ஏதோ மாயாஜாலம் போல வோட்கா, திராட்சை வைன், உயர் தர சிற்றுண்டி மற்றும் அவள் தயாரித்து எடுத்து வந்த புகையில் வேக வைத்த மீன் உணவையும் கொண்டிருந்தது. உணவருந்தி முடித்த பிறகு அவர்கள் குடிக்கத் தொடங்கினார்கள்.

அவள் நீந்தலாம் என்ற தனது எண்ணத்தை முன்வைத்தாள். காட்டினுள்ளே நதியொன்றைத் தேடியலைந்த அவர்கள் கடைசியில் ஒரு குட்டையைக் கண்டு பிடித்தார்கள். யுர்கா உடனடியாக அதில் குதித்தாள். அந்தக் குட்டையானது வெறும் பத்து மீற்றர் பரப்பைக் கொண்டது என்பதால், அவள் குதித்ததும் தண்ணீர் நாலாபக்கமும்

விசிறுண்டது. அவள் கரணமடிப்பதைக் கண்டும், அவளது கொஞ்சல் குரலைக் கேட்டும், 'இயற்கையின் வனப்பு மிக்க இந்த அடர்ந்த காட்டின் நடுவே, மனம் கவரக் கூடிய சூரிய வெளிச்சத்தில் மூழ்கியுள்ள நீர்யானை நீராடும் இந்தக் குட்டையில், தனது கைகளால் தூசி தட்டுவதைப் போல தண்ணீரைத் தெளித்து விளையாடும் இவள்தான் எனக்குப் பொருத்தமான பெண்ணொருத்தி. இப்படிப் பட்டவளோடென்றால் காலம் முழுக்க ஒன்றாக சேர்ந்து வாழ முடியும். இவள் சமூகத்தோடு கூடி வாழ்கிறாள். வெளிப்படையாக இருக்கிறாள். ஒருவரையும் மதிப்பிட்டு தீர்ப்பளிக்க முற்படுவதில்லை. காலையிலிருந்து, இரவாகும்வரை, புற்களைப் போல தன்பாட்டில் வாழ்கிறாள். இவளால் எவ்விதத் தொந்தரவுகளுமில்லை. இவளைக் குறித்து யாரும் தேடிப் பார்ப்பதும் இல்லை' என்றெல்லாம் அவன் நினைத்தான்.

''யுர்கா, சீக்கிரமா இங்க வாயேன்'' என்று அவளைக் கூப்பிட்டான். அவன் தனக்குள் அவள் மீது எழுந்த நம்பிக்கையால், அவளை மென்மையான குரலில் கூப்பிட்டான். அதைக் கேட்டதுமே அவள் மிகுந்த மகிழ்ச்சியோடு கரைக்கு வந்து அவனருகே கரையோரப் புல்வெளியில் சாய்ந்து படுத்துக் கொண்டாள். அவளது தேகம் அணைப்பொன்றை எதிர்பார்ப்பதைப் போலிருந்தது.

அவள் அவ்வாறு ஓரிரு அடிகள் எடுத்து வைத்ததுதான் தாமதம், அவனுக்குள் எழுந்த உணர்வுகள் அனைத்தும் அப்படியே அடங்கிப் போய் விட்டதாக அவனுக்குத் தோன்றியது. அனைத்துமே தூசு, துணிக்கைகளாக மாறின. சப்பை மூக்கையும், அதற்குக் கீழே முன் தள்ளிய உதடுகளையும் கொண்டிருந்த அவளது அழகிய முகம் அவனுக்கு வெறுப்பைத் தந்தது.

பயந்து வெளிறிப் போயிருந்த அவளது முகம் தன்னை விட்டு விடும்படி கெஞ்சிய போதிலும், மன்னிப்பைக் கோரியது என்ற

போதிலும் அவனிடமிருந்து அவளால் தப்பிக்க முடியவேயில்லை. அவன் தனது இரண்டு கரங்களையும் கொண்டு அந்த சபிக்கப்பட்ட, பாவப்பட்டவளின் முகத்தை அழுத்தி நசுக்கிச் சிதைத்தான். பிறகு அவளை அந்தக் குட்டைக்குள் தள்ளி விட்டான். சற்று நேரத்துக்கு முன்புதான் அவள் ஆசையோடு துள்ளிக் குதித்து நீராடி மகிழ்ந்த அதே குட்டையில் அவள் விழுந்தவேளையில் தண்ணீர் முன்புபோலவே நாலாபுறமும் சிதறுண்டது.

"என்கூட விளையாடாதே தாஷா. வெளியே வா. என்னால உன்னைத் துரத்தி வர முடியாது. என்னோட கால்களெல்லாம் நனைஞ்சிடும்" என்று அவன் கத்தினான்.

எலிஸவேதா பெற்றோவினா தனது மகனை சாஸ்திரம் பார்ப்பவளிடம் கூட்டிக் கொண்டு போனாள். ஒல்லியாகக் காணப்பட்ட அந்த மூதாட்டியின் வெண்கலம் போன்றிருந்த இருண்ட முகத்திலிருந்த இளநீல நிற விழிகள் மாத்திரம் பிரகாசமாகத் தெரிந்தன. அவள் அலுமாரியின் இலாச்சிகளின் மூலைமுடுக்குகளிலெல்லாம் கைகளை நுழைத்து எதையோ தேடிக் கொண்டிருந்தாள். எலிஸவேதா பெற்றோவினா அவளின் முன்னால் ஐந்து ரூபிள்களை வைத்தாள். அந்த மூதாட்டி உடனடியாக வந்து அவனை நெருக்கமாகக் கூர்ந்து பார்க்கக் கூடிய விதத்தில் அவனுக்கு நேர் முன்பாக தனது இருக்கையில் அமர்ந்து கொண்டாள். எலிஸவேதா பெற்றோவினா அவனது மனைவியின் மரணம் குறித்தும், அவளது சாபம் குறித்தும் என அவனது மொத்தக் கதையையும் அவளிடம் கூறிக் கொண்டிருந்தாள்.

அந்த மூதாட்டியோ அவளது வாயில் எரிந்தெரிந்து அணைந்து கொண்டிருந்த சுருட்டை அவ்வப்போது எடுத்து உதடுகளை ஈரப்படுத்திக் கொண்டாள். அவனுக்கு அது ஆரம்பத்தில் சிரிப்பை

வரவழைத்த போதிலும் போகப்போக சலிப்பாக இருந்தது. வருவதற்கு முகம் கொடுக்க அவன் தயாராக இருந்ததோடு, எந்தவொரு நல்லதையும் அங்கு எதிர்பார்க்கவேயில்லை. அவனது தாய்தான் அவனுக்கு ஆர்வமூட்டியவள். அவனை இதற்கு சம்மதிக்க வைக்க அவள் மிகவும் பாடுபட்டிருந்தாள். குஷ்மினிஷ்னா எனப்படும் அந்த மூதாட்டி மிகச் சிறந்த சாஸ்திரக்காரி என்றெல்லாம் அவள் எடுத்துச் சொன்னாள். அவளிடம் உதவி கோரி ரஷ்ய மக்கள் மாத்திரமல்லாமல் ஜேர்மனி, துருக்கி போன்ற உலகிலுள்ள வேறு பல நாடுகளிலிருந்தும் ஆட்கள் வருவதாக அவள் கூறினாள். என்றாலும், அந்தளவு பெறுமதி வாய்ந்த மூதாட்டியால், அவனது அழிந்து சிதைந்து போயிருக்கும் வாழ்க்கை குறித்து என்னதான் அவனுக்குக் கூற முடியும் என்றுதான் அவனுக்குத் தோன்றியது.

''தாஷாவுடனான இவனது அசாதாரண சந்திப்புகளிலிருந்து இவனை மீட்க எவராலும் முடியவே முடியாது. இரவில் காணும் மோசமான கனவுகளால் இவன் எப்போதும் மிகுந்த கவலையோடு ஓலமிட்டுக் கொண்டிருப்பான். சத்தம் கேட்டு அயலவர்கள் இவனது வீட்டுச் சுவர்களில் தட்டிப் பார்ப்பார்கள். இவன் அதைப் பொருட்படுத்த வேண்டியதில்லை. என்றாலும் இவன் தனது வாழ்நாள் முழுவதும் பெண்களிடமிருந்தும், காதல், தாம்பத்திய உறவுகளிலிருந்தும் முழுமையாக ஒதுங்கி தனியாக, யாருமறியாமல் வாழ வேண்டும். தாஷா இருக்கும் இடம் அவளுக்குப் பிரியமானதாக இல்லை. சில வேளை அது இவனை விடவும் மோசமானதாக இருக்கக் கூடும். அவள் தனது உடலை விட்டு நீங்கிப் போயிருந்த போதிலும், இப்போதும் பலம் வாய்ந்தவளாகவே இருக்கிறாள். பாடல்களைப் பாடியவாறு, நடனமாடியவாறு உல்லாசமாகவே உலவுகிறாள்.''

''அதையெல்லாம் விடுங்க குஷ்மினிஷ்னா... உங்களுக்குத் தெரியும்னா, பரலோகம்னு ஒண்ணு இருக்கிறதா, இல்லையான்னு

சொல்லுங்க'' என்று அவன் திடீரென்று தூக்கத்திலிருந்து விழித்துக் கொண்டவன் போல அந்த மூதாட்டியை நோக்கிக் கேட்டான்.

மேசைக்குக் கீழால் அவனது தாய் அவனது தொடையை வலிக்குமாறு கிள்ளினாள். அந்த மூதாட்டி அவனை முறைத்துப் பார்த்தவாறே முணுமுணுத்தாள்.

"ஏனில்லாமல்? அந்த லோகம் ரொம்ப இயல்பானது. அங்க எவ்வித ஏமாற்றங்களோ, துரோகங்களோ இருக்காது. அது நாங்க கற்பனையில உருவாக்கிக்கிட்ட ஒண்ணுல்ல. நீ ரொம்பக் குடிப்பியோ?''

"எல்லோரையும் போலத்தான்.''

"நீ அதைக் கை விட வேண்டியிருக்கும்.''

"ஏன்?''

"நீ அதைச் செய்தே ஆகணும்.''

"சரி. நீங்க சொல்றீங்கன்னா செய்றேன்.''

"நீ புகைபிடிக்கிறதையும் நிறுத்திடணும்.''

"சரி.''

"இவன் ரொம்ப லேசா எல்லாத்துக்கும் சம்மதிக்கிறானே எலிஸவேதா. பொய் சொல்றானோ? இங்க பாரு இளைஞனே. மூடத்தனமான வேலைகளை ஒருபோதும் செய்ய நினைக்காதே. பலவீனமான உணர்வுகள் இருந்தா அதையெல்லாம் மனசுலருந்து முழுசா துடைத்தகற்றிடணும்.''

"எனக்கு பலவீனமாவோ, இல்லாமலோ எந்த உணர்வுகளுமில்ல. முன்னாடின்னா, தாஷா கூட இருந்தப்ப எல்லாம் இருந்துச்சு. நாங்க அடிக்கடி எல்லாத்தைப் பற்றியும் கலந்து பேசிட்டிருப்போம். எங்க உணர்வுகளைப் பகிர்ந்துக்குவோம். அவள் ரொம்பத் திறமையானவள்.

லைப்ரரியில வேலை பார்த்துட்டிருந்தாள். யாரா இருந்தாலும், லைப்ரரில வேலை செஞ்சாங்கன்னா அறிவாளிகளா ஆகிடுவாங்க.''

குஷ்மினிஷ்னா தனது கதிரையில் சாய்ந்தமர்ந்தவாறே தன்னை நோக்கிக் கையை நீட்டுமாறு அவனிடம் கூறினாள். அவன் தனது கையை நீட்டினான். அவள் அவனது பலம் மிக்க உள்ளங்கை மீது ஏதோ மந்திரங்களை உச்சரித்து ஊதி விட்டு அவளது மென்மையான முதிய விரல்களால் அதைத் தடவிக் கொடுத்தாள். அவளது இருண்ட, கபில நிறமான முகம் வாடிக் குரூரமானது. எலிஸவேதா பெற்றோவினா பெருமூச்சு விட்டவாறு பார்த்துக் கொண்டிருந்தாள்.

''உங்களுக்கு ஏதாவது தோணுதா பாட்டி?'' என்று அவன் தனக்குள்ளே ஏதோ ஆர்வத்தை உணர்ந்ததால் சும்மா கேட்பது போல அவளிடம் கேட்டான். அவனுக்குத் தூக்கக் கலக்கமாக இருந்தது. அவன் கடந்த இரண்டு தினங்களாக தூங்கியிருக்கவேயில்லை.

''வரப்போற காலம்னா உனக்கு அவ்வளவு நல்லதாக இல்ல பிள்ளையே. புகைபிடிக்கிறது, குடிக்கிறது மாத்திரமில்லாம நீ பொண்ணுங்க சகவாசத்தையும் உடனடியா நிறுத்திடணும்.''

''என்னால அதையும் செய்ய முடியும்'' என்று அவன் பற்களைக் கடித்தவாறே வாயைத் திறந்து ஆர்வமில்லாமல் தலையசைத்துக் கூறினான்.

''அது அந்தளவு லேசான ஒரு காரியமில்ல. உன்னால உன்னோட உடம்பைக் கட்டுப்படுத்திக்க முடியுமா? சரி எலிஸவேதா. எனக்கு இவங்களோட ஏதாவது சாமான்களைக் கொடு.''

அவனுக்கு ஆச்சரியமாக இருந்தது. அவனுடைய தாய், அந்த வார்த்தைகளுக்காகவே காத்திருந்தது போல, தனது கைப்பைக்குள்ளிருந்து அவனது பழைய தொப்பியொன்றையும்,

தாஷாவின் நீல மாணிக்கம் பொருத்தப்பட்ட மோதிரமொன்றையும் வெளியே எடுத்தாள். அவன் ஏதோ ஒரு சந்தர்ப்பத்தில் தாஷாவுக்கு அன்பளிப்பாகக் கொடுத்திருந்த மோதிரம் அது. பல வருடங்களாக அவள் அதனைத் தனது விரலிருந்து கழற்றாமல் எப்போதும் அணிந்திருந்தாள். பிறகு எப்படியோ காணாமல் போயிருந்த அது இப்போது அம்மாவின் கைப்பையில் இருக்கிறது. 'கடவுளே, உனது செயல்கள் எந்தளவு வியப்பைத் தருகின்றன?' என்று அவனுக்குத் தோன்றியது.

அந்த மூதாட்டி அவனை அனுதாபத்தோடு பார்த்தாள். இருள் அந்த அறைக்குள் நுழைந்திருந்தது. முடை நாற்றம் அறையின் நாற்புறமும் பரவியிருந்தது. அறையின் ஒரு மூலையில் ஒரு விளக்கு எரிந்து கொண்டிருந்தது. அதில் எவரினதோ இரண்டு விழிகள் கனவில் போல மின்னிக் கொண்டிருப்பதாக அவனுக்குத் தோன்றியது. இனம்புரியாத பயமொன்று அவனுக்குள் வளர்ந்தது.

"நாங்க வீட்டுக்குப் போயிடலாம் அம்மா. இப்பவே ரொம்பத் தாமதமாயிடுச்சு. எனக்குத் தூங்கணும்" என்றான் அவன்.

"அப்போ எனக்கு வாக்குக் கொடு" என்று அந்த மூதாட்டி உத்தரவிடுவது போல கூறினாள்.

"என்ன வாக்கு?"

"இனிமேல் குடிக்க மாட்டேன், புகைபிடிக்க மாட்டேன், பொண்ணுங்களைத் தொட மாட்டேன்னு சொல்லி இந்த தேவ ரூபத்தை முத்தமிட்டு சத்தியம் பண்ணு."

அந்த தேவ ரூபம் சிறியதாக இருந்தது. சாயம் போய் மங்கலாக இருந்த அதைச் சுற்றி வர பொன் நிற உலோகத்தால் சட்டமிடப்பட்டிருந்தது. அவன் அந்த அலங்காரத்தைக் கூர்ந்து பார்த்தான்.

"நான் அதையெல்லாம் செய்ய மாட்டேன்னு சத்தியம் செய்றேன். அம்மா, இந்தக் கிறுக்குத்தனமெல்லாம் வேணாம். வா வீட்டுக்குப் போவோம்" என்று பலவீனமாகக் கூறினான்.

எலிஸவேதா பெற்றோவினாவுக்கு போகத் தேவைப்படவில்லை. அவள் இன்னும் எதையோ எதிர்பார்ப்பவள் போல காத்துக் கொண்டிருந்தாள். அது அந்த மூதாட்டியிடமிருந்தான நல்ல வாக்காகவும் இருக்கலாம்.

"வருத்தப்படாதே பிள்ளையே. நான் உன்னை ஆவிகள்கிட்டயிருந்து காப்பாத்துவேன். அதுக்கு உனக்கு பொறுமைதான் தேவைப்படுது" என்று குஷ்மினிஷ்னா கூறினாள்.

"சரி. நான் பொறுமையா இருந்து பார்க்குறேன்."

"உனக்குள்ள விஷக்கிருமிகள் இருக்கு. தாஷா சாகுறதுக்கு முன்னாடியிருந்தே அது இருக்கு. இல்லையா?"

"அது உங்களுக்கு எப்படித் தெரிஞ்சதுன்னு எனக்குப் புரியல. இருந்தாலும் நீங்க சொல்றது நிஜம்தான் பாட்டி. ஆனா கிருமிகளும், புழுக்களும் இல்லாத ஆட்கள் உங்கக்கிட்ட வருவாங்களா என்ன?" என்று கேட்டவன் மென்மையாகச் சிரித்தான்.

அவனுக்கு அந்த மூதாட்டியைப் பிடித்திருந்தது. அவளால் உண்மையிலேயே அவனைப் புரிந்து கொள்ள முடிந்தது. என்றாலும் அவளால் அவனைப் பாதுகாக்க முடியாது. எவராலும் அவனைப் பாதுகாக்க முடியாது. கிருமிகள் அவற்றின் பற்களால் அவனது ஈரல் வரை ஆழமாக அரித்து முடித்திருக்கிறது. அவனுக்குள் எழுந்த சிரிப்பு உள்ளுக்குள் குமுறிக் குமுறி மேலேயெழுந்து விக்கலாக மாறியது. எலிஸவேதா பெற்றோவினா வேகமாக அவனை வெளியே அழைத்துக் கொண்டு வந்தாள்.

தலைசுற்றலோடும், தனிமையோடும், வெறுமையோடும் கிட்டத்தட்ட ஐந்து மாதங்கள் கழிந்தன. உண்மையில் அவனது ஆன்மா அமைதியாகவே இருந்தது. இரவில் இரண்டு, மூன்று தூக்க மாத்திரைகளை அருந்தும் அவன் நன்றாகப் படுத்துறங்கினான். தொழிற்சாலையில் வெறி பிடித்தவன் போல சுறுசுறுப்பாக வேலை செய்தான். மின்னல் வேகத்தில் எந்த வேலையையும் செய்யக் கூடியவனாக அவன் இருந்தான். அவன் வேறொரு இடத்தில் வேலைக்குச் சேரத் தீர்மானித்திருந்த போதிலும் அது எப்போது என்பது மாத்திரம் தீர்மானிக்கப்பட்டிருக்கவில்லை. அவனுக்கு ஒரே சமயத்தில் இரண்டு இடத்துக்கு வேலைக்கு அழைப்பு விடுக்கப்பட்டிருந்தது. அவனது தாயோ சற்றுப் பொறுமையாக இருக்குமாறு அறிவுறுத்தினாள். தொழிலாளர் சங்கம் எப்போது வேண்டுமானாலும் சரிந்து விடுமென்றுதான் எல்லோரும் கருதினார்கள். அந்தச் சமயத்தில் ஜனங்கள் பட்டினியில் வாடிக் கொண்டிருக்கையில் ஊழல்வாதிகள் பெரும் செல்வந்தர்களாக ஆகிக் கொண்டிருந்தார்கள்.

அவன் வாகனங்களைப் பழுதுபார்க்கும் நிலையத்துக்கு வேலைக்காக அழைக்கப்பட்டிருந்ததோடு, காபியுரேட்டரைப் பழுதுபார்ப்பதுவே அங்கு அவனது பணியாக குறிப்பிடப்பட்டிருந்தது. வீட்டுத் தளபாடங்களைப் பழுதுபார்க்கும் நிலையத்துக்கும் வேலைக்காக அவன் அழைக்கப்பட்டிருந்தான். அங்கு அவனுக்கு மாதாமாதம் ஆயிரம் ரூபிள்களை ஊதியமாக வழங்க இணக்கம் தெரிவித்திருந்தார்கள். பெரும்பாலான, அமைதியான ஜனங்களைப் போலவே அவனும் பெருமளவு ஊதியம் குறித்தும், பெருமளவு செல்வத்தைத் தேடிக் கொள்ள என்னென்ன உபாயங்களைச் செய்ய வேண்டும் என்பது குறித்தும் யோசிக்கத் தொடங்கியிருந்தான். அவன் பணி புரிந்த பிரிவிலேயே பயமோ, சந்தேகமோ அற்ற பலரும் அவ்வாறான தூண்டில்களுக்கு இரையாகி வேறு இடங்களுக்கு வேலைகளுக்குப் போய் விட்டிருந்தார்கள்.

தமிழில் - எம். ரிஷான் ஷெரீப்   95

அவனோ கோடை காலம் வரும்வரை காத்திருக்கத் தீர்மானித்திருந்தான். வேனிற்கால விடுமுறையில் புதிய அழைப்புகளை ஏற்றுக் கொள்ள முடியும் என்று காத்திருந்தான்.

மே மாதத்தில் முதலாவது மழைத் தூறல் மண்ணில் விழத் தொடங்கியதுமே அவன் சந்தோஷத்தில் பூரித்துப் போனான். துன்பத்துக்குள்ளாக்கும் ஏதோவொன்று அவனது ஆன்மாவை விட்டு அகன்றது போல உணர்ந்தான். புதிய வாழ்க்கை முறை குறித்த பிரகாசமான சித்திரமொன்று அவனுக்கு முன்னால் தோன்றத் தொடங்கியது. அவன் அதை, மிகவும் பலவீனமாகவுள்ள நோயாளியொருவனைப் போல கவனமாகக் கூர்ந்து பார்த்தான். அது அந்தளவு விநோதமாக இருந்தது. தெருக்களிலும், கனவுகளிலும், அவனது கற்பனைகளிலும் விசித்திரமான முகங்களும், குரல்களும், வர்ணங்களும் அவனைச் சுற்றிவர இருந்தன. பாவமான சிந்தனைகள் எவையும் ஒருபோதும் அவனுக்குள் எழவேயில்லை. அவனது உடலுக்குள் யாரோ மெழுகுதிரியை ஏற்றி வைத்தது போல உணர்ந்தான். காலையில் விழித்துக் கொண்டதும் ‘அடடா… இன்னும் உயிருடன்தான் இருக்கிறேன்' என்று தினந்தோறும் தனக்குள்ளே சிரித்துக் கொண்டான்.

எலிஸவேதா பெற்றோவினா தொடர்ந்தும் பணம் எடுத்துக் கொண்டு போய் சாஸ்திரக்காரியைப் பார்த்து வந்தாள். அவ்வாறாக எவ்வளவு தொகை செலவானது என அவள் ஒருபோதும் அவனிடம் கூறவேயில்லை. குஷ்மினிஷ்னா அவளது வார்த்தைகளை மெய்ப்பித்திருந்தாள். அவளது இந்திரஜால சக்தி செயற்பட்டுக் கொண்டிருந்தது. இப்போதெல்லாம் அவனுக்கு, அவையனைத்தும் வேடிக்கையானது என்று தோன்றுவதேயில்லை. அவனுக்கு இனிமையான பால்ய காலத்தின் பூரணமானதும், புத்துணர்ச்சியுடன் கூடிய பிரகாசமானதுமான உணர்வுகள் நிறைந்த வாழ்க்கையை

உரித்தாக்கியது அந்த இந்திரஜால சக்தியல்லாமல் வேறெது? ஏதோ அவன் மீண்டும் பிறந்ததைப் போல உணர்ந்தான். அந்த மூதாட்டி சொன்ன நாளிலிருந்தே அவன் புகைப்பிடிப்பதைக் கை விட்டிருந்தான். அன்றிலிருந்து பளபளப்பான, அழகான வர்ணங்களிலான ஆடைகளை அணிந்த அழகிய பெண்களை ஏறெடுத்துப் பார்ப்பதுவும், மதுபானமும் கூட அவனுக்குப் பிடித்தமானவைகளாக இருக்கவில்லை.

''நீ ரொம்ப நல்ல விதமாக மாறியிருக்கிறாய் பேத்யா. நீ இப்போ யாரையும் குறை சொல்றதைக் கூட நிறுத்திட்டாய். உன்னோட பார்வைகளும் கூட மாறியிருக்கு. பாரு. நம்மைச் சுற்றி வர பூப்போல மனுஷங்க இப்பவும் இந்த ரஷ்யாவுல நிறைஞ்சிருக்காங்க'' என்று ஒருநாள் நீராவிக் குளியலறையில் வைத்து அவனது மேற்பார்வையாளரான மேத்யூஜின் கூறினார்.

அவர்களுடன் குளித்துக் கொண்டிருந்த நண்பர்கள் இருவர், அவனுக்கு முதுகு தேய்த்து விடவோ, அவனருகில் வரவோ போட்டி போட்டவாறு கோஷம் எழுப்பினார்கள். தனக்கு மூன்று முதுகுகள் இருந்திருந்தால் நன்றாக இருக்குமே என்று அந்தச் சமயத்தில் அவன் கவலைப்பட்டான்.

முற்றத்தில் புற்களைச் சீராக வெட்டும்போது ஒன்றின் பின் ஒன்றாக புற்கள் வெட்டப்பட்டு அடுக்கப்படுவது போல நாட்கள் ஒவ்வொன்றாக வேகமாகக் கழிந்து கொண்டேயிருந்தன. தினந்தோறும் புதிய போராட்டத்துக்காகவும், புதிய வெற்றிகளுக்காகவும் ஏதோவொரு தயாரிப்பைத் தனது ஆன்மாவுக்குள் உணர்ந்ததால் அவனுக்கு வாழ்வதில் இனிமை தோன்றியிருந்தது. இருளும், வெளிச்சமும் மாறி மாறி வரும் சோம்பல் மிகுந்த அந்தக் காலத்திலும்,

தனிமையிலும், எதற்கும் பதற்றப்படாமல் அமைதியாக இருப்பது மிகவும் இலகுவாக இருப்பதாக அவன் உணர்ந்தான். அதனால் வாக்குறுதிக்கு மாற்றமாக எதையும் செய்ய அவன் முயற்சிக்கவில்லை.

"உகந்த நேரம் வந்து விட்டது மகனே" என்று ஒரு நாள் எலிஸவேதா பெற்றோவினா அவனை நெருங்கிக் கூறினாள்.

"என்ன நேரம் அம்மா? எதுக்கான நேரம்? உண்மையில எங்க ரெண்டு பேருக்கும் ஏதாவது கெட்டது நடந்ததா?" என்று கேட்டு சிரித்தான்.

மறுநாள் அவன் தனது தாய்க்குத் தேவையான பொருட்களை வாங்கிக் கொண்டு வீட்டுக்கு வந்தபோது, தாயின் வாடிக்கையாளப் பெண்மணியின் உறவுக்காரப் பெண்ணான, அந்தக் குக்கிராமத்தின் இளம்பெண்ணான அன்யூத்தா அங்கிருந்தாள். இந்த எதிர்பாராத சந்திப்பினால் மிகவும் மகிழ்ந்து போன அவன் தனது தாயை நெருங்கி நின்றான். அன்யூத்தாவும் கூட அவனை நோக்கி நட்பாகப் புன்னகைத்தாள்.

எலிஸவேதா பெற்றோவினா அவர்கள் இருவரையும் கூர்ந்து கவனித்தாள். அவர்கள் அப்போதுதான் புதிதாகப் பிறந்தவர்கள் போன்றிருந்தார்கள். அவள் தேநீர், சிவப்பு வைன், கேக் போன்றவற்றால் உணவு மேசையை அலங்கரித்திருந்தாள். என்றாலும், திடீரென்று காரணமெதுவும் கூறாமல் வைன் போத்தலை அங்கிருந்து அப்புறப்படுத்தினாள்.

"அம்மாவுக்கு நம்ம ரெண்டு பேருக்கும் கல்யாணம் பண்ணி வைக்கணும்னு தோணியிருக்கு போலிருக்கு. சரி. நீ உன்னோட விபரங்களைச் சொல்லு. நீ இப்போ அஞ்சாவது வருஷத்துலதானே படிச்சிட்டிருக்கே?" என்று வெகு இயல்பாக அவளிடம் கதைத்தான்.

அவன் வருடக்கணக்கில் தவறுதலாக பிழை விட்டிருப்பது அவளுக்கு வியப்பைத் தந்த போதிலும், அவள் அதை சரி செய்ய முயற்சிக்கவில்லை. அவளைக் காதலித்த, அவளை மிரட்டி 'தாஷா' என்று கத்திய அந்தப் பலசாலியான இளைஞனை அவள் மறக்கவேயில்லை. அவனுக்கு மூளை சரியில்லை. அதனாலென்ன? ஆட்கள் ஊனமுற்றவர்களையும், குடிகாரர்களையும், கொலைகாரர்களையும் காதலிக்கிறார்கள் எனும்போது அவள் ஏன் ஒரு பைத்தியக்காரனைக் காதலிக்கக் கூடாது?!

முன்பு அவர்கள் நான்கே நான்கு தடவைகள்தான் ஒன்றாக நடந்து விட்டு வரப் போயிருந்தார்கள். அவற்றால் அவளது மொத்த வாழ்க்கையும் மாறி விட்டிருந்தது. அவன் அவளது ஒரே எதிர்பார்ப்பாக இருந்தவன் என்பது தெளிவானது. அவர்களது அந்த பந்தமானது அவனது துயர விழிகளில் அப்போது விட்டுவிட்டு மின்னிக் கொண்டிருந்தது. அவன் கலகக்காரன்தான். இருந்தாலும், அவள் அமைதியானவள். அடக்கமானவள். அவ்வாறிருந்தால்தான் அவர்கள் பொருத்தமான ஜோடிகளாக இருப்பார்கள்.

அன்று, அந்தப் பயங்கரமான மாலைவேளையில் அவள், எலிஸவேதா பெற்றோவினாவைத் தொலைபேசியில் தொடர்புகொண்டு நடந்ததையெல்லாம் கூறி அழுது தீர்த்தாள். எலிஸவேதா பெற்றோவினா அவளைத் தன்னைச் சந்திக்க வரச் சொல்லி அனைத்தையும் விளக்கமாகக் கூறினாள். அவனால் மரணித்த அவனது மனைவியைக் குறித்து, அவனது பலவீனமான இதயத்தைக் குறித்து, அவனது தொந்தரவான சுபாவம் குறித்து, அவனது நோய்வாய்ப்பட்ட பால்யம் குறித்து என அனைத்தையும் தெளிவாகவும், விபரமாகவும் கூறினாள். அவன் குணமாகி மீண்டும் அவளைக் காதலிப்பான் என்ற எதிர்பார்ப்போடு, பொறுமையாக இருக்குமாறு அவளிடம் கேட்டுக் கொண்டாள்.

அவ்வாறாக அவ்வளவு காலமும் காத்திருந்த அவளுக்கு, நேற்று எலிஸவேதா பெற்றோவினா நல்ல அறிகுறியொன்றை வெளிப்படுத்தினாள். அவன் வீட்டுக்கு வரவிருப்பதால், சாப்பாட்டுக்குப் பிறகு தனது வீட்டுக்கு வருமாறு அவளுக்கு அழைப்பு விடுத்தாள். அவன் பூரண குணமடைந்திருக்கிறான் என்றாள்.

"படிப்புன்னா ரொம்பக் கஷ்டமா இருக்கு. நிறையப் பாடுபட்டுப் படிக்க வேண்டியிருக்கு. நான் நல்லாப் படிச்சிட்டிருக்கேன். திரைப்படமொண்ணு பார்க்கப் போகக் கூட நேரம் கிடைக்குதில்ல" என்று அவள் அமைதியாக அவனுடன் உரையாடத் தொடங்கினாள்.

"படங்களெல்லாமே அலுப்பானவையா இருக்கு" என்று எந்தக் காரணமுமில்லாமல் அவன் கூறினான். அவனது விழிகள் பிரகாசித்தன. எதையோ அளவிடுவதைப் போல அவன் அவளையே பார்த்துக் கொண்டிருந்தான். அவளுக்கு அவனை நினைவிருக்கும் என்று கூட அவன் நினைத்திருக்கவில்லை. அதைக் குறித்த இரகசியமான கவலையொன்று அவனுக்குள் இருந்து கொண்டேயிருந்தது. அவன் கல்லூரிகளிலும், நாட்டில் எவ்விடத்திலும் சந்திக்கக் கூடிய விதமான உற்சாகமான இளைஞனொருவன் போல மாறியிருந்தான். அவளுக்கு அழ வேண்டும் போலிருந்தது. 'இனி ஒருபோதும் தன்னை விட்டு விலகிச் செல்லக் கூடாது' என்பது போன்ற நிபந்தனையோடு, ஒழுங்காக வாரப்படாத அந்தக் கிறுக்கனின் தலையைத் தனது தோளில் சாய்த்து அணைத்துக் கொள்ள வேண்டும் என்று அவளுக்குத் தோன்றியது.

அவன் அந்த அறைக்குள் அவளையே வலம் வந்து கொண்டிருந்தான். அவனது நடவடிக்கைகளில் எவ்வித அபாயத்தின் அறிகுறிகளும் இருக்கவில்லை. அவன் தாழ்மையாகப் புன்னகைத்தவாறு உணர்வுபூர்வமாகக் கதைத்துக் கொண்டிருந்தான்.

"இன்னிக்கு உன்னைக் கண்டது எனக்கு ரொம்ப சந்தோஷமா இருக்கு, தெரியுமா? நாங்க எதுக்காக பிரிஞ்சிருக்கணும்? உனக்கு பழசெல்லாம் ஞாபகமிருக்கா? நான் திரும்ப கல்யாணம் பண்ணிக்கணும். எல்லார் பார்வையிலும் நான்தான் குற்றவாளிங்குறது எனக்குத் தெரியும். நான் ரொம்ப மோசமான விதத்துலதான் வாழ்ந்துட்டிருந்தேன். அப்போ என்னால எதையுமே புரிஞ்சுக்க முடியல. வாழ்க்கைல ஒருபோதும் ஆட்களைப் பகைச்சுக்கவே கூடாது. குறிப்பா பெண்களை. அவங்க பலவீனமானவங்க. மென்மையானவங்க. இருந்தாலும் நான் அப்படியெல்லாம் துன்புறுத்தியிருக்கேன். நான் இழிவானவங்களை விடவும் இழிவானவன். இனிமே நான் மோசமான விதத்துல நடந்துக்கிட்டேன்னா, நீ எனக்கு அதை சொல்லித் தரணும். இல்லேன்னா அப்பவே என்னை அடிச்சிடு. அதுக்காகத் தயங்காதே. நான் அதுக்கு நன்றி மாத்திரம்தான் சொல்வேன்."

அவளால் அதைத் தாங்க முடியாமல் இருந்தது. அவள் தனது கைகளால் முகத்தை மூடிக் கொண்டாள். அவனது பேச்சு மிகவும் உணர்வுபூர்வமாக இருந்தது.

"ஐயோ... என்னாச்சு உனக்கு? அழாதே. எல்லாம் சரியாகிடும். நாம நாளைக்கே நம்ம கல்யாணத்துக்கான விண்ணப்பத்தை அனுப்பி வைப்போம். நாங்க என்னோட அம்மா கூட, இதே வீட்டுல ஒண்ணா வாழுவோம். சரியா? அம்மாவுக்கு இப்போ ரொம்ப வயசாயிடுச்சு. அவளுக்கு அவளோட வேலைகளைத் தனியா செஞ்சுக்கக் கூட கஷ்டமாயிருக்கு. யாராவது சமைச்சுக் கொடுக்கவும், துணி துவைச்சுக் கொடுக்கவும் வேண்டியிருக்கு. இதுக்கெல்லாம் உனக்கு சம்மதமா?" என்று அவளை நெருங்கிக் கேட்டான்.

அவள் தனது கண்ணீர் நிறைந்திருந்த முகத்தைத் துடைத்தவாறே அவனை ஏறிட்டுப் பார்த்தாள்.

"எனக்கு சம்மதம்தான். ஆனா என் பக்கத்துல வராதீங்க."

"ஏன்?"

"எனக்கு பயமாயிருக்கு."

"பைத்தியமா உனக்கு? இதுல பயப்பட என்ன இருக்கு? எல்லாமே முடிஞ்சு போயாச்சு. நான் இப்ப மாறிட்டேங்குறது உனக்குத் தெரியலையா? வேணும்னா என்னோட அம்மாக்கிட்ட கேட்டுப் பாரேன். சரி. உனக்கொரு முத்தம் கொடுக்குறேன். வேற எந்த நோக்கத்திலுமில்ல. நண்பர்கள் கொடுத்துக்குறது போல... சரியா?"

அவள் சுவரோடு ஒட்டிக் கொண்டு, தன்னை நெருங்கும் அவனைப் பயந்து நடுங்கியவாறே பார்த்துக் கொண்டிருந்தாள். காதலின் மோகப் புன்னகையில் அவனது பற்கள் பளிச்சிட்டன. அவனது இரும்பு போன்ற கைகள் மெதுவாக அவளது முதுகுப்புறமாக நுழைந்து அவளைக் கட்டியணைத்தன. அவனது விழிகள் பாதி மூடியிருந்தன. அவனது ஆக்கிரமிப்புக்குள் சிலையெனச் சமைந்திருந்த அவள், அவனது உடல் குளிர்ந்திருப்பதை உணர்ந்தாள்.

"என்னை மன்னிச்சிடு தாஷா. என்னோட தப்புகளுக்கு, உன்னோட சாவுக்கு எல்லாத்துக்கும் என்னை மன்னிச்சிடு. உனக்கு வலிக்குதா?"

"ஆமா. எனக்கு வலிக்குது."

அவனது இரண்டு கரங்களும் மேலும் பலமாகப் பிணைந்தன. அவளது முள்ளந்தண்டு சிலிர்த்ததோடு வலிக்கவும் செய்தது.

"தாஷா... என்னையும் உன்னோடு கூட்டிப் போயிடேன் கண்ணே..."

"என்னைப் போக விடுங்க. எனக்கு வலிக்குது."

பயத்தில் இமைகளைப் படபடக்கச் செய்தவாறு அவள் மேலும் சுவரோடு ஒட்டிக் கொண்டாள்.

"என்னது? உனக்கு வலிக்குதா? யாரடி நீ? சொல்லு... சொல்லடி நாயே... மௌனமா இருக்காதே... சொல்லடி."

"ஐயோ கடவுளே!"

அவன் கொம்பினால் குத்துவதற்குத் தயாரான ஆடொன்றைப் போல தலையைச் சிலுப்பிக் கொண்டான். அவனுக்கு அப்போதுதான் அனைத்தும் தெளிவானது. ஒரே பார்வையில் திடீரென அவன் கடந்த காலத்தையும், எதிர்காலத்தையும் கண்டிருந்தான். இல்லை. இனியும் உயிர் வாழ வேண்டிய அவசியமில்லை. ஒரே சிந்தனைதான் எப்போதும் அவனது மூளையை ஆட்கொண்டிருக்கிறது. தாஷா இல்லாவிடில் அவன் உயிர் வாழ்வதில் அர்த்தமென்ன இருக்கிறது? எவராலும் அவளை மீண்டும் உயிரோடு கொண்டு வர முடியாது.

அந்த எண்ணத்தோடு அவன் ஜன்னலருகே போனான். அவனைத் தடுத்து நிறுத்த வேண்டும் என்று அன்யூத்தாவுக்குத் தோன்றிய போதிலும் அவளிடம் அதற்கு சக்தியிருக்கவில்லை.

'எல்லோருடைய வாழ்க்கையையும் நாசமாக்கிய பொறுக்கி இவன். குதித்துச் சாகுறதுன்னா செத்துத் தொலையட்டும்' என்று அவள் நினைத்தாள்.

ஹஸான் கனஃபானீ

ஹஸான் கனஃபானீ பாலஸ்தீன ஊடகவியலாளரும், எழுத்தாளரும், நாவலாசிரியராகவும், ஓவியராகவும், பாலஸ்தீன விடுதலை இயக்கத்தின் முன்னணி உறுப்பினராகவும் திகழ்ந்த ஹஸான் கனஃபானீ, 1936 ஆம் ஆண்டு பாலஸ்தீனத்தில் பிறந்தவர். சிறுகதைகள், ஆய்வுக் கட்டுரைகள், நாவல்கள் என பலவற்றையும் எழுதியுள்ள இவர், 1972 ஆம் ஆண்டு, ஜூலை மாதம் எட்டாம் திகதி, தனது முப்பத்தாறு வயதில் படுகொலை செய்யப்பட்டார்.

ஸாத்தின் தாய்

ஸாத்தின் தாய் பல வருடங்களாக அல் கவாஸியாவிலுள்ள எமது வீட்டில் எமது குடும்பத்தினருடன்தான் வசித்து வந்தாள். பின்னர் அவள் தனது வாழ்க்கையில் கஷ்டங்கள் நிறைந்த வருடங்கள் சிலவற்றைக் கழித்த அகதி முகாமின் இடர் நிரம்பிய சூழலுக்குள் வாழச் சென்றாள். இப்போதும் அவள் எமது வீட்டுக்கு ஒவ்வொரு திங்கட்கிழமையும் வந்து செல்கிறாள். வந்தவுடனே எமது வீட்டிலுள்ள எல்லாவற்றையும் மிகவும் ஆர்வத்தோடு பார்ப்பாள். ஏனென்றால், அவற்றை ஒழுங்குபடுத்தி, நேர்த்தியாக வைக்க அவளது கைகள் பரபரத்துக் கொண்டிருக்கும். பிறகு எல்லா வேலைகளையும் மிகவும் சுறுசுறுப்பாக பார்த்துப் பார்த்து செய்வாள்.

அவள் என்னை, தனது மகளைப் போலவே கருதி கவனித்ததோடு, வீட்டுக்கு வந்திருக்கும் சந்தர்ப்பங்களில் அவளது துயர ஜீவிதத்தைக் குறித்தும், மகிழ்ச்சிகரமான சந்தர்ப்பங்கள் மற்றும் கலவர கால அனுபவங்கள் போன்றவற்றைக் குறித்தும் என்னிடம் கூறுவாள். எனினும் அவளது பேச்சில் ஒரு நாளும் குற்றம் சாட்டும் தொனி காணப்படவேயில்லை.

அவளுக்கு கிட்டத்தட்ட நாற்பது வயதுகளிருக்கும். மலையொன்றைப் போல உறுதியானவள். அந்த தைரியமே தன்னை

நினைத்துக் கூச்சப்படக் கூடிய அளவுக்குத் திடமானவள் அவள். நாள் முழுவதும் வேலை செய்து கொண்டேயிருப்பாள். தனக்கும், தனது பிள்ளைகளுக்கும் நேர்மையாக உழைத்து ஏதாவது தேடிக் கொள்ள தனது சக்தியையும் விட பல மடங்கு பாடுபடுவாள்.

அவளை எமக்கு பல வருடங்களாகத் தெரியும். இப்பொழுது அவளில்லாமல் வாழ்க்கையைக் கழிக்க முடியாத அளவிற்கு அவள் எமது வாழ்க்கையில் ஓரிடத்தைப் பெற்றிருக்கிறாள்.

எமது வீட்டின் கதவைத் தட்டியதன் பிறகு உள்ளே வரும் அவள், தனது கையிலிருக்கும் துணி மூட்டையை வரவேற்பறையின் தரையில் வைத்துவிட்டு, அகதி முகாமிலுள்ள சிக்கல்கள், அங்கிருக்கும் குடியிருப்பாளர்களின் முரட்டுக் குணங்கள், வறுமை மற்றும் உதவிகள் போன்ற விபரங்களால் என்னை மூழ்கடிப்பாள். தொடர்ந்து, எனது வாய் கடந்த பல வருடங்களாக அனுபவித்து வரும், அந்த விபரங்கள் தரும் கசப்புச் சுவையால் நிரம்பும். எனது எண்ணங்களும், உடலும் களைத்து விட்டது போல் உணரும்.

அவள் வழமை போலவே கடந்த திங்கட்கிழமையும் தனது துணி மூட்டையைக் கீழே வைத்து விட்டு எனக்கு முன்னால் வந்து நின்றாள்.

''மகனே.. நான் உன்னிடம் ஒன்று சொல்ல வேண்டும். ஸாத் போய் விட்டான்.''

''எங்கே?''

''அவர்களிடம்ம! பாலஸ்தீன விடுதலை இயக்கத்தில் இணைந்து கொள்ளப் போய்விட்டான்.''

சொற்ப நேரம் அங்கே அமைதி நிலவியதோடு, அவள் சடுதியாக தரையில் அமர்ந்து கொண்டாள். ஒரு மணப் பெண்ணைப் போலம ஆனால் உறுதியாக.

வாழ்க்கையோடு போராடியே அதிகமாகக் களைத்துப் போனதால் அவளது ஜீவிதம் சிதறிப் போயிருக்கிறது. அவள் தனதிரு கரங்களையும் தனது மடியில் வைத்து விரல்களைக் கோர்த்துப் பிடித்திருந்தாள். என்னால் அவளது விறகுச் சுள்ளிகளைப் போல வரண்ட, மரத்தின் தண்டு போல உறுதியான கைகளைக் காண முடிந்தது. அதனூடாக எனக்கு, ஸாத்தினுடைய பால்ய காலம் முதல் இளைஞனாகும் வரையான அவனது வாழ்க்கைப் பயணத்தின் பிரகாசமான நிகழ்வுகள் தெளிவாகத் தென்படத் தொடங்கின.

அவளது இந்த உறுதியான கரங்களால், பெருநிலத்தின் தளிரொன்றை, பெரு விருட்சமாக ஆகும் வரைக்கும் உரமிட்டு வளர்ப்பது போல, ஸாத்தும் உரமிட்டு வளர்க்கப்பட்டுள்ளான். இன்று அந்தப் பறவை, இருபது வருடங்களாகத் தன்னைக் காத்த கூட்டை விட்டும் பறந்து சென்று விட்டிருக்கிறது.

'அவன் பாலஸ்தீன விடுதலை இயக்கத்துடன் இணைந்து கொண்டான்.'

நான் இன்னும் அவளது கைகளையே பார்த்துக் கொண்டிருந்தேன். அந்தக் கைகளிரண்டையும், அனைத்தையும் புறக்கணித்து விட்டு, அனர்த்தங்கள் நிறைந்த பாதையொன்றில் முன்னோக்கிச் செல்லும் அந்த வாலிபனின் பின்னால், எதிர்பார்ப்புக்கள் சிதைந்துபோனதால் தனக்குள் ஓலமிட்டவாறு துரத்திச் செல்லும் ஒருத்தியாக அவளை எனக்குத் தோன்றியது. இறைவனே! தாயிடமிருந்து அவளது பிள்ளையைப் பிரிப்பது அவசியமா?

நான் முதன்முறையாக இதயத்தைக் கீற்றுக் கீற்றாய்க் கிழிக்கும் இவ்வாறான சந்தர்ப்பத்தை மிக அருகாமையிலிருந்து பார்க்கிறேன். நாங்கள் கிரேக்க நாடகமொன்றின் நடிகர்கள் போலவும், நாம் அதன் சோகக் காட்சியொன்றில் வாழ்ந்து கொண்டிருப்பதைப் போலவும்

எனக்குள் உணர்ந்தேன். நான் அவளதும், எனதும் தியானத்தைக் களைப்பது போல அவளிடம் கேட்டேன்.

''அவன் உங்களிடம் என்ன சொன்னான்?''

''ஒன்றுமே சொல்லவில்லை. சும்மா கிளம்பிப் போனான். விடிந்ததும் அவனது நண்பர்கள் வந்து, அவன் இயக்கத்துடன் இணைந்து கொள்ளச் சென்று விட்டதாகக் கூறினார்கள்.''

''அவன் செல்லப் போவதாக முன்பே உங்களிடம் சொல்லவில்லையா?''

''ஓஹ். சொல்லியிருக்கிறான். எனக்கு அவனது பேச்சில் நம்பிக்கையிருந்தது. எனக்கு ஸாதைத் தெரியும். அவன் செல்லப் போவதாகவும் எனக்குத் தெரியும்.''

''அப்புறம்? அவன் போனதில் இந்தளவு ஆச்சரியப்படுவது ஏன்?''

''நானா? எனக்கு எந்த ஆச்சரியமுமில்லை. நான் சும்மா சொன்னேன். ஸாத் எங்கே என சில வேளை, உனக்குத் தெரிந்து கொள்ள வேண்டியிருக்குமென எனக்குத் தோன்றியது.''

அவள் தனது கைகளை இப்போது இடுப்பில் வைத்திருந்தாள். அவை அசைந்தன. எப்போதும் ஏதாவது வேலைகளைச் செய்து கொண்டேயிருக்கும் அந்த அழகிய, உறுதியான கைகளைப் பார்த்தேன். இல்லை஖ இந்தக் கரங்களால் எதிர்பார்ப்புக்களை உடைக்க முடியாது஖ ஓலமிட முடியாது஖ களைத்துப் போக முடியாது.

''எனக்கு இவ்வாறு ஸாத்கள் இன்னும் பத்து பேர் இருந்திருந்தால்

எவ்வளவு நன்றாக இருந்திருக்கும்' என நான் இன்று எனது அயலில் வசிப்பவர்கள் எல்லோரிடமும் கூறினேன். மகனே, எனக்குக் களைப்பாக இருக்கிறது. அகதி முகாமில் இருந்திருந்து எனது வாழ்க்கை துண்டு துண்டாக சிதறிப் போனதைப் போல உணர்கிறேன். ஒவ்வொரு நாள் மாலை நேரத்திலும் நான் இறைவனிடம் பிரார்த்தித்தேன். ஒவ்வொரு நாள் காலையிலும் நான் இறைவனை அழைத்தேன். 'ஆண்டவனேம! அவனுக்கு இருபது வருடங்கள் வெறுமனே கழிந்து விட்டன. இப்பொழுதாவது ஸாத் யுத்தத்துக்குப் போகாவிட்டால் பின்னர் எப்போது செல்வது?' என்று பிரார்த்தித்தேன்'' என்று அவள் கூறினாள்.

பிறகு அவள் எழுந்து நின்றாள். முழு அறையுமே அமைதியால் நிரம்பியிருந்தது. அவள் தொடர்பான அனைத்தையும் மேலும் மேலும் அறிந்து கொள்ளும் ஆசை எனக்கு வந்தது. நான் அவளின் பின்னால் அவளைத் தொடர்ந்து சென்றேன். அல் காஸியாவின் பழைய வீடுகள் பார்வைக்குத் தென்படத் தொடங்கின. அவளது வீட்டினுள்ளே சென்றேன். பின் தொடர்ந்து நான் அங்கு வந்ததைக் கண்டு அவள் புன்னகைத்தாள்.

''எனது மகன் ஒரு பெரிய வீரனாகி விட்டான். நான் அவனை நேசிக்கிறேன். ஆனால் நான் அவனை இழந்துவிட்டேன். என்றாலும் அவன் இந்தத் தாயின் பெருமைக்குரிய மகன்.' என்று நான் பேரூந்தில் எனக்கருகே அமர்ந்து பயணித்த பெண்ணிடம் கூறினேன். சரிம அவர்கள் அவனுக்கு ஒரு இயந்திரத் துப்பாக்கியைக் கொடுப்பார்களா, இல்லையா என்று உன்னால் சொல்ல முடியுமா?''

''ஆமாம். அவர்கள் எப்போதும் தமது படையினருக்கு இயந்திரத் துப்பாக்கிகளைக் கொடுப்பார்கள்'

''சாப்பாடு?''

"சாப்பாடும் அவர்களிடம் நிறையவே இருக்கிறது. அவ்வாறே சிகரெட்டும் கொடுப்பார்கள்.''

''ஸாத் என்றால் புகைப்பிடிக்க மாட்டான். ஆனால் அங்கே கூடிய சீக்கிரத்தில் அதற்கு அவன் பழகி விடக் கூடும். அவன், இந்தத் தாயுடைய கண்களின் நம்பிக்கை நட்சத்திரம். அவன் இங்கே அருகாமையில் எங்காவது இருந்தால், எவ்வளவு நன்றாக இருக்கும்? அவ்வாறு இருந்திருந்தால் எனது கைகளாலேயே உணவு சமைத்து அவனுக்குக் கொண்டு போய்க் கொடுத்து விட்டு வர முடியும்.''

''அங்கே அவனுக்கு, ஏனைய நண்பர்கள் சாப்பிடும் அதே சாப்பாட்டையே சாப்பிட வேண்டியிருக்கும்.''

''இறைவன் அந்த அனைவரையுமே பாதுகாக்கட்டும்.''

அவள் சொற்ப நேரம் அமைதியாக இருந்தாள். பிறகு என்னருகே வந்து கேட்டாள்.

''சரி. நான் அவனைச் சந்திக்கப் போனால் அவன் சந்தோஷப்படுவானா? நான் அந்தப் பயணத்துக்கான பணத்தைச் சேமிக்க வேண்டும். இன்னும் இரண்டு தினங்களில் அவனைப் பார்த்து விட்டு வரப் போவேன்.''

பிறகு ஏதோ சட்டென்று நினைவுக்கு வந்தது போலக் கூறினாள்.

'ஐயோம உனக்குத் தெரியாது. எனது மற்றப் பிள்ளைகள் இங்கு இருக்கிறார்களே... அவர்கள் என்னை அடிமையாக்கி வைத்திருப்பதைப் போலக் கருதுகிறேன். இந்தப் பிள்ளைகள் இருவரும் இல்லாவிட்டால், நான் அவனுடனேயே அவனது கூடாரத்திலேயே தங்கி விடுவேன். ஆமாம். நிஜமாகத்தான் சொல்கிறேன். இந்த அகதி முகாம்களுக்கும், படை முகாம்களுக்குமிடையில் என்ன பெரிய வித்தியாசம் இருக்கப் போகிறது?! நான் அந்த படையினர்களுடன்

அவர்களுக்கு அருகிலேயே இருக்க வேண்டும். அவர்களுக்கு உணவு சமைத்துக் கொடுக்க வேண்டும். அவர்களது அனைத்து வேலைகளையும் செய்து கொடுக்க வேண்டும். ஆனால் இந்தப் பிள்ளைகள் இருவருக்கும் வேலைக்காரி போல இங்கு இருக்கிறேன்.''

''அவனிடம் போக வேண்டிய அவசியமில்லை. அவனது வேலைகளை அவனே செய்துகொள்ள இடமளிக்க வேண்டும். இயக்கத்தில் இணைந்து பணி புரிபவர்களைப் பார்த்துக் கொள்ள அங்கு தாய்மார்கள் தேவையில்லை.''

அவள் தனது ஆடையில் இரு கைகளையும் துடைத்துக் கொண்டாள். அவளது விழியோரமாக எனது எதிர்பார்ப்புக்களைச் சிதறடிக்கும் அடையாளத்தைக் காணக் கூடியதாக இருந்தது. தான் எவ்விதப் பயனுமற்ற பொருளொன்றாக மூலையில் ஒதுக்கி விடப்பட்டுள்ள ஒருத்தி என்பதைப் போன்ற உணர்வொன்று அந்தக் கணத்தில் அவளிலிருந்து வெளிப்பட்டது. அவள் என்னை இன்னும் நெருங்கினாள்.

''நான் படைத் தலைவனிடம் போய் எனது மகனை நன்றாகக் கவனித்துக் கொள்ளச் சொல்வதில் பயனில்லை என்றா நீ சொல்கிறாய்?'' என்று கேட்டாள். பிறகு மனமுடைந்து போனதைப் போலத் தயங்கினாள். மீண்டும் கேட்டாள்.

''அங்கே இருக்கும் படைத் தலைவனிடம் அவனை நன்றாகக் கவனித்துக் கொள்ளும்படி சொல்ல உன்னால் முடியாதா? அவரிடம் 'ஸாதைக் கவனித்துக் கொள்ளுங்கள்ம இறைவன் உங்களது குழந்தைகளுக்கு நீண்ட ஆயுளைத் தருவான்' என்று சொல்.''

''அது எப்படி முடியும்? தனிப்பட்ட ஒரு போராளியை மாத்திரம் நன்றாகக் கவனித்துக் கொள்ளும்படி உங்களால் எவரிடமாவது கூற முடியுமா?''

''ஏன் முடியாது?''

''ஏன் தெரியுமா? படைத் தலைவனிடம் சொல்லி ஸாத்தை ஆபத்துக்களிலிருந்து தூரமாக்கி வைத்திருப்பதுதான் உங்களுக்குத் தேவையாக இருக்கிறது என்பதுதான் அதன் அர்த்தம். ஆனால், எவ்வளவு விரைவாக முடியுமோ அவ்வளவு விரைவாக வீரர்களைப் போர்க்களத்துக்கு அனுப்புவதுதான் அவர்களது தேவையாக இருக்கிறது.''

அவள் மீண்டும் தரையில் அமர்ந்து கொண்டாள். எனினும், முன்னெப்போதும் இருந்திராத விதத்தில் மிகவும் கவலையுடனிருந்தாள். அவளது கண்களில் தாயொருத்தியின் ஆசாபாசங்களை நான் அன்று கண்டுகொண்டேன். அவள் சற்று உறுதியான குரலில் கூறினாள்.

''இங்கே கேளு. அவனது படைத் தலைவனை நீ சந்தித்தால் 'ஸாத்தைக் கவனித்துக் கொள்ளுங்கள்' என்று நீ கூறு. 'அவனைக் கடிந்து கொள்ள வேண்டாம்' என்றும் அவரிடம் நீ சொல். அத்தோடு அவரிடம் இதையும் கூறு. 'ஸாதுக்கு எது தேவையோ அதைச் செய்ய விடுங்கள். அவன் ஒரு நல்ல பையன். அவனுக்குத் தேவையானது நடக்காவிட்டால் அவன் மிகவும் கவலைப்படுவான். ஆகவே ஸாதுக்கு வேண்டியதைச் செய்ய இடமளிக்கும்படி நான் உங்களை வேண்டிக் கொள்கிறேன். அவனுக்கு யுத்தத்தில் பங்குபற்றி வீரனாக மரணிக்கத் தேவையென்றால், ஏன் அவனை இன்னும் போர்க்களத்துக்கு அனுப்பாமலிருக்கிறீர்கள் படைத்தலைவனே? என்று ஸாத்தின் தாய் கேட்டதாகச் சொல்.' ''

ஐஸாக் பாபெல்

ஐஸாக் பாபெல் ஐஸாக் எம்மானுயிலோவிச் பாபெல் என்ற முழுப் பெயரைக் கொண்டவர் ரஷ்ய எழுத்தாளரும், ஊடகவியலாளரும், மொழிபெயர்ப்பாளருமான ஐஸாக் பாபெல். தனது சுய அனுபவங்களையே சிறுகதைகளாக எழுதி வந்த இவர் ஒரு யூதர் என்பதால் ஒடெஸா பல்கலைக்கழகத்தில் கல்வி கற்க அனுமதி மறுக்கப்பட்டார். எனவே உக்ரைனில் கீவ் கல்வி நிலையத்தில் நிதி மற்றும் வணிகத் துறையில் கல்வி கற்ற இவர் அங்கு பட்டப்படிப்பைப் பூர்த்தி செய்த பிறகு பீட்டர்ஸ்பர்கில் குடியேறினார்.

ரஷ்யன், உக்ரேனியன், யுத்திஷ், ஃப்ரன்ச் ஆகிய மொழிகளில் தேர்ச்சி பெற்றிருந்த இவர் ஆரம்பத்தில் ஃப்ரன்ச் மொழியிலேயே தனது சிறுகதைகளை எழுதி வந்தார் எனினும், அவைகள் அனைத்துமே அழிவுக்குள்ளாகின. ரஷ்ய யூதர்களுள் மிகச் சிறந்த உரை நடை எழுத்தாளராக பாராட்டப்பட்டுள்ள இவர், உளவு பார்த்ததாகக் குற்றம் சாட்டப்பட்டு 1939 ஆம் ஆண்டு கைது செய்யப்பட்டதோடு 1940 ஆம் ஆண்டு தூக்கிலிடப்பட்டுக் கொல்லப்பட்டார்.

பயணம்

நிலைகுலைந்திருந்த போர்முனையிலிருந்து நான் 1917 நவம்பரில்தான் விலகினேன். பின்னர் வீட்டிலிருந்த எனக்கு, உள்ளாடைகள் சிலவற்றையும், கொஞ்சம் பிஸ்கட்களையும் எனது தாய் கட்டிக் கொடுத்தாள்.

இராணுவ அதிகாரி முரவ்யொவ் குண்டு போடுவதற்கு முந்தைய தினத்தில்தான் நான் கீவ் நகரத்தை வந்தடைந்திருந்தேன். பீட்டர்ஸ்பர்க் நகரத்துக்குப் போவதுதான் எனது பயண இலக்காக இருந்தது. நாங்கள் பலரும் பன்னிரண்டு நாட்கள் தொடர்ந்து இரவும், பகலுமாக பெஸாரப்கா பகுதியிலிருந்த கைம் சிருல்னிக் ஹோட்டலிற்கு வெளியே அடித்தளத்தில் அமர்ந்திருந்து நாட்களைக் கடத்தியிருந்தோம். பிறகுதான் சோவியத் கீவ்வின் இராணுவ அதிகாரியால் நகரத்தை விட்டு வெளியேறும் அனுமதிப்பத்திரம் எனக்கு வழங்கப்பட்டது.

கீவ் புகையிரத நிலையத்தில் காணக் கூடிய காட்சிகளை விட மோசமான காட்சிகளை உலகத்தில் வேறெங்கும் காணக் கிடைக்காது. அங்கு தற்காலிகமாகக் கட்டப்பட்டிருந்த மரக் கூடாரங்கள் பல வருடங்களாக சிதிலமடைந்து காணப்பட்டன. ஈரமான பலகைகளில் பூச்சிகள் செறிந்திருந்தன. தப்பிச் செல்பவர்கள், திருட்டுப்

பொருட்களை விற்பவர்கள், நாடோடிகள் போன்றோர் புகையிரத நிலையமெங்கும் நிறைந்திருந்தார்கள். முதிய கெலீஷியப் பெண்கள் நடைமேடையில் நின்றுகொண்டு சிறுநீர் கழித்தார்கள். தாழ்வான ஆகாயம் இருண்டதும், மழையால் கனத்ததுமான மேகங்கள் அடர்ந்து காணப்பட்டது.

முதலாவது புகையிரதம் அங்கிருந்து செல்ல எழுபத்திரண்டு மணித்தியாலங்கள் எடுத்தன. தொடக்கத்தில் அது ஒவ்வொரு அரை மைலிலும் நின்று நின்று நகர்ந்தது. பிறகு அதன் எஞ்சின் சூடேறியதும் அதன் சக்கரங்கள் பலத்த ஓசையை எழுப்பி சக்தி வாய்ந்த பாடலொன்றைப் பாடத் தொடங்கியது. சரக்குப் பெட்டியில் ஏறியிருந்த எமக்கு அது மகிழ்ச்சியைத் தந்தது. 1918 இல் அந்த வேகப் பயணம் மக்கள் அனைவரையும் மகிழ்ச்சிக்குள்ளாக்கியிருந்தது. ஆனால், புகையிரதமோ நள்ளிரவில் ஓரிடத்தில் அதிர்ந்து நின்றது.

பனியின் பசிய நிறத்துக்கு இசைவான பிரகாசத்தை எமக்குக் காட்டியவாறு நாங்கள் இருந்த பெட்டியின் கதவுகள் இருபுறமாகத் திறந்து கொண்டன. இடுப்புப் பட்டையால் இழுத்துக் கட்டப்பட்ட தளர்வான தோலாடையொன்றையும், முழங்கால்வரையான மென்மையான கொக்கேஷிய பூட் சப்பாத்துகளையும் அணிந்திருந்த, புகையிரத நிலையத்தின் தந்திக்காரன் பெட்டிக்குள் பிரவேசித்தான். தொடர்ந்து கையை உயர்த்திய அவன் தனது உள்ளங்கையில் மற்றக் கையின் விரலால் தட்டினான்.

''உங்க பயண அனுமதிச் சீட்டுகளைப் பரிசோதிக்கணும்.''

கதவின் அருகிலேயே மிகவும் அமைதியாக ஒரு மூதாட்டி, அங்கு போடப்பட்டிருந்த பொருட்களின் மீது அமர்ந்திருந்தார். அவர் லியூபனில் புகையிரதத் தொழிலாளியாகப் பணியாற்றும் தனது மகனுடன் வசிப்பதற்காகப் போய்க் கொண்டிருந்தார்.

எனதருகில் பாடசாலை ஆசிரியரான யெஹுதா வைன்பர்க்கும், அவரது மனைவியும் அமர்ந்திருந்தார்கள். தூங்கி விழுந்து கொண்டிருந்த அவர்கள் சில தினங்களுக்கு முன்னர்தான் திருமணம் முடித்திருந்தார்கள். ஆசிரியர் தனது மனைவியை பீட்டர்ஸ்பர்க்குக்குக் கூட்டிக் கொண்டு போய்க் கொண்டிருந்தார். அனைத்திலும் பூரணமான ஒரு குடிமகனை உருவாக்க வேண்டுமானால் கல்வி முறையில் எவ்வாறெல்லாம் மாற்றங்களை ஏற்படுத்த வேண்டுமென்று கிசுகிசுப்பான குரலில் பெரும்பாலான நேரம் அவர்கள் உரையாடிக் கொண்டிருந்தார்கள். பிறகுதான் உறங்கிப் போயிருந்தார்கள். உறக்கத்திலும் கூட அவர்கள் ஒருவரோடொருவர் கை கோர்த்து, விரல்களைப் பின்னிக் கொண்டிருந்தார்கள்.

தந்திக்காரன் அவர்களது பயண அனுமதிச் சீட்டினை எடுத்துப் பார்த்தான். அவற்றில் ரஷ்ய புரட்சியாளர் அனடோலி லுனசாஸ்கியின் கையொப்பங்கள் இருந்தன. அவன் தனது தோலாடையைத் தடவி அழுக்கடைந்த சிறிய வாயைக் கொண்ட கைத்துப்பாக்கியொன்றை வெளியே எடுத்து ஆசிரியரின் முகத்தில் சுட்டான். தந்திக்காரனுக்குப் பின்னால் நின்று கொண்டிருந்த, காதுகளை மூடும் அளவுக்குத் தொங்கும் தோலினாலான தொப்பியொன்றை அணிந்திருந்த பருமனான, திரண்டிருந்த தோள்களையுடைய கிராமத்தானுக்கு அவன் சைகை காட்டினான். உடனே அந்தக் கிராமத்தான் தனது கையிலிருந்த விளக்கைக் கீழே வைத்து விட்டு, செத்துப் போயிருந்தவனின் காற்சட்டையைக் கழற்றி சிறிய கத்தியொன்றால் அவனது ஆணுறுப்பை வெட்டியெடுத்து அவனது மனைவியின் வாயில் திணிக்கத் தொடங்கினான்.

''யூதச்சியான நீ பச்சை மாமிசத்தைச் சாப்பிட்டிருக்கவே மாட்டியே. அதனால இந்தச் சிறப்புச் சாப்பாட்டைச் சாப்பிட்டுப் பாரு.''

அவளது மென்மையான தொண்டை வீங்கியது. அவளால் எதுவும் பேச முடியவில்லை. புகையிரதமானது வெட்டவெளியொன்றில் நின்றிருந்தது. நிலவொளியில், பொழிந்து கொண்டிருந்த பனியானது, ஒரு பிரகாசத்தை அளித்துக் கொண்டிருந்தது. ரயில் பெட்டிகளிலிருந்த யூதர்கள் மாத்திரம் வெளியே இழுத்து வீசப்பட்டார்கள். அவர்களது கூக்குரல்களுக்கு மத்தியில் வேட்டோசைகள் ஒரு சீரின்றி தொடர்ச்சியாக கேட்டுக் கொண்டேயிருந்தன.

காதுகளை மூடும் அளவுக்குத் தொங்கும் தோலினாலான தொப்பியை அணிந்திருந்த கிராமத்தான் பனியால் மூடப்பட்டிருந்த பலகை அடுக்கொன்றுக்குப் பின்புறமாக என்னைத் தள்ளிக் கொண்டு போய் என்னைப் பரிசோதித்தான். அவ்வப்போது மேகங்களால் மூடப்பட்டதால், நிலவானது மங்கிய வெளிச்சத்தை எம் மீது பொழிந்து கொண்டிருந்தது. தொலைவிலிருந்த காட்டுக்குள்ளிருந்து புகை எழுவது தென்பட்டது. அவனது குளிர்ந்ததும், குட்டையானதும், பருமனானதும், கரடுமுரடானதுமான விரல்கள் எனது மொத்த உடலையும் தடவித் தடவித் தேடின. அப்போதுதான் ரயில் பெட்டிக்குள்ளிருந்து தந்திக்காரன் கத்துவது கேட்டது.

''அவன் யூதனா? ரஷ்யனா?''

''ரஷ்யன்தான். ஆனா யூதனா ஆக்கிடலாம்'' என்று கத்தியவாறே என்னை மேலும் தடவிக் கொண்டிருந்தான்.

அவன் தனது சுருங்கிய, கவலை மண்டிய முகத்தை எனது முகத்தினருகே கொண்டு வந்தான். பிறகு எனது தாய் எனது உள்ளாடைக்குள் வைத்துத் தைத்திருந்த பத்து ரூபிள் தங்கக் காசுகளைக் கைப்பற்றிக் கொண்டதோடு, எனது பூட் சப்பாத்துகளையும், மேலங்கியையும் கழற்றச் செய்து வாங்கிக் கொண்டான். பிறகு என்னைத் திருப்பி எனது பின்னங்கழுத்தில் புறங்கையால் மெதுவாகத் தாக்கி உத்தரவிட்டான்.

‘‘போ... ஓடு!’’

சப்பாத்துகளேதுமற்று நான் பனி அடர்ந்திருந்த தரையில் பாதங்கள் புதையப் புதைய தப்பித்து ஓட முற்பட்டேன். அவனது துப்பாக்கியிலிருந்து இலக்கு பார்க்கும் பொட்டு வெளிச்சம் எனது முதுகை இலக்கு வைத்துக் கொண்டேயிருந்தது என்றாலும், அவன் என்னைச் சுடவில்லை.

இருண்ட வனத்துக்குள்ளிருந்து தேவதாரு மரங்களிடையே செந்நிறப் புகை எழும் சிறிய வெளிச்சம் தென்பட்டது. நான் அந்த வனப்பாதுகாவலனின் குடிலை நோக்கி ஓடினேன். குப்பை மூட்டி எரியச் செய்யப்பட்ட தீச்சுவாலையிலிருந்து எழும்பும் புகையினால் அந்த இடம் சூழப்பட்டிருந்தது. அவன் தோலாடையையும், மேலங்கியையும் அணிந்திருந்ததோடு, வெட்டப்பட்ட செம்மறித் தோல் துண்டுகளையும், கம்பளித் துண்டுகளையும் உடம்பில் சுற்றிக் கொண்டிருந்தான். மூங்கிலாலான சாய்கதிரையொன்றில் அமர்ந்து கால்களை நீட்டி ஒரு கட்டையின் மீது வைத்துக் கொண்டு புகையிலையை மென்று கொண்டிருந்தவன் என்னைக் கண்டதும் எழுந்து நின்று தலை சாய்த்து எனக்கு வணக்கம் தெரிவித்தான். பிறகு வாயிலிருந்து புகை வெளியேறும்விதமாக அவன் முனகினான்.

‘‘போயிடுங்க. போயிடுங்க. தயவு செய்து இங்கிருந்து போயிடுங்க.’’

அவன் எனக்கு பாதங்களைச் சுற்றிக் கட்டிக் கொள்ள கந்தல்களைத் தந்ததோடு, என்னை காட்டுக்கு வெளியே கூட்டிக் கொண்டு வந்து ஒரு ஒற்றையடிப்பாதையைக் காட்டினான். மறுநாள் விடிந்ததும், ஒரு சிறிய நகரத்தை வந்தடைய நண்பகலாகும்போது என்னால் முடிந்தது. மரத்துப் போயிருந்த எனது கால்களை வெட்டியகற்றுவதற்கு, அங்கிருந்த மருத்துவமனையில் மருத்துவரொருவர் இருக்கவில்லை.

தாதியொருவன்தான் அந்த மருத்துவமனைக்குப் பொறுப்பாக இருந்தான். ஒவ்வொரு நாள் காலை வேலையிலும் குட்டையான, கறுப்புக் குதிரையில் மருத்துவமனைக்கு வரும் அவன் குதிரையை அங்கிருக்கும் தூணொன்றில் கட்டி வைத்து விட்டு, உள்ளே நுழைவான். அவனது முகம் சிவந்து, கண்கள் பளபளப்பாக மின்னிக் கொண்டிருக்கும்.

''மதவாதம் பற்றிய எண்ணங்களிருந்தா அதையெல்லாம் விட்டுடணும்னு ப்ரெட்ரிக் ஏங்கல்ஸ் உன்னை மாதிரியான ஆட்களுக்குப் போதிக்கிறான். ஆனா மதவாதம் இருக்கணும்னு நாங்க சொல்றோம்'' என்று என்னை நோக்கிக் குனிந்தவாறே, நெருப்பு விசிறப்படுமளவுக்கு பிரகாசித்துக் கொண்டிருந்த கண்களால் முறைத்துப் பார்த்தவாறு உருமினான். எனது கால்களிரண்டிலும் சுற்றப்பட்டிருந்த துணியை அகற்றிக் கொண்டிருந்த அவன் அந்த வேலை முடிந்ததும் முதுகை நிமிர்த்தி நேராக நின்றுகொண்டு கேட்டான்.

''எது உன்னை இயக்கிட்டிருக்கு? உனக்கு எங்க போகணும்? உன்னோட அந்த ஜாதிகள் எல்லாம் ஏன் எப்பவும் தெருவுலயே நின்னுட்டிருக்காங்க? ஏன் அவங்கள்லாம் எப்போ பார்த்தாலும் ஆர்ப்பாட்டங்கள் பண்ணிட்டேயிருக்காங்க? ஏன் பிரச்சினைகளைத் தேடித் தேடிப் போயிட்டிருக்காங்க?''

ஒரு நாளிரவு அந்தப் பிரதேசத்திலிருந்த சோவியத் சபையின் வேண்டுகோளுக்கிணங்க, நாங்கள் வண்டியொன்றில் ஏற்றப்பட்டு நகரத்துக்கு வெளியே கொண்டு செல்லப்பட்டோம். நாங்கள் என்றால் அந்தத் தாதியோடு வாய்த்தர்க்கம் புரிந்த அந்த மருத்துவமனையிலிருந்த நோயாளிகளோடு, அந்தப் பிரதேசத்திலிருந்த பொறுப்பாளர்களின் முதிய, போலித் தலைமயிர்களை அணிந்திருந்த யூதத் தாய்மார்கள்.

எனது கால்கள் குணமடைந்திருந்தன. நான் யாசகனொருவனைப் போல ஒற்றையடிப் பாதைகள் வழியே க்ளோபின், ஓர்ஸா, விடெப்ஸ்க் நகரங்களுக்குச் சென்றேன்.

நோவோஸோகொல்நிகியிலிருந்து லொக்ன்யா வரை செல்லும்போது நான் ஹோவிட்ஸர் காலத்துவக்கின் அடியில் ஒய்வெடுத்தேன். தற்செயலாகச் சந்தித்த பயணத் தோழனான ஃபெத்யாவுடன் நான் இராணுவத்திலிருந்து தப்பிச் செல்பவர்கள் செல்லும் பாதையில் போய்க் கொண்டிருந்த கட்டை வண்டியொன்றில் பயணித்தேன். கதைகளைச் சொல்வதிலும், வேடிக்கையாகப் பேசுவதிலும் கில்லாடியாகத் தெரிந்த அவன் எப்போதும் சத்தமாகச் சிரித்தான். நாங்கள் ஒருவரோடு ஒருவர் தீச்சுவாலை வெப்பத்தைப் பகிர்ந்து கொண்டு, மேலே நோக்கியிருக்கும் காலத்துவக்கின் கீழ், விலங்குக் கொட்டகை போல புற்கள் சூழ்ந்த தரையின் மீது கேன்வஸ் துணியை விரித்து படுத்துறங்கினோம். எழுந்து பார்த்தபோது, ஃபெத்யா எனது பயணப் பெட்டியோடு காணாமல் போயிருந்தான். சிறிய நகரமொன்றின் சோவியத் சபை எனக்குத் தந்திருந்த அந்தப் பெட்டியில் ஒரு ஜோடி இராணுவ உள்ளாடைகளும், பிஸ்கட்களும், கொஞ்சம் பணமும் இருந்தன. எப்படியோ லொக்ன்யாவைக் கடந்திருந்தேன்.

இப்போது நான் பீட்டர்ஸ்பர்க் நகரத்தை நெருங்கியிருந்தேன். கடந்த இரண்டு தினங்களாக நான் எதையும் சாப்பிட்டிருக்கவில்லை. ஸார்ஸ்கோயே ஸெலோ புகையிரத நிலையத்தில்தான் கடைசியாக துப்பாக்கிச் சூட்டுக் காட்சியைக் கண்டேன். படையினர் வரும் புகையிரதத்தை வரவேற்கும் நிமித்தம் ஆகாயத்தை நோக்கித் துப்பாக்கியால் சுட்டார்கள்.

அந்தப் புகையிரத நிலையத்தில் வைத்து திருட்டுப் பொருட்களை விற்பவர்களை ரயிலுக்குள்ளிருந்து வெளியே இழுத்தெடுத்து அவர்களது ஆடைகள் கிழித்தெறியப்பட்டன. தார் பூசப்பட்டிருந்த மேடை மீது நிஜ மனிதச் சடலங்களிடையே மதுபானம் நிரப்பப்பட்ட இறப்பர் கொள்கலன்களும் காணப்பட்டன. அந்த இரைச்சல் மிகுந்த சிறையான ரயில் ஸகோரொட்னி புகையிரத நிலையத்தில் என்னைத் துப்பி விட்ட போது இரவு ஒன்பது மணியை நெருங்கியிருந்தது. தெருவின் மறுபுறமாக மூடப்பட்டிருந்த ஆய்வகமொன்றின் காலநிலையைச் சொல்லும் மானியானது மைனஸ் இருபத்து நான்கைக் காட்டியது. கொரொகோவாயா சுரங்கப்பாதைக் காற்று கோபா வேஷத்துடன் முழங்கிக் கொண்டிருந்தது. மேலே கால்வாயில் எரிவாய் விளக்கு எரிந்து கொண்டிருந்தது. பனியானது, உறைந்த பாறையாக அசையாமலிருந்தது. நான் கொரொகோவாயா தெருவில் நுழைந்தேன். அது பாறைகளால் தடுக்கப்பட்டது போல பனி மூடிக் கிடந்தது.

இரண்டாம் இலக்க வீடான முன்னாள் கவர்னர் மாளிகையே செக்கா எனப்படும் இரகசிய போலீஸின் தங்குமிடமாக இருந்தது. அதன் நுழைவாயிலில் தமது முகவாய்களை உயர்த்திப் பார்த்துக் கொண்டிருக்கும் இரும்பினாலான இரண்டு காவல் நாய்களின் சிலைகளும், இரண்டு இயந்திரத் துப்பாக்கிகளும் காணப்பட்டன.

நான் ஷுய்ஸ்கி படைப்பிரிவில் படையாற்றிய காலத்தில் எனது சார்ஜன்ட் ஆகவிருந்த வான்யா கலுகினின் கடிதங்களை அங்கிருந்த தளபதியிடம் காட்டினேன். தற்போது செக்காவில் புலனாய்வாளராக இருக்கும் கலுகின் தன்னை வந்து சந்திக்குமாறு அந்தக் கடிதங்களில் எனக்கு எழுதியிருந்தார்.

''மறுபுறத்துல இருக்கும் அனிச்கொவ் மாளிகைக்குப் போங்க. அவர் இப்போ அங்கதான் வேலை பார்த்துட்டிருக்கார்'' என்று அவர் கூறினார்.

"என்னால அவர் இருக்கும் இடத்தைத் தேடிக் கண்டுபிடிக்க முடியுமோ தெரியாது" என்றவாறே நான் புன்னகைத்தேன்.

மரித்த குதிரைகளின் சடலங்கள் மைல்கற்கள் போல அடையாளம் காண்பித்துக் கொண்டிருந்தன. வானத்திலிருந்து விழுந்தது போல அந்தக் குதிரைகளின் கால்கள் மேல் நோக்கியிருந்தன. அவற்றின் வயிறுகள் பளபளப்பாகவும், சுத்தமாகவும் பளபளத்துக் கொண்டிருந்தன. முன்னாள் பாதுகாப்புக் காவலர் போலத் தென்பட்ட முதியவர் ஒருவர் தனக்குப் பின்னால் சிறுவர்களின் கை வண்டி போன்ற ஒன்றை இழுத்துக் கொண்டு போனார்.

பால்வெளி போல நெவ்ஸ்கி குறுக்குவழியானது பார்வைக்கெட்டிய தூரம் வரைக்கும் நீண்டுகொண்டே சென்றது. உடலை நேராக நிமிர்த்தி தோலாலான பூட் சப்பாத்துகளை அணிந்திருந்த தனது கால்களை பனி மீது வைத்து நடந்தார் அவர். சிறிய தைரோலியன் தொப்பியொன்று அவரது தலையிலிருந்தது. கயிறினால் முடிச்சிடப்பட்டிருந்த அவரது நீண்ட தாடியானது தோளைச் சுற்றியிருந்த சால்வையைத் தொட்டுக் கொண்டிருந்தது.

"என்னால அந்த இடத்தைக் கண்டுபிடிக்க முடியல" என்று நான் அவரிடம் கூறினேன்.

அவர் நின்றார். அவரது சுருங்கி ஒடுங்கிய முகம் உதாசீனத்தை வெளிப்படுத்தியது. அவர் எதுவும் பேசாமல் சற்று யோசித்து விட்டு மீண்டும் அந்த வண்டியை இழுத்துக் கொண்டு நடக்கத் தொடங்கினார்.

'அப்படியானால் என்னால் பீட்டர்ஸ்பர்க்கை நெருங்க முடியாதிருக்கும்' என்று கருதிய நான், தனது பயணத்தின் இறுதித் தறுவாயில் அறபிக் குதிரைகளின் பாதக் குளம்புகளுக்கு அகப்பட்டு மரணித்தவரின் பெயரை அந்தக் கணத்தில் ஞாபகப்படுத்திப் பார்க்க முயற்சித்தேன். அவரது பெயர் யெஹூதா ஹலேவி.

சடோவயா தெருமுனையில் வட்ட வடிவத்தில் உயரமான தொப்பிகளை அணிந்தவாறு, ரொட்டித் துண்டுகளைக் கையில் வைத்தவாறு சீனர்கள் இருவர் நின்று கொண்டிருந்தார்கள். அவர்களைத் தாண்டிச் செல்லும் விலைமாதுக்களைக் கவர்வதற்காக அவர்கள் தமது பனி படர்ந்த நகங்களால் ரொட்டித் துண்டுகளைப் பிய்த்து அவர்களிடம் நீட்டிக் கொண்டிருந்தார்கள். அந்தப் பெண்களோ ஒரு மௌன அணிவகுப்பு போல அவர்களைக் கடந்து சென்றார்கள்.

அனிச்கொவ் பாலத்தின் அருகே நான் க்ளொட்டின் பித்தளையிலான குதிரைச் சிலையருகே குந்தியமர்ந்திருந்தேன்.

க்ரேன்பெர்ரி சிவப்பு நிற கதவுகள் திறந்திருந்தன. நீல நிற எரிவாயு விளக்கின் வெளிச்சமானது சாய்கதிரையொன்றில் உறங்கிப் போயிருந்த வாயிற்காவலரின் மீது பிரகாசித்துக் கொண்டிருந்தது. அவரது சுருங்கிய, உணர்வுகளேதுமற்ற முகத்தின் தாடை தொங்கிக் கொண்டிருந்தது. கருநிற, பொத்தான் அற்ற அவரது ரஷ்ய மேற்சட்டையானது, பொன் நிற வேலைப்பாடுகளைக் கொண்ட அரச காற்சட்டையின் மேலால் தொங்கிக் கொண்டிருந்தது.

மைக் கறை படிந்து தொங்கிக் கொண்டிருந்த அம்புக்குறியொன்று படைத்தலைவனின் அறையை நோக்கியிருந்தது. நான் மேல் மாடிக்குச் சென்று வெறுமையானதும், தாழ்ந்த கூரைகளைக் கொண்டதுமான அறைகள் சிலவற்றைக் கடந்து நடந்தேன். சுவர்களிலும், கூரைகளிலும் இருண்ட வர்ணங்களால் வரையப்பட்ட ஓவியங்களில் பெண்கள் நடனமாடிக் கொண்டிருந்தார்கள். உலோகச் சட்டங்கள் ஜன்னல்களுக்கு இடப்பட்டிருந்தன. ஆணிகளிலிருந்து கழன்ற ஜன்னல் கதவுகள் தொங்கிக் கொண்டிருந்தன.

அந்த அறைகளின் வரிசையின் முடிவில் மேடையொன்றின் மீது வெளிச்சத்துக்கு நடுவே அமர்ந்திருப்பது போல வைக்கோல் நிறத்தினாலான தொப்பியொன்றை அணிந்து கலுகின் அமர்ந்திருந்தார். அவரின் அருகே மேசை மீது சிறுவர்களுக்கான விளையாட்டுப் பொருட்கள், ஓவியப் புத்தகங்கள் மற்றும் பல நிறங்களில் துணி பொம்மைகள் குவிந்திருந்தன.

''ஓஹ் வந்துட்டியா? எப்படியிருக்கே? இங்குதான் நீ தேவைப்படுகிறாய்?'' என்று தலையை உயர்த்திப் பார்த்த கலுகின் கூறினார்.

நான் மேசை மீதிருந்த விளையாட்டுப் பொருட்களைச் சற்று அப்புறப்படுத்தி விட்டு, பளபளப்பாக மின்னிக் கொண்டிருந்த அந்தப் பலகை மீது தலைசாய்த்தேன். சில நிமிடங்களுக்கோ, மணித்தியாலங்களுக்கோ பிறகு கண் விழித்துப் பார்த்தபோது குட்டையான சோபாவொன்றின் மீதிருந்தேன். கண்ணாடித் துண்டுகளாலான சர விளக்கிலிருந்து வந்த வெளிச்சம் என் மீது ஒரு நீர்வீழ்ச்சியைப் போல பாய்ந்து கொண்டிருந்தது. எனது உடம்பிலிருந்து அகற்றப்பட்ட கந்தல்துணியானது தரை மீது குவிக்கப்பட்டிருந்தது.

''போய்க் குளிச்சிட்டு வா'' என்று சோபாவினருகே நின்று கொண்டிருந்த கலுகின் கூறியதோடு நில்லாமல், அவரே என்னை எழுப்பி, குளியல் தொட்டியினருகே கூட்டிச் சென்றார். அது ஒரு பழைய பாணியிலான தாழ்வான குளியல் தொட்டி. குழாய்களில் தண்ணீர் வரவில்லை. எனவே வாளியால் தண்ணீரள்ளி இறைக்க அவருக்கு நேர்ந்தது. பிரம்பு முக்காலி மீது இடப்பட்டிருந்த மஞ்சள் நிற சாடின் மெத்தை மீது எனக்கான ஆடைகள் வைக்கப்பட்டிருந்தன.

வீட்டிலணியும் இடுப்புப் பட்டையுடனும், பொத்தான்களுடனும் கூடிய மேலங்கி, பட்டு நூலால் நெய்யப்பட்ட காற்சட்டை மற்றும்

காலுறைகள். அந்தக் காற்சட்டையால் எனது தலை வரை மூடிக் கொள்ளலாம் எனும் அளவுக்கு அவ்வளவு பெரிதாக இருந்தது. அந்த மேலங்கியை யாராவது ஒரு இராட்சசனுக்காகத் தைத்திருக்கக் கூடும். அவற்றை அணிந்து கொண்டு வரும்போது மேற்சட்டையிலிருந்து தொங்கிக் கொண்டிருந்த நீண்ட கைகளுக்கு மிதிபட்டு நான் விழுந்தேன்.

''என்ன நீ? அலெக்ஸாண்டர் அலெக்ஸண்ட்ரோவிச்சைக் கிண்டல் பண்றியா? அந்த மனுஷன் குறைஞ்சது முன்னற்றைம்பது ராத்தல் எடையாவது இருப்பார்'' என்று கூறியவாறே எனது மேலங்கியின் கைகளை மேல் நோக்கி மடித்து விட்டார்.

ஒருவாறு நான் மூன்றாம் அலெக்ஸாண்டர் மன்னனின் மேலங்கியைச் சிரமப்பட்டு அணிந்து கொண்ட பிறகு நாங்கள் முன்பிருந்த அறைக்கு வந்தோம். அது மரியா ஃப்யோதோரோவ்னா மகாராணியின் நூலகம். அலங்கார வேலைப்பாடுகள் செய்யப்பட்டு, தங்க முலாம் பூசப்பட்டிருந்த புத்தக அலுமாரிகளுடனான சுவர்களைக் கொண்ட ஒரு வாசனைப் பெட்டியைப் போன்றிருந்தது அது.

ஷுயிஸ்கி படையில் படையினர்கள் யாரெல்லாம் கொல்லப்பட்டார்கள், அரசாங்க ஆணையர்களாக யாரெல்லாம் பதவி உயர்வு பெற்றார்கள், யாரெல்லாம் குபானுக்குத் தப்பிச் சென்றார்கள் போன்ற தகவல்களை நான் கலுகின்னிடம் தெரிவித்தேன். தாரகைகளைக் கொண்ட கண்ணாடிக் குவளைகளில் நாங்கள் தேநீர் அருந்தினோம். கருநிறத்தில், பாதியாக அவித்தெடுக்கப்பட்ட குதிரையிறைச்சி சொஸேஜஸை உண்டோம். கனமானதென்றாலும், மென்மையான பட்டுத் திரைச்சீலையானது வெளியுலகத்திலிருந்து எம்மைத் தனியாக வேறு பிரித்திருந்தது. கூரையிலிருந்த கண்ணாடி வழியே சூரிய ஒளியானது உள்ளே வந்து வெளிச்சத்தைப் பரப்பிக்

கொண்டிருந்தது. அது மிதமான வரண்ட வெப்பத்தை அளித்துக் கொண்டிருந்தது.

''இதோ வரேன்!'' என்று குதிரை இறைச்சி சொஸேஜஸை சாப்பிட்டு முடித்ததும் கூறி விட்டு எழுந்தார் கலுகின்.

வெளியே போன அவர் துருக்கி மன்னன் சுல்தான் அப்துல் ஹமீத்தினால் ரஷ்ய மன்னனுக்கு பரிசாக அனுப்பி வைக்கப்பட்ட பெட்டிகளிரண்டை எடுத்துக் கொண்டு வந்தார். ஒரு பெட்டி துத்தநாகத்தினால் ஆனதாகவும், மற்றைய பெட்டி பதக்கங்களாலும், ரிப்பன்களாலும் அலங்கரிக்கப்பட்டதாகவும் சுருட்டுப் பெட்டிகளாகக் காணப்பட்டன. துத்தநாகப் பெட்டியின் மூடியில் 'மாட்சிமை பொருந்திய ரஷ்யப் பேரரசருக்கு' என்றும் 'தங்கள் நலத்தை நாடும் உடன்பிறவா சகோதரனிடமிருந்து' என்றும் செதுக்கப்பட்டிருந்தது.

அங்கு நாங்கள் மரியா ஃப்யோதோரோவ்னாவின் நூலகத்தில், நூற்றாண்டுகளுக்கு முன்பு அவளுக்குப் பரிச்சயமாகிப் போயிருந்த வாசனை இப்போதும் பரவியிருப்பதை முகர்ந்து அனுபவித்துக் கொண்டிருந்தோம். விரலளவு பருமனானதும், இருபது சென்றிமீற்றர்கள் நீளமானதுமான சுருட்டுகள் அந்தப் பெட்டிகளுக்குள் ஊதா நிற மென்கடதாசிகளில் சுற்றப்பட்டிருந்தன. ரஷ்யப் பேரரசர்கள் தவிர வேறு எவரும் அவ்வாறான சுருட்டுகளைப் புகைத்திருப்பார்களா என்பதை நானறியேன். நான் ஒரு சுருட்டை மாத்திரம் எடுத்துக் கொண்டேன். கலுகின் புன்னகைத்தவாறே என்னைப் பார்த்தார்.

''வேண்டிய மட்டும் எடுத்துக்கோ. இன்னும் எண்ணிப் பார்த்துக் கூட இருக்க மாட்டாங்க. மூணாவது அலெக்ஸாண்டர் விடாம புகைச்சுட்டிருந்த ஒருத்தர்னு கேள்விப்பட்டிருக்கேன். புகையிலையும் க்வாஸ், ஷெம்பெய்ன் மதுபானங்களும் அவருக்கு ரொம்பப் பிடிக்குமாம். பாரு... இந்த மேசை மீதிருக்கும் ஐந்து சாம்பல்

கிண்ணங்களையும், அவரோட காற்சட்டைகளில் இருக்கும் ஓட்டைகளையும் பார்த்தா உனக்கே அது புரியும்...'' என்றார்.

நான் அணிந்திருந்த மேலங்கியிலிருந்த கறைகளையும், சிறிய சிறிய ஓட்டைகளையும் அப்போதுதான் நான் கண்டேன்.

இரண்டாம் நிகோலஸ் மன்னனின் விளையாட்டுப் பொருட்கள், மேளங்கள், விளையாட்டு ரயில்கள், இயந்திரங்கள், ஆடைகள், சித்திரப் புத்தகங்களை ஒவ்வொன்றாக எடுத்துப் பார்த்தவாறு அன்றைய இரவை நாங்கள் கழித்தோம். பால்ய வயதில் மரணித்த இளவரசர்களின் புகைப்படங்களும், அவர்களது கூந்தல்களுக்குப் பயன்படுத்திய ஊக்குகளும், டென்மார்க் இளவரசி டெக்மரின் நாட்குறிப்பேடும் எமக்குக் கிடைத்தன. அவளது சகோதரியான இங்கிலாந்து மகாராணியிடமிருந்து வந்திருந்த நறுமணமும், செல்லரித்த வாசனையும் கலந்த கடிதமானது எமது விரல்களிடையே தூள் தூளாக உதிர்ந்தது. ரஷ்யாவுக்கு வரும் இளவரசிக்கு வாழ்த்துத் தெரிவித்த அரசவைத் தோழிகளினதும், மந்திரிகளின் மகள்களினதும் அழகான கையெழுத்துகளால் எழுதப்பட்ட வாழ்த்துக் கடிதங்கள் அங்கிருந்தன.

சிறியதொரு நாட்டின் அரசியாகவிருந்த அவளது தாயாரான லூஸி தனது பிள்ளைகள் குறித்து மிகுந்த அவதானத்தோடு செயற்பட்டிருந்தாள். அவள் தனது ஒரு மகளை இங்கிலாந்தின் மன்னராகவும், பாரதத்தின் பேரரசராகவுமிருந்த ஏழாம் எட்வட்டுக்கு திருமணம் முடித்துக் கொடுத்திருந்தாள். மற்றுமொரு மகளை ரொமனொவ்வுக்குத் திருமணம் முடித்துக் கொடுத்திருந்ததோடு, தனது மகனான ஜோர்ஜை கிரேக்க மன்னராக்கியிருந்தாள். இளவரசி டெக்மர், ரஷ்யாவில் இளவரசி மரியாவாக ஆகியிருந்தாள்.

இங்கிருந்து கோபன்ஹேகன் கால்வாய்களும், கிறிஸ்டியன் மன்னனின் செம்பட்டை நிற பக்கவாட்டுக் குறுமீசைகளும்

வெகுதொலைவிலிருந்தன. அரச குடும்பத்தின் கடைசி வாரிசு பிறந்த வேளையில், அவ்வளவு காலமும் ப்ரியோப்ரஸென்ஸ்கி காலாட்படை எனும் மதிலுக்குப் பின்னால் சிறைப்பட்டிருந்த, தீய பெண்ணொருத்தியின் பெருங்கோபத்தையொத்த கோபத்தோடு உள்ளுக்குள் குமைந்து கொண்டிருந்த அந்தச் சிறிய பெண்ணின் கோபமும், வைராக்கியமும், பழிவாங்கும் உணர்ச்சியும் மிகுந்த பிரசவக் குருதியானது இந்தக் கருங்கல் தரையில் சிந்தப்படத்தான் நியதியிருந்தது.

விடியும்வரைக்கும் இந்த அமைதியான, ஊழிக்காலத்துக்குரிய வரலாற்றுக் கதையிலிருந்து விடுபட எம்மால் முடியவேயில்லை. அப்துல் ஹமீத்தின் சுருட்டுகளும் புகைத்தே தீர்ந்தன. விடிந்ததுமே கலுகின் என்னை கொரோகொவாயா வீதியிலிருந்த இரண்டாம் இலக்க இரகசிய போலீஸ் பிரிவுக்கு அழைத்துச் சென்றார். அங்கு அவர் வடக்கு நகராட்சி மன்றங்களுக்கான உள்துறை பொறுப்பாளரான உரிட்ஸ்கியிடம் எதைப் பற்றியோ கலந்துரையாடினார். தரையைத் தொட்டுக் கொண்டிருந்த கனத்த திரைச்சீலையின் பின்னால் நான் நின்று கொண்டிருந்தேன். அவர்களது கலந்துரையாடலின் துண்டு துண்டான வாத்தைகளே எனது காதில் விழுந்தன.

"இவன் நம்மோட ஆள்தான். இவனோட அப்பா சின்னக் கடையொண்ணுக்கு சொந்தக்காரர். இவன் இப்ப அவங்க எல்லோரையும் விட்டுட்டு வந்திருக்கான். இவனுக்கு வெளிநாட்டு பாஷைகளும் தெரிஞ்சிருக்கு."

உரிட்ஸ்கி ஆடியசைந்தவாறு தனது அலுவலகத்திலிருந்து வெளிப்பட்டார். உறக்கமற்று விழித்திருந்ததனால் சிவந்து வீங்கியிருந்த இமைகள் அவரது மூக்குக் கண்ணாடியின் பின்னாலிருந்து தென்பட்டன.

நான் வெளியுறவுத் துறையில் மொழிபெயர்ப்பாளராக நியமிக்கப்பட்டேன். படையினருக்கான சீருடையும், இரவுணவுக்கான படிவங்களும் எனக்கு வழங்கப்பட்டன. முன்னாள் பீட்டர்ஸ்பர்க் நகராட்சியாளரின் வரவேற்பறையின் ஒரு மூலையில் அமர்ந்த நான் பல்வேறு ராஜதந்திரிகளினதும், முகவர்களினதும், உளவாளிகளினதும் வாக்குமூலங்களை மொழிபெயர்க்கத் தொடங்கினேன்.

ஒரு நாளைக்குள் எனக்குத் தேவையான அனைத்தும் எனக்கு வழங்கப்பட்டிருந்தன. ஆடைகள், உணவு, வேலை, தோழர்கள் என அனைத்தும் எனக்குக் கிடைத்திருந்தன. எங்கள் தேசத்தில் அல்லாமல் வேறு எந்த தேசத்திலும் சந்திக்க நேராத, வாழ்விலும் சாவிலும் ஒன்றுசேரக் கூடிய விசுவாசமான தோழர்கள் எனக்குக் கிடைத்திருந்தார்கள்.

சிந்தனைகளாலும், சந்தோஷத்தினாலும் பூரணமான எனது அற்புதமான புதிய வாழ்க்கை பதின்மூன்று வருடங்களுக்கு முன்னர் அப்படித்தான் ஆரம்பித்தது.

கிரிகோர் த்யூத்யூன்னிக்

கிரிகோர் த்யூத்யூன்னிக் உக்ரைனிலுள்ள ஒரு கிராமத்தில் 1931 ஆம் ஆண்டு பிறந்தவர் கிரிகோர் த்யூத்யூந்திக். பிற்காலத்தில் சிறந்த எழுத்தாளராக இனங்காணப்பட்ட இவர் தனது ஆரம்ப கால வாழ்க்கையை ஒரு தொழிற்சாலையில் பொருத்துநராகத் தொடங்கியதோடு, பின்னர் பண்ணைகளில், விவசாய நிலங்களில், கட்டட நிர்மாணப் பணிகளில் கூலித் தொழிலாளியாக பணி புரிந்திருக்கிறார். பிறகு சோவியத் செம்படையில் இணைந்து சேவையாற்றிய இவர், புகையிரத நிலையமொன்றில் பணி புரிந்த காலத்தில் இரவு நேர வகுப்புகளில் கலந்து கொண்டு கல்வி கற்று கார்கிவ் பல்கலைக்கழகத்தில் பட்டப்படிப்பைப் பூர்த்தி செய்திருக்கிறார்.

தான் வாழ்ந்த காலத்தில் உக்ரைன் சமூகத்தின் நிஜ சுயரூபத்தைத் தனது படைப்புகளின் மூலமாக வெளிச்சமிட்டுக் காட்டிய இவர் 1980 ஆம் ஆண்டில் காலமானார். என்றாலும், உக்ரைனின் புனைவு இலக்கியத்தை விடவும் வெளிப்படையானதும், நேர்மையானதும், மனதை ஈர்க்கக் கூடியதுமான உண்மையுடன் கூடிய படைப்புகளை எழுதி வந்த முக்கியமான எழுத்தாளர்களின் பட்டியலில் முதல் வரிசையில் இப்போதும் இருக்கிறார் இவர்.

வாழ்த்துகளைப் பாடும் குயில்கள் மூன்று

நான் புத்தம்புதிய மலிவான ஆடையொன்றை அணிந்திருந்தேன். அதை வாங்குவதற்குத் தேவையான பணத்தை நண்பர்களுடன் சேர்ந்து புகையிரதத்தின் மூன்று பெட்டிகள் நிறைய இருந்த செங்கற்களைத் தரையில் இறக்கி அடுக்கிக் கொடுத்ததன் மூலம் சம்பாதித்திருந்தேன். அத்தோடு சிறியதொரு சூட்கேஸை சுமந்து கொண்டு போய்க் கொடுத்ததன் மூலமும் ஒரு சிறிய தொகை எனக்குக் கிடைத்திருந்தது.

நான் விளையாட்டுச் சங்கத்தை நோக்கி நடந்து வந்தேன். அவ்வாறு வந்து கொண்டிருந்த போது கர்போ யாகோவ்வின் வீடும், அதற்கு முன்னால் மஞ்சள் மணற்பரப்பின் மீது வரிசையாக நின்று கொண்டிருந்த தேவதாரு மரங்களும்தான் முதலில் எனது கண்ணில் பட்டன.

தாழ்வாரத்தில் மார்த்தா யாகோவ் நின்று கொண்டிருந்தாள். அவளது கண்கள் என்னையே தொடர்ந்து கொண்டிருந்தன. அவள் தலையை மறைத்திருக்கவில்லை. அவளது கூந்தல் அடர்த்தியான வெண்ணிறத்துக்கு மாறி அதன் பளபளப்பையும் இழந்திருந்தது. அதைக் கண்டு, 'ஒரு மனிதனில் முதலில் செத்துப் போகும் பாகம் தலைமயிராகத்தான் இருக்கும்' என்று கருதினேன்.

அவர்களது வீட்டினருகே வந்த நான், தேவதாரு மரக் கன்றுகளிடையே நின்று தலை குனிந்து வணக்கம் தெரிவித்து ''இனிய நாளாகட்டும்'' என்று கூறி அவளை வாழ்த்தினேன்.

அதற்குப் பதிலளிக்கும் விதமாக அவள் தனது உதடுகளை அசைத்தாள். நான் அந்தப் பெரிய தேவதாரு மரங்களருகே, இல்லாவிட்டால் கிராமத்தவர்கள் கூறும் விதத்தில் 'முன்பொரு காலத்தில் உன்னோட அப்பா நட்ட மரங்கள்' என்று குறிப்பிடும் அந்த மரங்களருகே வரும் வரைக்கும் அவளது கண்கள் இமைக்காமல் என்னையே பின் தொடர்ந்து கொண்டிப்பதை அவதானித்திருந்தேன்.

தொடர்ந்து எனது வீட்டுக்கு வந்த என்னைக் கண்டதுமே, ஆனந்தக் கண்ணீர் வடித்தவாறே என்னைக் கட்டியணைத்து முத்தமிட்டாள் எனது தாய்.

''அந்த மார்த்தா யாகோவ் திகைச்சுப் போய் வச்ச கண் வாங்காம என்னையே பார்த்துட்டிருந்தது ஏன் அம்மா?'' என்று பலவிதக் கதைகளையும் அம்மாவிடம் பேசிக் கொண்டிருக்கும்போது அவளிடம் யதேச்சையாகக் கேட்டேன்.

அவள் திடீரென்று மௌனமானாள். பிறகு நீண்ட பெருமூச்சு விட்டவாறு கூறினாள்.

''அவள் உன்னோட அப்பாவைக் காதலிச்சாள். நீ அப்பாவைப் போலவே இருக்கிறாய்.''

அப்பா கடிதம் ஏதாவது அனுப்புவார் என்பதைத் தானாக உணர்ந்து கொள்ளும் திறமை ஒரு காலத்தில் மார்த்தாவுக்கு இருந்தது. அந்தக் கடிதமானது வெகுதொலைவிலிருந்து வந்து கொண்டிருக்கும்போதே அதை அவள் உள்ளுக்குள் உணர்ந்து

விடுவாள். சில சமயங்களில் அந்தக் கடிதமானது தனது பயணத்தில் அரைவாசியை எட்டும் முன்பே அவள் காத்திருக்கத் தொடங்கியிருப்பாள்.

அன்றும், செருப்பு கூட இல்லாமல், பழையதும், சாயம்போனதுமான எம்ப்ரோய்டர் சட்டையையும், கந்தலான பாவாடையொன்றையும் அணிந்து கொண்டு தபால் நிலையத்துக்கு வந்திருந்த அவள் அங்கிருக்கும் படிக்கட்டின் மீது அமர்ந்து கொண்டு காத்திருந்தாள். அவளது தலையை மூடியிருந்த கருப்புத் துணியினிடையே அவளது பொன் நிறக் கூந்தல் பளபளத்துக் கொண்டிருப்பது தென்பட்டது. படிக்கட்டின் மீது அமர்ந்தவாறே டெய்சிப் பூவொன்றின் இதழ்களைப் பறித்தவாறு தனக்குள் முணுமுணுத்துக் கொண்டிருந்தாள்.

''ஓஹ் ஒருவேளை... கடிதம் வந்திருக்கும்... இல்ல... வந்திருக்காது... ஓஹ்... அது இன்னும் வந்திருக்காது... வந்திருக்காது....''

மிகவும் ஒல்லியாகவும், உயரமாகவும் காணப்பட்ட முதிய தபால்காரனான ஒற்றைக் கையுள்ள லெவ்கோ தனது தோளில் கடிதங்கள் அடங்கிய பையைத் தொங்கவிட்டவாறு தபால் நிலையத்திலிருந்து வெளியே வந்தபோதே அவள் அவனிடம் ஓடிச் சென்று அவனது கண்களை நேராகப் பார்த்துக் கேட்டாள்.

''லெவ்கோ மாமா, மிஷ்காகிட்டயிருந்து ஏதாவது கடிதம் வந்திருக்கா?''

''இல்ல'' என்று சுருக்கமாகப் பதிலளித்த லெவ்கோவின் பார்வை அவளது பொன் நிறக் கூந்தலில் அலைபாய்ந்தது.

''பொய் சொல்லக் கூடாது. கடிதம் வந்திருக்கு, இல்லையா?''

''ம்ம்.. இருக்குதான். ஆனா அது உனக்கில்ல... சோஃபியாவுக்கு!''

''லெவ்கோ மாமா, எனக்கு அதைக் கொஞ்சம் தொட்டுப் பார்க்கவாவது கொடுங்களேன்.''

''அதெல்லாம் முடியாது. ஒருத்தருக்கு வரும் கடிதத்தை இன்னொருத்தர்கிட்ட கொடுக்குறது சட்டப்படி குற்றம். அது தடை செய்யப்பட்டிருக்கு.''

''நான் சும்மா தொட்டுப் பார்க்கத்தானே கேட்கிறேன். தொட்டுப் பார்த்துட்டு அப்படியே பத்திரமா உங்கக்கிட்ட திருப்பிக் கொடுத்துடுறேன்.''

லெவ்கோவையே ஏறிட்டுப் பார்த்துக் கொண்டிருந்த மார்த்தாவின் நீல நிற விழிகள் கண்ணீரால் நிறைந்து மேலும் நீல நிறத்தைப் பிரதிபலித்தன. அவன் சுற்றிவர யாரேனும் இருக்கிறார்களா என்று சந்தேகமின்றித் தெரிந்து கொண்டு விட்டு, பலவீனமாகப் பெருமூச்சு விட்டவாறே அவளை தபால் நிலையத்தின் பின்புறமாக அழைத்துச் சென்றான். அங்கு வைத்து முக்கோண வடிவத்திலிருந்த கடிதமொன்றை வெளியே எடுத்த அவன் மார்த்தாவின் கையில் கொடுத்தான்.

''இதோ... ஆனா இதை நீ யார்கிட்டயும் சொல்லக் கூடாது. சரியா? என்னோட வேலையே போயிடும்.''

''இல்லல்ல... நான் யார்கிட்டயும் சொல்ல மாட்டேன். சத்தியமா சொல்லவே மாட்டேன்.''

அவள் மிகவும் மகிழ்ச்சியாகக் காணப்பட்டாள். அவனிடமிருந்து கடிதத்தை வாங்கியெடுத்தவள், அதை முத்தமிட்டு, தனது மார்போடு சேர்த்து அணைத்துக் கொண்டாள். பிறகு மீண்டும் கடிதத்துக்கு முத்தமிட்டாள். அவளது கண்களிலிருந்து கண்ணீர் பெருக்கெடுத்து இரண்டு கன்னங்களிலும் வழிந்து கொண்டிருந்தது.

"கவனமாப் பார்த்துட்டுத் தா... உன்னோட கண்ணீரால மையெல்லாம் அழிஞ்சிடப் போகுது" என்று கூறியவாறே அவன் மறுபுறம் திரும்பிக் கொண்டான். அருகில் யாருமேயில்லாத சமயங்களில் அவள் கடிதத்தை மெதுவாகவே திருப்பிக் கொடுப்பாள்.

"பாருங்க. நான் கடிதத்துக்கு எதுவுமே பண்ணல. இனி இதைக் கொண்டு போய் சோஃபியாக்கிட்ட கொடுங்க. மாமா உங்களுக்குக் கோடிப் புண்ணியம். இப்போ இதை வாங்கிக்கிட்டு, அவரோட நல்வாழ்வுக்காக பிரார்த்திச்சுட்டு ஏதாவது வாங்கிக் குடிங்க" என்று கூறிய அவள் தனது சட்டைக்குள்ளிருந்து எடுத்த கசங்கிய ஒரு ரூபிள் தாளை அவனது கையில் திணித்தாள்.

"அவனுக்காகப் பிரார்த்திச்சுட்டுக் குடிக்குறதுக்காக வாங்கிக்குறேன். இல்லேன்னா நான் இப்படியெல்லாம் ஒருபோதும் வாங்கிக்க மாட்டேன்" என்றான்.

பிறகு பையைத் தோளில் இடும் அவன் ஊன்றுகோலை ஊன்றியவாறே ஊருக்குள் நடந்து போவான். அவளோ திரும்பவும் வேலைக்கு ஓடுவாள். இல்லாவிட்டால், பறவையொன்று சிறகடித்துப் பறப்பது போல அன்றைய நாளில் எஞ்சியிருக்கும் அறுவடைக் கட்டுகளைக் கட்டி முடிப்பதற்காக வேகமாகப் போவாள்.

என்றாலும், அன்றைய நாளில் எஞ்சியிருக்கும் காலம் முழுவதும் அவளது கண்களிலிருந்து வழிந்து கொண்டிருக்கும் கண்ணீர்த் துளிகளைக் காய வைக்க எந்தவொரு காற்றினாலும் கூட முடியாதிருக்கும்.

"உங்கக்கிட்ட யாரு இந்தக் கதையையெல்லாம் சொன்னது அம்மா? லெவ்கோ வா?"

"இல்ல... அவன் வாயைத் திறக்கவேயில்ல. நான் என்னோட கண்களால அதை நேர்லயே கண்டிருக்கேன். கடிதத்தை எதிர்பார்த்து நானும் அவளைப் போலத்தான் வேலைத்தளத்திலிருந்து ஓடுவேன். ஒரு நாள் தபால் நிலையத்துக்கு நான் போனப்ப அவள் வந்து படிக்கட்டுல உட்காந்து காத்துட்டிருக்குறதைக் கண்டேன். உன்னோட அப்பா எப்ப கடிதம் அனுப்பினாலும் அதை முதல்ல அனுமானிக்குறது அவள்தான்."

"உங்களுக்கு அவ மேல கோபம் வந்துச்சா?"

"அவளை நினைச்சுக் கவலைப்பட்டேன் மகனே. பொம்பளைகளோட மனசுகள்ல கவலையைத் தவிர வேறெதுக்கும் இடமில்ல."

"இருந்தாலும், கடிதம் வரப் போவதை அவள் அனுமானிக்கிறது, நீங்க அனுமானிக்காம இருக்குறது, அது எப்படி அம்மா?"

"அது யாருக்குத் தெரியும் மகனே? ஒவ்வொருத்தரோட மனசும் ஒண்ணுக்கொண்ணு வித்தியாசமாத்தானே இருக்கும். அவளோட மனசு வருங்காலத்தை முன்பே அறிஞ்சுக்க முடியுமான விதத்துல அமைஞ்சிருக்கும். என்னோட மனசு அப்படியில்ல. அவள் உன்னோட அப்பாவை விடவும் வயசுல ரொம்பச் சின்னவள். அப்பாவுக்கு முப்பத்தஞ்சு வயசானப்ப அவளுக்கு வெறும் பத்தொன்பது வயசுதான். அவள் கர்போ கூட ரெண்டு வருஷம் வாழ்றப்பவே ஏதோ நூறு வருஷம் வாழ்ந்தது போல களைச்சுப் போயிருந்தாள். உன்னோட அப்பாவோட தோற்றத்துல வயசே தெரியாது. முப்பது வயசுல இருபது வயசு போலத் தெரிவார். மா நிறத்துல, திடகாத்திரமா ராஜாளி மாதிரி இருப்பார். அவரோட கண்களும் கறுப்பு நிறத்துல பிரகாசித்துக்

கொண்டிருக்கும். அவர் என்னை முதற்தடவை பார்த்தப்பவே என்னோட இதயம் ஒரு கணம் நின்னுடுச்சுன்னா பார்த்துக்கோ. அவரோட பார்வை அவ்வளவு வசீகரமா இருக்கும். அடிக்கடி அவர் கையால தன்னோட கண்களைப் பொத்திக்குவார். கடைசியா நான் அவரோட அந்தக் கண்களைக் கண்டப்ப அந்த ரெண்டு கண்களுமே பனியால மூடப்பட்டது போல கண்ணீரால நிறைஞ்சிருந்துச்சு... அந்தக் காலத்துல கர்போவும், மார்த்தாவும் ஒவ்வொரு நாளும் அந்தி நேரத்துல எங்க வீட்டுக்கு வருவாங்க. நாங்க பேசிட்டிருப்போம், பாட்டுப் பாடுவோம். உன்னோட அப்பா கிட்டார் இசைப்பார். மார்த்தா பாடுவாள். கர்போவுக்குப் பாடல் கேட்க அவ்வளவாப் பிடிக்காது. அவர் உட்கார்ந்து கூரையையே பார்த்துட்டிருப்பார். இல்லேன்னா தன்னோட மீசையை வலமும், இடமுமா முறுக்கிட்டிருப்பார். நான் சூடா சூப் கோப்பையொண்ணைக் கொண்டு போய் அவருக்கு முன்னால வைப்பேன். அவர் அதைக் கரண்டியால் எடுத்து தொண்டை வரைக்கும் குடிப்பார். 'சூப்புக்கு நிறைய உருளைக்கிழங்கு போட்டா எனக்கு ரொம்பப் பிடிக்கும்'னு சொல்வார். பிறகு நாங்க பாடல் பாடிட்டிருக்குறப்பவே குறட்டை விட்டு நல்லாத் தூங்குவார். அவரோட முகமும், கால்களிரண்டும்னு எல்லாமே ரொம்பப் பருமனா ஊதிப் போயிருக்கும். அவருக்குப் பக்கத்துல வச்சுப் பார்க்கும்போது மார்த்தா சிட்டுக்குருவியொண்ணைப் போலத்தான் தெரிவாள். அவள் பாட்டு பாடிட்டிருக்கும்போதே இடைக்கிடையே பெருமூச்சு விடுவாள். தலையை ஒருபுறமாக சாய்த்துக் கொள்வாள். பிறகு அவள் அப்பாவையே பார்த்துட்டிருப்பாள். அவளோட கண்கள் ரெண்டும் நீல நிறத்துல சின்ன மெழுகுதிரிகள் போல மின்னிட்டிருக்கும். என்னால அதுவரைக்கும்தான் பார்க்க முடியுமாக இருக்கும். அப்பாவோ அவளோட பார்வையைத் தவிர்க்க தன்னோட கைகளால கண்களை மறைச்சுட்டிக்கிட்டு தொடர்ந்தும் பாடிட்டிருப்பார். இல்லன்னா

தொட்டில்ல படுத்துட்டிருக்குற உன்னோட சிரிச்சுக்கிட்டே அதை ஆட்டிட்டிருப்பார்."

"நீங்க இடைக்கிடையேயாவது மார்த்தாவைப் போய்ப் பார்த்துட்டு வாங்களேன் அம்மா."

"எதுக்காக இன்னும் அவளுக்குக் கவலையைக் கொடுக்கணும்?" என்ற அம்மாவின் விழிகள் வரண்டிருந்தன. குரலும் கூட முன்பு போலவே இருந்தது. அந்தப் பழைய ஞாபகங்கள் எவையும் அவளைக் கவலைக்குள்ளாக்கியிருக்கவில்லை.

அப்பாவின் கடைசிக் கடிதம்

அன்பின் சோஃபியா,

நேற்று எனக்கு நண்பனொருவன் ஒரு கண்ணாடியைத் தந்தான். அதில் பார்த்தபோது என்னையே என்னால் அடையாளம் காண முடியவில்லை. என்னுடைய தலையிலிருக்கும் முடிகள் மாத்திரமல்ல, கண்ணிமைகளும் கூட நரைத்திருக்கின்றன. இமைகள் மீது பனி ஏதாவது விழுந்திருக்கும் என்றுதான் நான் முதலில் நினைத்தேன். துடைத்துக் கூடப் பார்த்தேன். ஆனால் அது பனியல்ல. இனிமேல் நான் கண்ணாடியைப் பார்க்கவே மாட்டேன்.

ஜன்னல் சட்டங்களை எவ்வாறெல்லாம் செய்யலாம் என்றும், கதவுகள், மேசைகள், கதிரைகள் போன்றவற்றை எவ்வாறு தயாரிக்கலாம் என்றும் நான் எப்போதும் யோசித்துக் கொண்டிருக்கிறேன். நேரம் கிடைக்கும்போதெல்லாம் நான் இங்குள்ளவர்களுக்கு கரண்டிகளைச் செய்து கொடுக்கிறேன். இந்தப் பிரதேசத்தில் கிடைக்கும் பலகைகள் அனைத்தும் மிகவும் தரமானவையாக உள்ளன. அவற்றினால் அழகான கட்டடங்கள்

கட்டப்படுகின்றன. இருந்தாலும் இங்கு கிடைக்கும் தயாரிப்பு உபகரணங்கள் எவையும் வீட்டிலிருப்பவை அளவுக்கு தரமானவையாக இல்லை. இருந்தாலும், உனக்கு ஏதாவது அவசரத் தேவை வந்தால் அவற்றை விற்று விடு. அதற்குப் பரவாயில்லை. நான் வீடு திரும்பியதும் புதிதாகத் தயாரித்துக் கொள்வேன். நான் இருப்பது வீட்டில் இருந்து வெகுதொலைவில் இல்லை என்றாலும் வீடு திரும்ப எனக்கு இன்னும் வெகுகாலம் எடுக்கும்.

பனிக்காலத்தில் எனக்கு வழங்கப்படும் உணவு, உடைகளெல்லாம் எப்படியிருக்கின்றன என்று நீ கேட்டிருந்தாய், அல்லவா? இங்கு எமக்கு மிகவும் சுவையான சூப் வழங்கப்படுகிறது. கர்போ யாகொவ் இங்கு இருந்திருந்தால் பதினைந்து கோப்பைகளை ஒரேயடியாகக் குடித்து விட்டு இன்னும் கேட்பான் என்று நினைக்கிறேன். உடைகளென்றால், இராணுவத்துக்கு வழங்கப்படும் வழமையான சீருடைகள்தான்.

நேற்றிரவு நான் எனது தேவதாரு மரங்களைக் கனவில் கண்டேன். அவை இப்போது எனது தோளுயரத்துக்கோ, அதை விடவும் உயரமாகவோ வளர்ந்திருக்கும் என்று நினைக்கிறேன். அந்த தேவதாரு மரங்களுக்கு அப்பால் நீல நதியொன்று ஓடிக் கொண்டிருப்பதையும் கனவில் கண்டேன். கடந்த சில தினங்களாக உன்னையோ, மகனையோ கனவில் காணவேயில்லை. என்றாலும், எனக்கு உங்களுடைய ஞாபகம்தான் எப்போதும் வந்து கொண்டேயிருக்கிறது.

என்னுடைய அறைத் தோழன் இப்போது நல்ல உறக்கத்திலிருக்கிறான்.

சோஃபியா என்னைத் தவறாக நினைக்காதே. நான் ஒருபோதும் யாரிடமும் பொய் கூறியதேயில்லை. இனிமேலும் கூறவே மாட்டேன். என்னைக் காதலித்துக் கொண்டிருக்கும் மார்த்தாவின் துயரம் நிறைந்த ஆன்மா எப்போதும் என்னையே சுற்றிக் கொண்டிருப்பது போல

எப்போதும் இங்கு நான் உணர்கிறேன். பழங்காலத்தில் தம்புரா இசைப்பவர்கள், நலமாக வாழ வாழ்த்துகளைப் பாடும் குயில்கள் மூன்றினைத் தூதாக அனுப்பி வைப்பது போல நானும் மூன்று குயில்களை அவளுக்கு அனுப்பி வைப்பதாக அவளிடம் சொல். இருந்தாலும், அவை இந்த எல்லையற்ற உலகத்தினூடே சரியாகப் பறந்து வந்து சேருமோ, இடை நடுவில் வனாந்தரத்தில் விழுந்து விடுமோ நானறியேன்.

('எல்லையற்ற உலகத்தினூடே' எனும் வசனத்தின் மீது கறுப்பு மையால் கிறுக்கப்பட்டு மறைக்கப்பட்டு பின்னர் 'எல்லையற்ற உலகத்தினூடே' எனும் அதே வசனம்தான் மீண்டும் கடிதத்தில் எழுதப்பட்டிருந்தது.)

சோஃபியா... இந்த உலகத்தில் என்னுடைய ஒரே ஒரு காதலியே! போய் அவளைப் பார். சிலவேளை அவள் தனது ஆன்மாவை என்னிடமிருந்து மீளப் பெற்றுக் கொள்ளக் கூடும். அப்போதுதான் என்னால் இங்கு நிம்மதியாக இருக்க முடியுமாக இருக்கும்.

நான் உன்னையும், என்னுடைய மகனையும் என்னுடைய வாழ்நாளின் கடைசி நொடி வரைக்கும் எனதிரு கைகளில் எப்போதும் தாங்கிக் கொண்டிருப்பேன்.

இவையனைத்தும் நடந்து வெகுகாலம் கடந்து விட்டது. இருந்தாலும் அந்தக் காலத்தில் அப்பாவும், மார்த்தாவும் ஒருவரை யொருவர் எப்படியெல்லாம் நினைத்துக் கொண்டிருந்திருப்பார்கள் என்று நான் இன்றும் கூட யோசித்துப் பார்க்கிறேன்.

நான் யோசிக்கும் மற்றுமொரு விடயமும் இருக்கிறது.

'அவர்கள் ஒருவருக்கொருவர் இந்தளவு மனதளவில் நெருக்கமாக இருந்தார்களென்றால், ஏன் அவர்களிருவரும் திருமணம் செய்து கொள்ளவில்லை?' என்பதுதான் அது.

சிலவேளை நான் இவ்வாறெல்லாம் யோசித்துக் கொண்டே இருப்பதால், என்னுடைய தந்தையின் பெரிய தேவதாரு மரங்கள் ஒரு நாள் எனது கேள்விக்குப் பதிலளிக்கக் கூடும்.

எஸ்கியா மஃபாலேலே

எஸ்கியா மஃபாலேலே ஆபிரிக்க மனித நேயத்தின் தந்தை என்றும், நவீன ஆபிரிக்க இலக்கியத்தின் ஸ்தாபகர்களில் ஒருவராகவும் மக்களால் கொண்டாடப்படும் அறிஞரும், எழுத்தாளரும், கவிஞரும், கலைஞருமான எஸ்கியா மஃபாலேலே 1919 ஆம் ஆண்டு தென்னாபிரிக்காவில் பிறந்தவர்.

இவரது முதலாவது நூல் 1947 இல் வெளிவந்தது. ட்ரம் எனும் சஞ்சிகையில் அரசியல் பத்தி எழுத்தாளராகவும், துணை ஆசிரியராகவும், எழுத்தராகவும் பணியாற்றிய இவர் தென்னாபிரிக்க பல்கலைக்கழகத்தில் படித்து பட்டம் பெற்றவர். நைஜீரியாவில் இவருக்கு வழங்கப்பட்ட ஆசிரிய நியமனத்தை சர்வாதிகாரம் மீதான இவரது எதிர்ப்பு நடவடிக்கைகளால் 1957 ஆம் ஆண்டு வரை இவரால் பொறுப்பேற்க முடியாமல் போனது.

1957 ஆம் ஆண்டில்தான் இவருக்கு முதன்முறையாக கடவுச் சீட்டு வழங்கப்பட்டது. அன்று தனது நாட்டிலிருந்து வெளியேறிய இவர் தொடர்ச்சியாக நைஜீரியா, கென்யா, ஸேம்பியா, பிரான்ஸ், அமெரிக்கா ஆகிய நாடுகளில் கழித்திருக்கிறார். அமெரிக்காவில் தனது முனைவர் பட்டப்படிப்பைப் பூர்த்தி செய்த இவர் பென்சில்வேனியா பல்கலைக்கழகத்தில் பணி புரிந்திருக்கிறார்.

1959 ஆம் ஆண்டு இவர் எழுதிய முதலாவது சுயசரிதை நாவலானது உலகின் கவனத்தை ஈர்த்ததோடு, அந்த நாவல் ஃப்ரன்ச், ஜேர்மன், ரஷ்யன், டச் மற்றும் ஜப்பானிய மொழிகளில் மொழிபெயர்க்கப்பட்டு வெளியானது. அறுபதுகளின் இறுதியில் இவரால் எழுதப்பட்ட இவரது இரண்டாவது சுயசரிதை நாவல் ஆபிரிக்காவில் நாடுகடத்தப்பட்டவர்களின் அனுபவத்தை விவரிப்பதாக இருந்ததோடு, 1969 ஆம் ஆண்டு இலக்கியத்திற்கான நோபல் பரிசுக்கு பரிந்துரைக்கப்பட்டிருந்தது.

நிறைய நாவல்களையும், சிறுகதைகளையும், கவிதைகளையும் எழுதியுள்ள இவர் 1977 ஆம் ஆண்டு எஸக்கியல் மஃபாலேலே எனும் தனது பெயரை எஸ்கியா மஃபாலேலே என்று மாற்றிக் கொண்டதோடு தனது தாய்நாட்டில் குடியேறிய பிறகு மீண்டும் தென்னாபிரிக்காவில் வசித்த இவர் 2008 ஆம் ஆண்டு தனது எண்பத்தெட்டு வயதில் காலமானார்.

தனது படைப்புகளுக்காக பல சர்வதேச விருதுகளையும் வென்றுள்ள இவர், ஃப்ரன்ச் மொழி மற்றும் கலாசாரத்தில் இவர் ஆற்றியுள்ள பங்களிப்புக்காக 1984 ஆம் ஆண்டு பிரான்ஸ் அரசாங்கத்தால் ஆர்டர் ஆஃப் தி பாம் விருது வழங்கி கௌரவிக்கப்பட்டார். கலை மற்றும் கல்வியில் சிறந்த சேவையை ஆற்றியமைக்காக 1998 ஆம் ஆண்டு உலக பொருளாதார மன்ற கிரிஸ்டல் விருது இவருக்கு வழங்கப்பட்டது. 1998 ஆம் ஆண்டில் முன்னாள் ஜனாதிபதி நெல்சன் மண்டேலா, தென்னாபிரிக்க அரசாங்கத்தால் வழங்கப்படும் மிக உயர்ந்த அங்கீகாரமான ஆர்டர் ஆஃப் தி சதர்ன் கிராஸ் விருதை இவருக்கு வழங்கி கௌரவித்தமை குறிப்பிடத்தக்கது.

திருடப்பட்ட பியானோவிலிருந்து எழும் கிறீக்கின் இசை

அது பயங்கரத்தின் ஆட்சிக் காலமாக இருந்தது. தனது பதினைந்து வயதில் வீட்டிலிருந்து அவன் பீட்டர்ஸ்பர்க் நகரத்துக்கு ஓடிப் போனான். அவனை பட்டினியும், தனிமையும், பயமும் வழிநடத்தின. போகும் வழியில் அவன் ஆபிரிக்கரொருவரது பண்ணையில் வேலையைத் தேடிக் கொண்டதோடு, அதற்காக அவனுக்கு மாதாந்தம் பத்து சிலிங் காசும், சுவையற்ற பழைய உணவு சிறிதளவும்தான் ஊதியமாக வழங்கப்பட்டன. அங்கிருந்த ஏனைய பணியாளர்கள் மூவருடன் இணைந்து அவனும் அங்கிருந்து தப்பிச் செல்ல முற்பட்டான். நீண்டதும், வெப்பம் மிகுந்ததுமான அந்த நாள் முழுவதும் குதிரைக்காரர்கள் அவர்களைத் தேடியலைந்தார்கள். மறுநாள் காலையில் வெள்ளைக்காரர்கள் அவர்களைப் பிடித்துக் கொண்டார்கள்.

அது குரூரத்தின் ஆட்சிக் காலமாக இருந்தது. ஆபிரிக்கப் பணியாளர்களைக் கசையால் அடிப்பதை, வெள்ளைக்காரக் குடும்பமொன்று தனது வீட்டிலிருந்து வெளியே வந்து சொகுசாக அமர்ந்திருந்து வேடிக்கை பார்த்துக் கொண்டிருந்தது. 'சீஸ் சீஸ் சீஸ்' எனும் ஓசையெழுப்பியவாறு தோலாலான அந்தக் கசையால் முதலில் மூன்று பலத்த அடிகள் அந்த கறுப்பின சேவகனின் முதுகில் விழுந்தன.

அடிமைகள்   148

நான்காவது தடவையாகவும் அந்தக் கசை உயர்ந்த வேளையில், வலியால் மரண ஓலத்தை எழுப்பிக் கொண்டிருந்தவன், அந்த வெள்ளைக்காரனின் கசையேந்திய கரம் கீழே தாழும்போது உடனடியாத் திரும்பி அவனது கையைப் பிடித்துத் தொங்கினான். சில கணங்கள் அப்படியே வெள்ளைக்காரனின் கையில் தொங்கிக் கொண்டிருந்தான். தான் ஏன் அவ்வாறு நடந்து கொண்டேன் என்பதை விவரிக்க அதன் பிறகு அவனுக்கு ஒருபோதும் வாய்ப்பு கிடைக்கவேயில்லை. வேடிக்கை பார்த்துக் கொண்டிருந்தவர்களிடமிருந்து பலத்த சிரிப்பொலி எழுந்தது. எல்லாம் முடிந்ததும் அந்த வெள்ளைக்காரன் தனது உடலில் ஏறிக் கொண்டிருக்கும் அருவருப்பான பூச்சியொன்றைத் தட்டி விடுவதைப் போல, அந்த உயிரற்ற உடலைத் தட்டி விட்டு தனது கையை உதறிக் கொண்டான்.

அது அவனது மனதைப் பேரச்சம் சூழ்ந்திருந்த நாளாக இருந்தது. அவன் தன்னந் தனியாக மீண்டும் அடர் வனாந்தரங்கள் வழியாக பீட்டர்ஸ்பர்க் நகரத்தை நோக்கி ஓடத் தொடங்கினான். அவன் கேள்விப்பட்டிருந்த கதைகள், அதாவது தனது கிராமத்தில், தீக்கங்குகளைச் சூழ அமர்ந்திருக்கும் அவனது கிராமத்தவர்களால் சொல்லப்படும் கதைகள் அவனுக்கு எப்போதும் ஞாபகம் வந்தன. காட்டுக்குள் ஒருவனைத் துரத்தி வந்து கொண்டிருந்த அதி பிரமாண்டமான பாம்பொன்றைப் பற்றிய கதையும், மரத்துக்கு மரம் தாவக் கூடிய சர்ப்பங்களைப் பற்றிய கதையும் அவற்றினிடையே இருந்தன. அத்தோடு தண்ணீர் அருந்துவதற்காக இரவில் நதியைத் தேடி வரும் பெருஞ்சர்ப்பமொன்றின் கதையும் அவனுக்கு நினைவு வந்தது. நதியருகில் அந்தப் பாம்பைக் காண்பவர்கள் உடனடியாகப் படுத்துக் கொண்டு அசையாதிருப்பார்கள். அந்தச் சமயத்தில் சிறிய சலனமொன்றைக் காட்டிக் கொள்ளக் கூட எல்லோரும் அஞ்சுவார்கள். பாம்பானது மிகுந்த காருண்யத்தோடு அந்த மனிதர்களின் உடல் மீது

மெதுவாக ஏறியிறங்கிச் சென்று தண்ணீர் அருந்தி விட்டு மீண்டும் அதே காருண்யத்தோடு திரும்பிச் செல்வதாக அந்தக் கதையில் சொல்லப்பட்டது. சில விலங்குகள் ஏன் இரவில் மாத்திரம் நடமாடுகின்றன என்பதை விவரிக்கும் கதைகளும் அவையிடையே இருந்தன. அந்த அனைத்துக் கதைகளுக்கும் ஏற்ப காட்டுக்குள் மனிதன் என்பவன் ஆதரவற்றவனாகவும், பாதுகாப்பற்றவனாகவும் ஆகி விடுவான். புதர்களிடையே மாத்திரமல்லாமல், மரங்களிடையேயும், மலைக்குன்றுகளினுள்ளும் ஏன் கற்பாறைகளிலும் கூட ஒரு மனிதனுக்கு எவ்விதப் பாதுகாப்போ, அடைக்கலமோ இருக்காது. அனர்த்தங்களைத் தவிர்த்துச் செல்லவோ, ஆபத்துகளை முன்பே அறிந்து கொள்ளவோ, தன்னை எப்போதும் சூழ்ந்திருக்கும் அனர்த்தங்களினதும், ஆபத்துகளினதும் அச்சுறுத்தல்களிலிருந்து தப்பிச் செல்லவோ அவனுக்கு வழியிருக்காது. எந்தக் கணத்திலும் தன் மீது விழத் தயாராகவுள்ள ஆபத்தொன்று தன்னை எப்போதும் பின்தொடர்ந்து கொண்டே இருப்பதை அவன் அனுபவத்தில்தான் உணர்வான்.

எது எவ்வாறிருப்பினும் அவன் தொடர்ந்தும் அடர்ந்த காட்டினூடே நடந்து சென்று ஒருவாறு அதன் எல்லையை அடைந்தான். பிறகு பிச்சையெடுத்தான். உணவுகளைத் திருடி தனது பசியைத் தீர்த்துக் கொண்டான். லாரிகளில் பயணித்தான். இறுதியாக ப்ரிடோரியா எனும் பிரதேசத்தைச் சென்றடைந்தான்.

அதன் பிறகு அவனது வாழ்க்கையில் சில காலம் 'சமையலறை'யில் கழிந்தது. கறுப்பினத்தவர்களால், வெள்ளைக்காரர்களின் பங்களாக்கள் 'சமையலறைகள்' என்றுதான் அழைக்கப்பட்டன. காரணம், வெள்ளைக்காரர்களின் பங்களாக்களில் பணிபுரியும் கறுப்பினத்தவர்கள் அந்த பங்களாக்களின் சமையலறைகளை மாத்திரமே கண்டிருந்தார்கள்.

அந்தக் கால கட்டத்தில் ஞாயிறு தினங்களில் அவன் பீட்டர்ஸ்பர்கிலிருந்த கருப்பின இளைஞர் குழுவுடன் இணைந்து நகரத்துக்கு வெளியேயிருக்கும் மைதானத்தை நோக்கி கோபத்தோடு ஊர்வலம் போனான். அவர்கள் அனைவரும் எப்போதும் வெள்ளை நிற குட்டைக் காற்சட்டைகளையும், தேய்ந்த செருப்புகளையும் அணிந்தவாறுதான் ஊர்வலம் போவார்கள். போகும் வழி நெடுகவும் அவர்கள் ஆயுதங்களில்லாமல் விளையாட்டாக போர் புரிவார்கள். தமது உடலை நீட்டி நிமிர்த்தி, வளைத்து, முஷ்டிகளை மடக்கி உடற்பயிற்சிகளைச் செய்வார்கள். வெள்ளைக் கைக்குட்டைகளைச் சுற்றியிருக்கும் தமது கைகளை உயர்த்தி அசைப்பார்கள். சக ஆட்களுக்குத் தென்படும்விதமாக அவர்கள் மேலுமொரு கைக்குட்டையைத் தமது காற்சட்டைப் பைகளில் வெளியே தெரியும்விதமாக மடித்து வைத்திருப்பார்கள்.

பிறகு, குதிரைகளில் காவல்துறையினர் வருவார்கள். பயங்கரமான நிஜப் போராட்டம் உடனடியாக ஆரம்பிக்கும். கருப்பினத்தவர்களது உதடுகள் இரத்தத்தால் சிவக்கும் அளவுக்கு தாக்கப்பட்டு மீண்டும் சமையலறைகளுக்குத் துரத்தப்படுவார்கள். அவர்களைப் பின்னாலேயே துரத்தி வரும் காவல்துறையினரது குதிரைகளின் குளம்படியோசைகள் கூட அச்சுறுத்துவதாகவே இருக்கும்.

சில காலத்துக்குப் பிறகு ஏதோவொரு அதிர்ஷ்டத்தின் காரணமாக அவன் சமையலறையிலிருந்தும், அவ்வாறான போராட்டங்களிலிருந்தும் மீட்கப்பட்டான். அங்கிருந்து அவன் ‘சில்வர்டவுன்’ நகரத்தைச் சென்றடைந்தான். அவனது அத்தை அவனைத் தேடிக் கண்டடைந்ததன் பலனாகவே அவையனைத்தும் நடந்தேறியன.

அதனைத் தொடர்ந்து அவனுக்கு பாடசாலைக்குச் செல்ல வேண்டி நேர்ந்தது. இருபது வயதாகும்போது சில்வர்டவுனுக்கு அருகாமையிலிருந்த கில்னர்டன் கல்வி நிலையத்தில் ஆசிரியர்

பயிற்சியில் அவன் ஈடுபடும் நாள் வந்தது. இரண்டாம் நிலைக் கல்வி நிலையமான அதில் கற்பதற்காக அவன் மாலை நேரங்களில் தன்னால் இயன்ற வேலைகளில் ஈடுபட்டு வந்தான்.

அதன் பிறகு அவன் தனது பரீட்சையை எழுதுவதற்காக அரசாங்கக் காரியாலயத்திற்குள் தயங்கியவாறே பிரவேசித்த காலம் உதித்தது. அந்தப் பரீட்சையை எழுதுவதற்கு ப்ரிட்டோரியா பிரதேசத்திலிருந்து வந்திருந்த முதல் கருப்பினத்தவனாக அவன் இருந்தான். அவன் தனியாகப் பரீட்சை எழுதுவதற்காக அவனுக்காக ஒதுக்கப்பட்டிருந்த அறைக்குள் நுழைந்து தன்னை மறைத்துக் கொள்ளும் வரைக்கும் அங்கிருந்த வெள்ளைக்காரர்கள் அனைவரும் அவனையே முறைத்துப் பார்த்துக் கொண்டிருந்தார்கள்.

அந்தக் காலம், வெள்ளைக்காரர்கள் யாராவது தொலைவில் வருவதைக் கண்டாலே கறுப்பினத்தவர்கள் தமது தொப்பியைக் கழற்றிக் கையில் வைத்துக் கொள்ளும் காலமாக இருந்தது. அந்தக் காலம், வெள்ளைக்காரர்கள் தெருவோரமாக நடந்து சென்று மறையும் வரைக்கும் கறுப்பினத்தவர்கள் நடுத்தெருவில் அசையாமல் சிலை போல நின்று கொண்டிருக்க வேண்டிய காலமாக இருந்தது.

அதன் பிறகு வந்த காலமானது, தான் பிறந்த கிராமத்துக்கு, ஏழு வருடங்களுக்குப் பிறகு முதன்முறையாக, ஒரு கண்ணியமிக்க மனிதனாக, அதாவது ஒரு ஆசிரியராக அவன் திரும்பி வந்த காலமாக இருந்தது. அவனது பெற்றோர் மிகவும் பெருமிதமடைந்தார்கள். அவனுக்காக வரவேற்பு விழாக்களும் நடைபெற்றன.

அந்தக் காலம், பகல் முழுவதும் அதியுச்ச வெப்பநிலையானது ப்ரிட்டோரியா நகரத்தைத் தாக்கி, அங்கிருக்கும் மக்களை உயிரோடு கொன்று விடும் அளவு சூடான இரவுகளைக் கொண்ட காலமாக

இருந்தது. அவ்வாறானதோர் இரவில், அவனது மூத்த நண்பர்களில் ஒருவர், வெள்ளையின மாணவர்களால் கடுமையாகத் தாக்கப்பட்டிருந்தார். பிரித்தானிய சங்கீத ஆசிரியராக கில்னர்டனுக்கு வந்திருந்த லெம்பத் மாஸ்டரே அவ்வாறு தாக்கப்பட்டிருந்தார். இந்தக் கதையின் நாயகனான கறுப்பின வாலிபன் இசைத் துறையில் திறமை வாய்ந்தவன் என்பதை அவரே இனங்கண்டு கொண்டிருந்தார். அவனுக்கு பியானோ இசைக்கக் கற்றுக் கொடுப்பதற்காக அவர் தனது காலத்தைச் செலவழித்துக் கொண்டிருந்தார். இலவசமாகக் கற்றுக் கொடுக்கப்படும் அவ்வாறான பல பின்னேரங்களும், இரவுகளும், வார இறுதிகளும் கடந்து போயின. லெம்பத் மாஸ்டர் அதைத் தவிர வேறு என்னதான் தவறு செய்தார் என்று அவனது சங்கீத ஆசிரியர் மீது அவ்வாறான தாக்குதல் நடைபெற்றதற்குப் பிறகு, எமது கதையின் நாயகன் தன்னைத்தானே கேட்டுக் கொண்டான். ஆபிரிக்க ஆசிரியர்களுக்கு மத்தியிலிருந்த அந்த ஆங்கிலேய ஆசிரியருக்கு நிறைய நண்பர்கள் இருந்தார்கள். அவர், அவர்களைச் சந்திப்பதற்காக அவர்களது வீடுகளுக்கும் போய் வந்து கொண்டிருந்தார். அவர்களது இசைத் திறமையை அதிகரிப்பதற்காக தன்னாலியன்ற உதவி, உபகாரங்களையும் செய்து கொண்டிருந்தவர் அவர்.

இவ்வளவு நேரமும் எமது கதையின் நாயகன் என்று நான் குறிப்பிட்ட அந்தக் கறுப்பின வாலிபன் வேறு யாருமல்ல. அவர் எனது மாமா. தற்போது உயிரோடு இல்லாத எனது தந்தையின் மச்சான்களில் ஒருவர் அவர். இருந்தாலும், எமது பண்பாடுகளுக்கு ஏற்ப 'மச்சான்' என்றபோதிலும் எனது தந்தை அவரை 'தம்பி' என்றுதான் அழைத்து வந்தார். எனது தந்தைக்கு சொந்தத் தம்பிகள் எவருமில்லை என்பதனால், எனக்கு இப்படி ஒரு மாமா கிடைத்திருப்பதையிட்டு நான் மிகவும் மகிழ்ச்சியடைந்தேன். எனது தந்தை மரணிப்பதற்கு முன்பு

'எனது மகன் நல்லதொரு மனிதனாக ஆக நீ அவனுக்கு உதவ வேண்டும்' என்று எனது மாமாவிடம் வேண்டுகோள் விடுத்திருந்தார். ஆகவே எனது வளரும் பராயத்தில் நிறைய விடயங்களில் எனக்கு உபதேசிப்பதற்கு என்னருகிலேயே ஒருவர் எப்போதும் கூடவே இருந்தார். தந்தை மரணித்து சில காலத்திலேயே எனது தாயும் மரணமடைந்தார். அப்போது மாமாவுக்கு ஏழு பிள்ளைகள். அவர்களுள் ஒரு பிள்ளையைத் தவிர ஏனைய அனைவருமே தமக்குத் தேவையான பணத்தை சம்பாதிக்கத் தொடங்கியிருந்தார்கள். குடும்பத்தில் கடைக்குட்டியான பிள்ளை மாத்திரம் பாடசாலைக்குப் போய்க் கொண்டிருந்தான்.

மாமா தார் போல கருப்பானவர். அவர் எந்தளவு கருப்பானவர் என்றால் சில சமயங்களில் அவரது முகம் கறுநீல நிறமானது போல தோற்றமளிக்கும். அவர் சிரிக்கும்போது அவரது வாய்க்குள்ளிருக்கும் கருஞ்சிவப்பான முரசு, அவரது கறை படிந்த, கபில நிறப் பல்வரிசைகளை விடவும் மின்னும். நல்ல உயரமான அவர் எப்போதும் உடலை நிமிர்த்தியவாறுதான் நடப்பார். தனது தலையை மிருதுவாகத் தடவிக் கொடுக்கக் கூடிய விதத்தில் எப்போதும் மொட்டையோடுதான் அவர் காணப்படுவார். அறுபது வயதைக் கடந்திருந்த போதிலும் அவர் இப்போதும் தனக்கு இளநரை தோன்றியிருப்பதாகத்தான் கருதுவார். ஆனால் நிஜத்தில் அவரது தலைமயிர் அவரது முப்பது வயதுகளிலேயே நரைக்கத் தொடங்கியிருக்கிறது. அன்றிலிருந்து தனது தலையில் ஒரு நரை மயிரையேனும் பிறருக்குக் காண்பிக்க அவர் விரும்பாத காரணத்தால் தினந்தோறும் தலையை முழுமையாக மழித்துக் கொள்கிறார்.

அவர் எப்போதும் கூறும் விதத்தில், அவரது சருமத்தின் கருப்பு நிறமானது அவரை அடிக்கடி பல பெரிய பெரிய பிரச்சினைகளுக்குள்

தள்ளியிருக்கிறது. அவ்வாறாக அவரை எப்போதும் தொந்தரவுக்குள்ளாக்குபவர்கள் வெள்ளைக்காரர்களாக இருந்தார்கள்.

''ஏய், அடேய்! நீதான்டா டேய்!''

வேலியருகே நின்றிருக்கும் வெள்ளைக்காரச் சிறுவர்கள் தன்னை நோக்கிக் கத்துவதைக் கண்டும் காணாததுபோல மாமா வேகவேகமாக நடந்தார். அவர் பாடசாலையில் தனது சக ஆசிரியர் ஒருவரோடுதான் வந்து கொண்டிருந்தார்.

''ஏய், அடேய்! நீதான்டா டேய்! கருப்பனே! கருங்குரங்குத் தடியனே!''

கத்தியவாறே வெள்ளைக்காரச் சிறுவர்கள் ஓரிருவர் முன்னால் வந்து, நடந்து வந்து கொண்டிருப்பவர்களை வழி மறித்து அவர்களுக்கு முன்னால் நின்று கொண்டார்கள். அந்த இரண்டு ஆபிரிக்கர்களும் கூட சிலை போல சமைந்து நின்றார்கள்.

காதில் விழும் சிறுவர்களின் பலத்த சிரிப்பொலிகள் மாமாவின் உடல் நடுங்கச் செய்தன. என்றாலும், தனது பயத்தைக் காட்டிக் கொள்ளாமல் அவர் அந்த வெள்ளைக்காரச் சிறுவர்களைத் தாக்கத் தொடங்கினார். பீட்டர்ஸ்பர்க்கில் அவர் மல்லுக்கட்டியதைப் போலவே அவரது முழங்கை ஒரு சிறுவனின் வாயை சரியாகத் தாக்கியது. உடனே அந்தச் சிறுவனின் உடல் தரையை நோக்கித் தாழ்ந்தது. அங்கிருந்த ஏனைய அனைத்து சிறுவர்களும் அவனை நோக்கி ஓடி வந்தார்கள். உடனடியாக ஆபிரிக்கர்கள் இருவரும் அந்த இடத்திலிருந்து விலகி ஓடினார்கள்.

வெள்ளைக்காரனான புதிய இலிகிதர் கடிதங்களை நேர்த்தியாக அடுக்கி வைத்தவாறும், அவற்றின் இலக்கங்களைக் குறித்துக் கொண்டவாறும் பரபரப்பாக இயங்கிக் கொண்டிருந்தார். ஆட்களின் வரிசை படிப்படியாக அதிகரித்து அந்தத் தபாலகக் கட்டடத்தைத் தாண்டியும் நீண்டு கொண்டிருந்தது. வெகுநேரமாக வரிசையில் நின்றுகொண்டு காத்திருப்பதால் தாம் மிகவும் களைப்படைந்திருப்பதைக் காண்பிக்க அவர்கள் கைகளை உயர்த்தி கோஷமெழுப்பிக் கொண்டிருந்தார்கள். அந்த வரிசையில் முதல் ஆளாக மாமா நின்றிருந்தார்.

"மன்னிக்கணும். என்னோட பாடசாலை இடைவேளை நேரம் முடியப் போகுது. வகுப்புல பிள்ளைகள் நான் வரும்வரைக்கும் காத்துட்டிருப்பாங்க. தயவு செஞ்சு எங்க வேலையைக் கொஞ்சம் சீக்கிரமா செஞ்சு தாறீங்களா?" என்று அவர் தயக்கத்தோடு கேட்டார்.

இலிகிதர் தலையையுயர்த்திப் பார்த்தார்.

"இங்க பாரு. கருப்பன்களுக்கு சேவை செய்யத்தான் நான் இங்கே இருக்கேன்னு நினைச்சிட்டிருக்கியோ? என்னோட கடமையை செய்யத்தான் நான் இங்க இருக்கேன்" என்று அவர் வெறி பிடித்தவர் போல கத்தினார்.

மாமா அவரையே முறைத்துப் பார்த்தவாறே கூர்ந்து கவனித்துக் கொண்டிருந்தார். அந்த இலிகிதரோ மீண்டும் கடிதக் கட்டுகளிடையே மூழ்கி விட்டிருந்தார். கிட்டத்தட்ட பதினைந்து நிமிடங்களுக்குப் பிறகு அவற்றை அங்கேயே வைத்து விட்டு அவர் எழுந்து அலுமாரியொன்றை நோக்கிப் போனார். அவரது உடலின் ஒவ்வொரு அசைவுகளையும் வரிசையிலிருந்தவர்களின் பார்வைகள் தொடர்ந்து கொண்டேயிருந்தன. மீண்டும் தனது இருக்கைக்குத் திரும்பிய அவர் வரிசையில் முதலாவதாக இருந்தவரை ஏறிட்டுப் பார்த்தார். மாமாவும்

அவரைத் தீர்க்கமாகப் பார்த்தார். அவரது பார்வை அந்த வெள்ளைக்காரனைக் காயப்படுத்தியிருக்கக் கூடும். ஆகவே அவர் மீண்டும் பலமாகக் கத்தி தனது பாதுகாப்பு வேலியை உறுதிப்படுத்திக் கொள்ள முற்பட்டார்.

"யாரடா நீ? யார் நீ? ஒண்ணுக்கும் பிரயோசனமில்லாத கருப்பன். கருங்குரங்குடா நீ! தார் மாதிரி கருப்பன். நீ... நீ இனிமே வாயைத் தொறந்தீன்னா, நான் உன்னோட ஜாதியில ஒருத்தனுக்கும் எந்த வேலையும் செஞ்சு தர மாட்டேன். என்னவோ பெரிய மாஸ்டராம். மாஸ்டர்...த்தூ!"

வரிசையானது, அங்குமிங்கும் அசைந்து கோபத்தோடு ஓசையெழுப்பியது.

உடனடியாக தான் ஏதாவது செய்ய வேண்டும் என்பதை மாமா உணர்ந்தார். அவருக்கு பயமாகவும் இருந்தது. அவ்வேளையில்தான் தபாலதிபர் அங்கு வந்தார். அவர் அந்த இலிகிதரின் குரல் உயர்ந்ததைக் கேட்டுத்தான் அங்கு வந்திருந்தார்.

"என்னாச்சு?" என்று அவர் கேட்டார்.

"உங்க கிளார்க் ரொம்ப மோசமா என்னைத் திட்டினார். என்னைக் கருங்குரங்குன்னெல்லாம் சொன்னார்."

இலிகிதர் ஏதோ சொல்ல வாயெடுத்த போதிலும், தபாலதிபர் அவரை அலுவலகத்தின் பின் பகுதிக்குச் செல்லுமாறு உத்தரவிட்டார். சில நிமிடங்களுக்குப் பிறகு அதே இலிகிதர் மீண்டும் வந்தார். அப்போது அவர் வேலைகளைச் செய்யத் தயாராக இருந்தார். என்றாலும், அமைதியாகவும், கோபத்தோடும்தான் இருந்தார்.

மாமா கூறிய விதத்தில் அந்த இலிகிதர் அப்போது மிகவும் பயந்து போயிருந்தார். எதற்காகப் பயப்பட வேண்டும்? வரிசையில்

காத்திருக்கும் கருப்பினத்தவன், வெள்ளையர்களை விடவும் நன்றாக ஆங்கிலம் பேசுவதைக் கேட்டதால் உதித்த பயம் அது.

அந்தத் தடவை மாமாவுக்கு அந்த வெள்ளைக்கார இலிகிதரிடமிருந்து தப்பித்துக் கொள்ள முடிந்தது. தபாலகத்தில் நேர்ந்த அந்த கடுமையான வார்த்தைப் பிரயோகத்தை மற்றுமொரு ஆசிரியரும் கண்டிருந்தார். அவர் இன்னும் சில ஆசிரியர்களையும் சேர்த்துக் கொண்டு பிரதான காரியாலயத்திற்கு ஒரு முறைப்பாட்டுக் கடிதத்தை அனுப்பி வைத்தார். எனவே அந்த இலிகிதர் அந்தத் தபாலகத்திலிருந்து இடம் மாற்றப்பட்டதோடு, மாமா மிகவும் மகிழ்ச்சியாகக் காணப்பட்டார்.

‘‘இந்தக் காலத்துல இப்படி ஏதாவது நடக்குமா?’’ என்று கேட்டார்.

‘‘நடக்காது... அன்னிக்கு மட்டும் அந்தக் கிளார்க்கோட வாயிலருந்து கண்ணியமான வார்த்தைகள் வெளிவந்திருந்தா என்னோட வேலைதான் போயிருக்கும்’’ என்று அவரே அதற்குப் பதிலும் அளித்தார்.

பல வருடங்களுக்குப் பிறகு மாமாவுக்கு அதை விடவும் மிகவும் நல்லதொரு உத்தியோகம் கிடைத்தது. அது ஆபிரிக்கப் பாடசாலைகளைப் பரிசோதிப்பதற்கான பரிசோதகராக கிடைத்த உத்தியோகம். அவ்வாறான முக்கியமான உத்தியோகங்களெல்லாம் அதற்கு முன்பு வெள்ளைக்காரர்களுக்குத்தான் வழங்கப்பட்டு வந்தன.

அந்தப் பணியை ஏற்ற அவர் ட்ரான்ஸ்வாலேயின் மேற்குப் பிரதேசத்துக்கு தனது குடும்பத்தோடு குடிபெயர்ந்தார். அங்கே வைத்துத்தான் பிரசவ சமயத்தில் அவரது மனைவி இறந்து போனாள். அது அவரது வாழ்க்கையை மிகவும் மோசமான விதத்தில் பாதித்தது.

தனது மரித்த மனைவியின் மீதிருந்த காதலை அவர் குடிக்கு அடிமையாவதன் மூலமே வெளிப்படுத்தினார். அவ்வாறே அவர் மீண்டும் இசைக்கருவிகளை இசைக்கத் தொடங்கியதோடு, மென்மையானதும், ஆழமானதுமான உணர்வுகளைத் தூண்டும் இசைகள் அவரிடமிருந்து பிறந்தன.

அவர் தனது பிள்ளைகளைத் தன்னுடனே வைத்துக் கொண்டார். அவரது பிள்ளைகள் அனைவரும் உயர் கல்வியைக் கற்ற திறமை வாய்ந்தவர்களாக இருந்தார்கள். அந்த வகையில் அவர் அதிர்ஷ்டசாலிதான். அவரது பிள்ளைகள் எவரும் மிகுந்த திறமைசாலிகளாக இல்லாத போதிலும், அவர்கள் தமது மூளைகளைத் திறம்பட பாவிப்பவர்களாக இருந்தார்கள். அவரது ஒரு பிள்ளை அறிவியல் துறையில் கற்றது; மற்றொரு பிள்ளை இசைக்குழுவொன்றில் சாக்ஸபோனை இசைத்தது; மற்றுமொன்று ஆசிரியராகவும், பாடகராகவும் இருந்தது. இன்னுமொன்று ஒரு நூலகத்தில் பணி புரிந்தது; ஒரு மகள் தாதியாக இருந்தாள். மேலும் ஒரு மகனும், மகளும் இன்னும் பாடசாலைக்குப் படிக்கப் போய்க் கொண்டிருந்தார்கள்.

அந்தப் பிள்ளைகளது தந்தை வீட்டுக்குத் திரும்பாத பயங்கரமான இரவுகளும் பின்னர் உதிக்கத் தொடங்கியிருந்தன. அவர் எங்காவது குடித்துக் குடித்து காலத்தை வீணடித்துக் கொண்டிருப்பார் என்பதை அவர்கள் அனைவரும் அறிந்திருந்தார்கள். பிறகு அவர் திருடப்பட்ட வைரக் கற்களைக் காசு கொடுத்து வாங்கிக் கொண்டிருப்பதாக அவர்கள் கேள்விப்பட்டார்கள். அவர் பாடசாலைகளைப் பரிசோதிக்கப் போகும்போதெல்லாம் சிறிய வைரக் கற்களை விற்பதையோ, வாங்குவதையோ செய்து கொண்டிருந்தார். இவ்வாறாக அவர் எப்போதும் மிகவும் அபாயகரமான நிலையிலேயே இருந்து கொண்டிருந்தார். ஒரு தடவை அவர் வைரம் என்று நம்பி, ஒரு பெறுமதியுமற்ற கண்ணாடித் துண்டுகள் சிலவற்றை ஆபிரிக்கர்

ஒருவரிடமிருந்து ஐம்பது பவுன்களைக் கொடுத்து வாங்கி ஏமாந்து போயிருந்தார்.

அவரால் தனது வாழ்நாளில் ஒருபோதும் மறக்க முடியாத தினம் அதற்குப் பிறகுதான் உதித்தது. சில காலம் போலிஸாரால் மேற்கொள்ளப்பட்ட குற்ற விசாரணைகள் அனைத்தும் மாமாவின் மீதே வந்து முடிந்தன. ஒரு நாள் ஜோஹன்னஸ்பர்க்கிலிருந்து கிம்பர்லி வரையான அவரது புகையிரதப் பயணமொன்றின் போது அவர்கள் அவரைக் கண்டுபிடித்தார்கள். அவர்கள் புகையிரதத்தின் களஞ்சியப் பகுதிக்கு அவரை இழுத்துச் சென்று விசாரணை செய்தார்கள். எனினும் அவரிடமிருந்து எதனையும் கண்டுபிடிக்க முடியாமல் போனதோடு, அவரும் ஒரு வார்த்தை கூட பேசாமலே இருந்தார். கடைசியில் தாம் ஒரு நடைப்பிணத்தைத்தான் பிடித்து வைத்திருக்கிறோமோ என்று பயந்து போன அவர்கள் ஒரு புகையிரத நிலையத்தில் வைத்து அவரை வெளியே தள்ளி விட்டார்கள். கீழே விழுந்த அவரது மொத்த உடலும் இரத்தத்தால் குளித்திருந்தது. அவரது ஆடைகள் கிழிந்து போயிருந்ததோடு, இரு விழிகளும் மூடியிருந்தன. அவர்கள் அவரது சூட்கேஸையும் வெளியே தூக்கி எறிந்திருந்தார்கள்.

பணி இடமாற்றமாக மாமா ஜோஹன்னர்ஸ்பர்க்குக்கு அனுப்பி வைக்கப்பட்டிருந்தார். வெள்ளைக்கார கல்வி அதிகாரியொருவரால் அது நிகழ்ந்திருந்தது. தனது பையைக் கொண்டு போய் காரில் வைக்குமாறு அந்த அதிகாரி, மாமாவுக்குக் கட்டளையிட்டிருக்கிறார். அவர் அதைச் செய்ய மறுத்திருக்கிறார். அதற்கு முந்தைய சந்தர்ப்பங்களில் அந்த அதிகாரியின் காரைக் கழுவிக் கொடுப்பதையும் மாமா மறுத்திருந்தார். பிரதான காரியாலயத்திலிருந்த ஏனையவர்கள் மாமாவின் வேலைகளை மதித்ததால் அவர்கள் அவருக்கு உடனடியாக

ஜோஹன்னஸ்பர்க்குக்கு இடமாற்றமொன்றை ஏற்பாடு செய்து கொடுத்தார்கள். அவர் தனது உத்தியோகத்தை எவ்வாறு இழக்காதிருந்தார் என்று நீங்கள் அவரிடம் கேட்டிருந்தால், அவர் இவ்வாறுதான் பதிலளித்திருப்பார்.

''நான் என்னோட வேலையில் எந்தத் தவறும் நிகழாமல் எப்போதும் பார்த்துக் கொண்டேன். என்றாலும், ஒழுங்காக வேலை செய்யும் கறுப்பினத்தவர்களை வெள்ளைக்காரர்களுக்குப் பிடிக்கவே பிடிக்காது. காரணம் அந்த வெள்ளைக்காரர்கள் எவரும் ஒழுங்காக வேலை செய்யவே மாட்டார்கள்.''

மாமா சொல்வதை வைத்துப் பார்க்கும்போது அவரது சருமத்தின், மிகவும் அடர்த்தியான கருமை நிறமானது அவரைச் சூழ எப்போதும் ஒரு நிழலைப் போல படர்ந்திருந்தது என்பது தெளிவாகிறது. அது மிகவும் பயங்கரமானது என வெள்ளைக்காரர்கள் கருதினார்கள். நிறத்தின் காரணமாக பல தடவைகள் உருவான சச்சரவுகளின் பின்னர் அவர் அதை மிகவும் ஆழமாக உணர்ந்திருந்தார்.

ஜோஹன்னஸ்பர்க்குக்கு வந்ததன் பிறகு அவருக்கு, தனது வாழ்க்கையில் அனைத்தையும் மீண்டும் முதலிலிருந்து கட்டியெழுப்ப வேண்டும் என்பது புரிந்தது. ஆகவே அவர் குடிப்பதைக் குறைத்துக் கொண்டது மாத்திரமல்லாமல் ஓர்லண்டோவிலுள்ள மெதடிஸ்த தேவாலயத்தில் சேவை செய்யவும் தொடங்கினார். ஆனால் இவற்றோடு அவர் குதிரைப் பந்தயத்தைப் பார்க்கச் செல்லவும் தொடங்கினார். பின்னர் அவர் குதிரைப் பந்தயச் சூதாட்டத்தில் கலந்து கொள்ள கொள்ளப் பழகியதோடு, அவரால் அதை நிறுத்தவே முடியாமல் போய் விட்டது. அதை நிறுத்துவதற்குப் பதிலாக அவர் தேவாலயத்துக்குப் போவதை நிறுத்தினார்.

''என்னால யாரையும் ஏமாற்ற முடியாது. நான் குதிரைகள் மீது என்னோட பணத்தைக் கட்டுவேன். சில பேர் மதச் சடங்குகளை குதிரை

ரேஸோடயும், இன்னும் பல விஷயங்களோடயும் கலந்துக்கிட்டு செய்வாங்க. ஆனா என்னால அப்படிச் செய்ய முடியாது. இந்த நாட்டுல ஒழுங்கா வாழணும்னா கருப்பினத்தவர்கள் எப்படி வாழ வேணும்னு யேசு கிறிஸ்து ஒருபோதும் சொல்லித் தந்ததில்ல. எமக்கு என்ன தோணுதோ அதைத்தான் நாங்க செய்ய முடியும். அவங்க சொல்ற போதனைகள் எதுவுமே எனக்குப் புரியுதில்ல. அதனால எல்லாம் புரியுற மாதிரி சும்மா நடிச்சிக்கிட்டு தேவாலயத்துக்கு முன்னால நின்னுட்டிருக்குறது சரின்னு நான் நினைக்கல'' என்றார்.

திருடப்பட்ட வைரக் கற்களை வாங்கி விற்பதைத்தான் அவர் 'இன்னும் பல விஷயங்கள்' என்று குறிப்பிட்டார். அத்தோடு அவர் நகரத்துக்கு அருகாமையில் வசிக்கும் ஆபிரிக்கக் குழுக்களால் திருடப்படும் ஆடைகளையும், உணவுப் பொருட்களையும் கூட வாங்கி விற்றார். தாம் பணிபுரியும் கடைகளில் தொடர்ச்சியாகத் திருடி வரும் சேவகர்கள் இருந்தார்கள். அவர்கள் தாம் திருடுபவற்றை வெள்ளைக்காரர்களின் பங்களாக்களில் பணி புரிபவர்களுக்கு விற்று வந்தார்கள். பாடசாலைப் பரிசோதகராக பணி புரியச் செல்லும்போது தான் சந்திக்க நேரும் அனைவரிடமும் கதைக்க மாமா பழகியிருந்தார். அவர் ஏதேனுமொரு மூலைக்கோ, யாருடையதாவது தனிப்பட்ட அறைக்கோ சென்று அவர்களுடன் தனது வியாபாரத்தில் ஈடுபட்டு வந்தார்.

பிறகொரு நாள் மாமா மீண்டும் திருமணம் செய்து கொண்டார். அவ்வேளையில் அவர் தனது மூன்று பிள்ளைகளுடன் தங்கியிருந்தார். அவர்களுள் இருவர் பாடசாலைக்குப் போய்க் கொண்டிருந்தார்கள்.

மீண்டும் அவரது வாழ்க்கையை இருண்ட மேகமொன்று வந்து சூழ்ந்தது. அவரது புதிய மனைவி மோசமான ஒருத்தியாக இருந்தாள்.

என்றாலும், அதை மாமா உணர்ந்து கொள்ளும்போது மிகவும் தாமதமாகியிருந்தது. அவள் எப்போதும் வீட்டுக்கு வெளியே ஒரு உருளைக் கிழங்கு மூட்டை போல அமர்ந்திருப்பாள். யாருடனும் எதுவும் பேச மாட்டாள். எப்போதாவதுதான் புன்னகையொன்றையோ, ஏதேனும் சிறிய கேள்வியையோ, சிறிய பதிலொன்றையோ முன் வைப்பாள். ஆகவே அவளைக் காணும்போதெல்லாம் அயலவர்கள் அவளை வெறுத்தார்கள். எப்போதும் ஒரே இடத்தில் அமர்ந்திருக்கும் அவள் எவரிடமும் எவ்வித உதவிகளையும் கோராததோடு, அவளும் எவருக்கும் எந்த உதவியையும் செய்யாதவளாக இருந்தாள். ஒரு மனைவியாகச் செய்ய வேண்டிய கடமைகளை மாத்திரமே அவள் அவருக்கு நிறைவேற்றினாள். ஒரு குழந்தைக்குத் தாயாக ஆவதற்கு விருப்பம் இருப்பதாக அவள் காட்டிக் கொள்ளவேயில்லை.

''பாட்டு கத்துக்கப் போறேன்னு சொல்லிட்டு உங்க மகள் என்னென்ன செய்றாள்னு நீங்க கொஞ்சம் தேடிப் பார்த்தா நல்லது'' என்று ஒரு நாள் அவள் ஏனைய பிள்ளைகளின் முன்னிலையில் மாமாவிடம் கூறினாள்.

அந்தச் சமயத்தில் மாமாவின் பிள்ளைகள் அவளை 'அம்மா' என்று அழைப்பதை நிறுத்தியிருந்தார்கள். காரணம், பிள்ளைகளின் தந்தையிடம் பிள்ளைகளைப் பற்றி எதையாவது முறையிடும்போது அவள் எப்போதும் 'உங்க மகள்' என்றோ, 'உங்க மகன்' என்றோதான் குறிப்பிட்டு வந்தாள்.

''அவள்தான் பாட்டு கத்துக்கிட்டிருக்காளே'' என்று மாமா வேண்டாவெறுப்பாக பதிலளித்தார்.

''என்ன பாட்டோ யாருக்குத் தெரியும்? பாட்டு கத்துக்குறதைப் பற்றி எனக்கு ஒண்ணும் தெரியாது. ஆனா, இப்படித்தான் அங்க

ஒருத்தரோட மகள் எப்பவுமே பாட்டு கத்துக்கப் போயிட்டிருந்தா. ஏதோ பெரிய பெரிய பாட்டெல்லாம் கத்துக்கிட்டா போல. கடைசியில அவளோட வயித்துலதான் புதிய பாட்டொண்ணு உருவாகியிருந்துச்சு.''

அதைக் கேட்டதுமே மாமாவின் மகள் அழுதவாறே தனது படுக்கையறைக்கு ஓடினாள். உடனடியாக அந்தப் பெண்ணுக்கு எதிராக பல குரல்கள் எழத் தொடங்கின. என்றாலும், அவளோ உருளைக்கிழங்கு போல அந்த இடத்திலேயே அமர்ந்திருந்தாள். அவளது பருத்த உடலானது, பழுத்த பலாப்பழமொன்று தரையில் விழுந்து நசுங்கிப் போவது போல கதிரையில் நசிந்து போயிருந்தது. அவளுக்குள் எதையோ ஒளித்து மறைத்து வைத்திருப்பதைப் போன்றதொரு சுபாவத்தைத்தான் அவளது முகம் எப்போதும் வெளிப்படுத்திக் கொண்டிருந்தது.

''இப்படிப்பட்ட பொம்பளையொருத்தியை வச்சுக்கிட்டு நான் என்னதான் செய்வேன் மருமகனே?'' என்று வீட்டில் இடம்பெறும் சச்சரவுகளைக் குறிப்பிட்டு மாமா கவலையோடு என்னிடம் கூறுவார்.

என்றாலும், அவளது கணவனாகவே தொடர்ந்து வாழ்வதற்கும், வாழ்நாள் முழுவதும் அவளுடனேயே வசிப்பதற்கும் அவருக்கிருந்த தீர்மானம் அதனால் மாறவேயில்லை.

''கல்யாண நாளில் நான் தேவாலயத்தில் வாக்குறுதியளித்து விட்டேன்'' என்றார். அத்தோடு,

''நான் என்ன செய்யப் போறேன்னு அப்போ எனக்கு நல்லாத் தெரிஞ்சிருந்துச்சு. இது வேறொருத்தரோட பேச்சைக் கேட்டு நான் செஞ்சுக்கிட்ட ஒண்ணுல்லையே... நானே விரும்பித்தானே செஞ்சுக்கிட்டேன்'' என்றார்.

மீண்டும் ஒரு நாள் அச்சுறுத்தும் விதமாக அவர் இவ்வாறு கூறினார்.

அடிமைகள் 164

''இப்ப சமீபத்துலருந்து என்னால கோபத்தைக் கட்டுப்படுத்தவே முடியாம இருக்கு, மருமகனே. பார்த்துட்டேயிரு. ஒரு நாளைக்கு நான் அவளை அவளோட ஆட்கள்கிட்ட துரத்தி விடுவேன். அவள் இறங்க வேண்டிய ஸ்டேஷன்ல உருளைக்கிழங்கு மூட்டையொன்றைப் போல இறக்கி நான் அவளைத் தள்ளுவண்டியொண்ணுல ஏற்றி விடுவேன். பிறகு நானே அவளை அவளோட வீட்டுக்கு அதைத் தள்ளிட்டுப் போய் விட்டுட்டு வந்துடுவேன். தேவைப்பட்டால் அவளை அங்க ஒரு கயிறால கட்டி வச்சுட்டுத்தான் திரும்பி வருவேன்.''

ஆனால் அவர் ஒருபோதும் அவ்வாறெல்லாம் செய்ய மாட்டார் என்பதை நான் நன்றாக அறிந்தே இருந்தேன்.

எதையும் உடனடியாகத் தீர்மானிக்கும் விஷேட திறமை மாமாவிடம் இருந்தது. எந்தக் குதிரை மீது பணம் கட்டலாம் என்பதை அவர் உடனடியாகத்தான் தீர்மானித்தார். அதன் பிறகு அவருக்கு அதைக் குறித்து மீண்டும் யோசிக்கத் தேவைப்படவில்லை. அவர் தனது இரண்டாவது திருமணத்தைக் குறித்தும் அவ்வாறுதான் தீர்மானம் எடுத்திருப்பார் என்று எனக்குத் தோன்றுகிறது.

தேவாலயத்தின் கூட்டமொன்றில் வைத்துத்தான் அவர் அவளை முதன்முதலில் சந்தித்தார். பிறகு ரெனட்ஃபொன்டைனிலுள்ள அவளது வீட்டுக்கு வருமாறு அவருக்கும், இன்னும் இருவருக்கும் அழைப்பு விடுக்கப்பட்டது. அந்தச் சமயத்தில் அவரது மனைவி காலமாகி பன்னிரண்டு வருடங்கள் கழிந்திருந்தன. தனது பிள்ளைகள் ஓரளவு பெரியவர்களாக வளர்ந்து விட்டார்கள் என்று அவர் தீர்மானித்தார். அதனால், அந்தத் திருமணம் வெற்றியளிக்கவில்லையென்றாலும் பிள்ளைகள் கை விடப்பட மாட்டார்கள். என்றாலும், அவர் அந்த திருமண பந்தத்தை முறித்துக் கொள்ளவில்லை. அவர் சார்ந்திருந்த கிறிஸ்தவ மதம் அவருக்கு அதற்கு அனுமதியளிக்க மாட்டாது என்றே நம்பினார்.

மாமாவினுள்ளே பண்டைய ஆபிரிக்காவும், நவீன ஆபிரிக்காவும் ஒன்றாகக் கலந்திருந்தது. அவரது வாழ்க்கையில் பல சந்தர்ப்பங்களில் தன்னைத் துரதிஷ்டம் துரத்தி வருவதை அவர் உணர்ந்திருந்தார். துரதிஷ்டமானது பெரும் புயல் மழையைப் போல தன் மீது பொழியுமென்று அவருக்குத் தோன்றியிருந்தது. பணம், குடும்பம் மற்றும் வெள்ளைக்கார கல்வி அதிகாரிகள் போன்ற அனைத்துமே மோசமானவையாக அவருக்குத் தென்பட்டன. அவ்வாறான எண்ணங்கள் மிகைக்கும்போது அவர் ஆடொன்றை விலை கொடுத்து வாங்கி அதனை அறுத்துப் பலியிட்டு தனது உறவினர்கள் அனைவரையும் அழைத்து விருந்து கொடுப்பார். அவர்கள் தரையில் அமர்ந்திருந்து ஆட்டிறைச்சியையும், ஏனைய விஷேட உணவுகளையும் கைகளால் எடுத்துச் சாப்பிடுவார்கள். எல்லாம் முடிந்ததும் அவர் ஆட்டின் எலும்புகளை அள்ளியெடுத்துக் கொண்டு போய் வீட்டுக்கு வெளியே புதைப்பார். அவ்வாறான சந்தர்ப்பங்களில் அவரது உள்ளமானது, வாழ்க்கையின் மர்மமென்பது என்ன என்பதைத் தேடிக் கொண்டிருக்கும். தனது மூதாதையர்களும், காலமான தனது மனைவியும் வாழக் கூடிய கற்பனை உலகத்தைக் குறித்து அவர் சிந்தித்துக் கொண்டிருப்பார்.

விருந்து வைபவத்திற்குப் பிறகுதான் மீண்டும் மன அமைதி தன்னை வந்தடைந்திருப்பதாக அவர் உணர்வார். அதனால் அவர் மிகுந்த மன நிறைவோடு இருப்பார். அந்த அமைதியானது தனக்குள்ளே பொங்கி வழிந்து தனது இரு கால்களினூடே வெளியே பரவும் அளவுக்கு பூரண நிம்மதி தனக்குக் கிடைத்திருப்பதாக அவர் உணர்வார். தொடர்ந்து அவர் மிகுந்த புத்துணர்ச்சியோடும், புதிய தைரியத்தோடும் உலகத்துக்கு முகங்கொடுப்பார்.

தனது உறவினர்களுடன் இருக்கும்போதுதான் நிம்மதியாக இருப்பதை அவர் அறிந்திருந்தார். அதனால் அவருக்கு தன்னம்பிக்கை கிடைத்தது. உறவினர்கள் என்று எவருமே இல்லாதிருந்தால் அவர் ஒரு பெறுமதியுமற்ற, ஒரு மதிப்புமில்லாத, மரத்திலிருந்து உதிரும் ஒரு காய்ந்த சருகு மாத்திரமே.

நான் சுகவீனமுற்று இருந்த வேளையில் மாமா இரண்டு தடவைகள் நவீன ஆபிரிக்க மருத்துவரையே வரவழைத்தார். இருந்தாலும் எனது தலையிலிருந்த பயங்கரமான வலியானது, காட்டு விலங்கொன்று தடுத்து வைக்கப்பட்டிருக்கும் கூடொன்றுக்குள் என்னைத் தூக்கி எறிந்தது போல எனக்குக் கடும் வேதனையளிக்கத் தொடங்கியதைத் தொடர்ந்து மாமா ஆபிரிக்காவின் பழங்கால சிகிச்சைகளை மேற்கொள்ளும் ஒரு வைத்தியரை என்னிடம் அழைத்து வந்தார். என்னைப் பீடித்திருந்த வியாதியைத் துரத்த அவர் எலும்புக் கூட்டையே பயன்படுத்தினார். நான் சுவாசிக்கும்போது எனது உடலுக்குள் புகுந்து எனது தலையைப் பாதிக்கும் விதமாக எனது எதிரியினால் புகையொன்றின் மூலம் செய்வினையொன்று எனக்கெதிராக செய்யப்பட்டிருப்பதாக அவர் கூறினார். அதனால் அவர் அந்தப் புகைக்கு எதிராக விஷேட மூலிகைகளால் தயாரிக்கப்பட்ட வாசனைத் திரிகள் பலவற்றை எரியூட்டி அதன் புகையை நான் சுவாசிக்குமாறு செய்தார். எனது மூக்கைத் துளைத்துச் சென்ற அந்தப் புகையானது எனது மண்டை வரை தாக்கியதோடு எனது வாயிலிருந்து கழுத்தின் பின்புறம் வரையுள்ள பாதையை அது சுட்டெரிப்பது போல உணர்ந்தேன். அந்தப் பழமைவாத மருத்துவர் என்னைப் பார்க்க வருவதை நான் எப்போதும் வெறுத்தேன். என்றாலும், அந்த ஒவ்வொரு சந்தர்ப்பத்திலும் அவருக்கு என்னைப் பரிசோதிக்க இடமளிக்கத்தான் எனக்கு நேர்ந்தது. அவரது ஒவ்வொரு சிகிச்சைக்குப் பிறகும் மறுநாள் வரைக்குமோ, அதற்கு மறுநாள் வரைக்குமோ ஏதோவொரு உடல் நலத்தை நான் உணர்ந்தேன்.

மாமாவோ மழைக்காலத்திலும், கோடை காலத்திலும் என எல்லாக் காலத்திலும் தனது மனைவியைத் தன்னுடனேயே வைத்திருப்பதைத்தான் காண முடிந்தது. அவளது பருமனோ, கனத்த மௌனமோ அவரைக் கவலைக்குள்ளாக்கியதால் அவர் மீண்டும் மதுவை நாடத் தொடங்கியிருந்தார். மதுவருந்தியதன் பிறகு அவர் கிறீக்கினதோ, சொப்பினினதோ இசையைத் தனது பியானோவில் இசைக்கத் தொடங்குவார். இல்லாவிட்டால் அவர் முஹாப்பெலோவின் புகையிரதம், பறவை போன்ற இசைகளைத் தனது ஆழமான குரலால் பாடிக் கொண்டே இசைக்கத் தொடங்குவார்.

''ச்சூ - ஒஇ - ஒஇ- இ - இ - இ!'' என பியானோ வழியாக புகையிரத ஓசையை உருவாக்க அவர் மிகவும் விரும்பினார்.

'இந்தப் பியானோ கடையொன்றிலிருந்து திருடப்பட்ட ஒண்ணுன்னு அந்தக் கிழங்கு மூட்டை அறிந்து கொண்டாளானால் எனக்கு வீட்டில் காதை வைத்துக் கொண்டு இருக்க முடியாமல் போகும். அறிந்து கொண்டால் அவள் என்னைக் கோபமூட்டப் பார்ப்பாள். நான் தப்பு செஞ்சிட்டேன்னு எனக்கு உணர்த்தப் பார்ப்பாள். காரணம் இதுவரை நான் எந்தத் தவறையும் செஞ்சதில்லன்னு அவளுக்கு நல்லாத் தெரியும். அவளோட முதல் புருஷனைத் தின்னு தீர்த்தது போல இதைச் சொல்லிக் காட்டிச் சொல்லிக் காட்டியே என்னையும் பச்சையாகத் தின்னப் பார்ப்பாள்' என்றுதான் அவர் எப்போதும் யோசித்துக் கொண்டிருந்தார்.

அவர் அண்மையில்தான் தனது இருபது வருடப் பழமையான பியானோவை, இந்தப் பியானோவுக்கு மாற்றியிருந்தார்.

இந்த அவமரியாதையானதும், குரூரமானதுமான உடனடித் தீர்மானத்தை பியானோவும் உணர்ந்திருந்தது. அது வேதனையோடும்,

கோபத்தோடும் இசையைக் கசியச் செய்தது. சுய பச்சாதாபம், கோபம், அபிமானம், அதிகாரம் என அனைத்தும் ஒன்றோடு ஒன்றாகக் கலந்து அவருக்குள் செயற்பட்டுக் கொண்டிருந்தன.

''இங்க பாரு மருமகனே... இந்த ஆபிரிக்க மேகஸின்ல அழகுராணிப் போட்டியொண்ணைப் பற்றிய விளம்பரமொண்ணு வந்திருக்கு... நீ பார்த்தியா அதை?'' என்று மாமா சந்தோஷமாக இருந்த நாளொன்றில் சிரித்தவாறே என்னிடம் கேட்டார்.

''ஐயோ மாமா, இந்தக் காலத்துல அழகுராணிப் போட்டிகள் நிறைஞ்சிருக்கு. இதையெல்லாம் பார்த்துப் பார்த்து எங்களுக்கு இப்பல்லாம் அலுத்துப் போயிடுச்சு. இந்தக் காலத்துல பெரிய பெரிய நகரங்கள் எல்லாத்துலயும்போல இப்படி போட்டிகள் நடந்துட்டிருக்கு. ஒருத்தி அழகாத் தெரியுறதும், அவலட்சணமாத் தெரியுறதும் பார்க்குறவரோட பார்வையைப் பொறுத்தது. இங்குள்ள ஆட்கள் இன்னும் அதைக் கூட கத்துக்கல.''

''நீ எல்லாத்தையும் அளவுக்கு மீறி கத்துக்கிட்டிருக்காய். அதான் உனக்கு ஒண்ணுமே தெரியல. நான் உனக்கு ஒவ்வொண்ணாக் கத்துக் கொடுக்குறவரைக்கும் காத்துட்டிரு மருமகனே.''

''இது என்ன புதுசா காசு சம்பாதிக்குற ஒரு உத்தியோ? வெல்லப் போற பொண்ணோட இலக்கத்துக்கு பந்தயம் கட்ட நினைச்சிருக்கீங்கன்னு மட்டும் என்கிட்ட சொல்லாதீங்க.''

மாமாவும், அழகுராணிகளும் ஒருவருக்கொருவர் ஒத்துப் போவார்கள் என்று எனக்குத் தோன்றவேயில்லை. பெருமளவான வெள்ளைக்காரர்கள் பலரையும் அச்சுறுத்திய எத்தனை எத்தனை விவகாரங்கள் அவரது இந்தக் கருப்பு நிறத்தின் பின்னால்

மறைந்திருக்கக் கூடும்? அவற்றைத்தான் எனக்குத் தெரிந்து கொள்ள வேண்டியிருந்தது.

"நீயும் எனக்கு உதவி செய்யத் தயார்னா, இது அதை விட நல்ல விஷயமொண்ணு மருமகனே."

"எப்படி?"

"போட்டியில் வெல்றவங்களுக்குக் கொடுக்கப் போற பரிசைக் கொஞ்சம் பாரேன். ஐநூறு பவுணும், இருநூற்றைம்பது பவுணும், நூற்றைம்பது பவுணும். இன்னும் பல பரிசுகள் இருக்காம். இதுல ஏதாவது ஒண்ணு நமக்குக் கிடைச்சாக் கூட போதும்."

"ஆனா இது அழகு ராணிப் போட்டியே தவிர மல்யுத்தப் போட்டியில்லையே."

"முட்டாள் மாதிரிக் கதைக்காதே. இங்க பாரு. எனக்கு ஒரு அழகான பொண்ணைத் தெரியும். அவளை இந்தப் போட்டிக்கு அனுப்புவோம்."

எனக்கு அதற்கு மேல் அதைக் குறித்துக் கதைக்கத் தேவைப்படவில்லை.

"நான் போய் அவளைக் கூட்டிட்டு வாறேன். அவள் என்னோட கூட்டாளியோட மகள். மேற்கு ட்ரான்ஸ்வால்ல ஒரு குக்கிராமத்துலதான் அவங்க இருக்காங்க. அவளோட உடம்பும், முகமும் ரொம்ப அழகா இருக்கும். ஆனா அவளைக் கூட்டிட்டு வந்து உடனடியா போட்டிக்கு அனுப்பி வைக்க முடியாது. மார்க்கட்டுக்கு ஏத்த மாதிரி அவளைத் தயார்படுத்தணும். எப்படியும் போட்டி ஆரம்பிக்க இன்னும் ஒன்பது மாச காலம் இருக்குதானே? அந்தப் பொண்ணை போட்டிக்குத் தயார்படுத்த அந்தக் கால அவகாசம் நல்லாப் போதும்."

"இருந்தாலும்..."

''இங்க கேளுடா... நீ இருபத்தஞ்சு பவுண் பணம் போடு. நானும் இருபத்தஞ்சு பவுண் போடுறேன். உடனே அவளைக் கூட்டிட்டு வந்து என்னோட வீட்டுல தங்க வைக்கலாம். இல்லன்னா வேணாம். உன்னோட மாமி அரக்கி மாதிரி ஆகிடுவா. அதனால நாங்க அவளை என்னோட கூட்டாளி மாஉவோட வீட்டுல தங்க வைக்கலாம், என்ன? அவனோட பொஞ்சாதிக்கு நல்ல மனசு. நாங்க போடுற பணத்துல அந்தப் பொண்ணுக்கு சாப்பாடும் கொடுத்து, உடம்பை அழகுபடுத்திக்குறது எப்படின்னு ஜோவோட சலூன்ல அவளுக்குக் கத்துக் கொடுக்கவும் முடியும். அவளை வெளியே கூட்டிட்டுப் போய் ஆட்களைச் சந்திக்குறப்ப எப்படிப் புன்னகைக்கணும், எப்படி உட்காரணும், எப்படி நடந்துக்கணும்னு கத்துக் கொடுக்குறதுதான் உன்னோட வேலை. ஆபிரிக்க எருமை மாதிரி அவளை இருக்க விடக் கூடாது. உடம்பை அழகுபடுத்திக்குற வேலையை ஜோ கத்துக் கொடுப்பான். அந்தப் பொண்ணு மாத்திரம் போட்டியில வெற்றியடைஞ்சாள்னா நாங்க அவளுக்கு நூறு பவுணைக் கொடுத்துட்டு, எஞ்சுற நானூறு பவுணையும் நமக்குள்ள பகிர்ந்துக்கலாம்.''

வாடகைக்கு எடுத்த கடையொன்றில்தான் தனது அழகுக்கலையைக் கற்றுக் கொடுக்கும் வகுப்பைத் தொடங்கியிருந்தான் ஜோ. இவ்வாறான போட்டிகளில் கலந்து கொள்ளவிருக்கும் இளம்பெண்களுக்காகத்தான் அவன் அந்த வகுப்புகளை ஏற்பாடு செய்திருந்தான். எங்கெல்லாம் பணம் சம்பாதிக்க வழியிருக்கிறதோ அங்கெல்லாம் அவனைக் காண முடியும்.

என்னைப் பொறுத்தவரையில், எனக்கு மாமாவின் இந்தத் திட்டம் பிடிக்கவேயில்லை. மேடையில் ஏற்றப்படும் அழகு என்பது பணத்துடன் பிணைந்த அழகு என்றுதான் எனக்குத் தோன்றியது. இருந்தாலும், நான் வெறுமனே ஒரு இலிகிதராக பணிபுரிந்து வருபவன்.

சிலவேளை மாமா இவ்வாறான நாகரிகப் பழக்கங்களுக்கு பழகியிருக்கக் கூடும். அதை என்னால் உறுதியாகக் கூற முடியவில்லை.

''நான் சொன்ன விஷயத்தைப் பற்றி யோசிச்சுப் பார்த்தியா மருமகனே? காத்திருக்குறதுக்கு எங்களுக்கு இன்னும் அதிக காலமில்ல.''

''ஆமா மாமா... ஆனா எனக்குன்னா அது அந்தளவு முக்கியமானதாத் தோணல. ஏன் நாங்க ஜோ மாதிரி ஆட்கள்கிட்ட அழகுராணியை மொத்தமா ஒப்படைச்சிடக் கூடாது?''

''ஜோ ஒரு பொடிப் பயல். பெரிய பெரிய ஆட்களோட தொடர்புகளைப் பேணுறது மட்டும்தான் அவனோட விருப்பம். ஆனா இது எங்களோட பிஸ்னஸ். புரியுதா?''

''ஆனா போஸ்ட் ஆபிஸ்ல இருக்குற என்னோட சேமிப்புக் கணக்குல முப்பது பவுண் மாத்திரம்தான் இருக்கு. அதுலருந்து இருபத்தஞ்சை எடுத்தா ஒண்ணுமே மிஞ்சாதே மாமா.''

''கருப்பினத்தவர்கள் தங்களோட ஆட்களோடு இருக்கும்வரைக்கும் யாரும், ஒருபோதும் பசியில சாக மாட்டாங்க. எல்லோருக்குமே, எதுவுமே சாப்பிடக் கிடைக்கலன்னா மட்டும்தான் உனக்கும் எதுவும் கிடைக்காமலிருக்கும். உன்னோட சேமிப்புல ஒண்ணுமே இல்லாமப் போனாலும் உனக்கு சாப்பாடோ, உடுத்துக்குறதுக்கு ஒரு உடுப்போ, தலைக்கு நிழலா ஒரு கூரையோ இல்லாமப் போகாது.''

''நீங்க சொல்றது கிராமத்துல இருக்குறவங்களுக்கு சரியாகும். டவுன்ல வசிக்கிறவங்களுக்கு இன்னும் என்னவெல்லாம் தேவைப்படும், தெரியுமா? நான் அவற்றையெல்லாம் எப்படி வாங்குவேன்?''

''அதையெல்லாம் உனக்குக் கிடைக்குற இருநூறு பவுண்ல வாங்கிக்கலாம் மருமகனே.''

நான் சற்று நேரம் அதைக் குறித்து யோசித்துப் பார்த்தேன்.

''இல்ல மாமா. பெரிய பெரிய பணக்காரர்களுக்கு தங்களோட பணத்தோடு விளையாட முடியுமாக இருக்கும். அவங்களுக்கு வேணும்னா தங்களோட பணத்தை எதுலயும் முதலீடு செய்ய முடியும். ஆனா எங்களால அது முடியாது.''

''என்னை நீ பணக்காரன்னு நினைச்சிட்டிருக்கியோ? குதிரை ரேஸ் பந்தயத்துக்குப் போயிட்டிருக்குற அந்தக் காய்ஞ்சு போன மந்திரவாதி, கந்தலுடுத்துட்டுத் திரியுற வெள்ளைக்காரன்கள் இவங்க எல்லோரும் பெரிய பணக்காரர்கள்னு நினைச்சிட்டிருக்கியோ? முட்டாளாகாதே மருமகனே.''

வெகுநேரமாக நிகழ்ந்த பல வாத விவாதங்களுக்குப் பிறகுதான் நான், அவர் கூறியதற்கு இணங்கினேன். யாருக்குத் தெரியும்? நாங்களும் ஒருவேளை வெல்லக் கூடும் என்று எனக்குத் தோன்றியது. இருநூறு பவுணைப் பெற்றுக் கொள்ள முடிந்தால், அந்தப் பணத்தைக் கொண்டு என்னால் என்னதான் செய்ய முடியாது?!

அடடா! அந்தளவு பேரழகியொருத்தி அவள்!

அவளுக்கு மிகவும் அழகிய முகம். செதுக்கப்பட்டது போன்றதொரு பேரழகு. வரண்ட உதடுகளையும், வெடித்த தோல்களையும் கொண்டிருந்தாள் என்றாலும் அவளது முகத்தின் ஒவ்வொரு அங்கமும் அவற்றுக்குரிய இடத்தில் உரிய விதத்தில் மிக அழகாக அமைந்திருந்தன. அவள் வசித்து வந்த ஊரில் அவளுக்கு நல்ல உணவோ, பானங்களோ கிடைத்திருக்கவில்லை. ஆகவே அவளது

உடலில் எலும்புகள் வெளித்தள்ளியிருந்ததோடு, அவளது பின்னழகு செழிப்பானதாக இருக்கவில்லை.

''உன்னோட பெயரென்ன?'' என்று நான் அவளிடம் கேட்டேன்.

''ட்ரைஃபினா.''

ஒரு வெடிச் சிரிப்பு என்னிடமிருந்து எழுந்தது. 'என்ன இப்படியொரு பெயரை வைத்திருக்கிறார்கள்?' என்று எனக்குத் தோன்றியது.

''அந்தப் பெயர்னா நல்லா இல்ல மாமா. போட்டில அறிவிப்பாளரோட வாயால அந்தப் பெயரை எப்படி உச்சரிப்பாரோன்னு என்னால யோசிச்சுக் கூடப் பார்க்க முடியல'' என்று வீட்டுக்குத் திரும்பியதுமே நான் மாமாவிடம் கூறினேன்.

''உனக்கு வேணும்னா அவளை 'ட்ரை'ன்னோ, 'ஃபினா'ன்னோ, இல்லன்னா 'ட்ரைஃப்'னோ கூப்பிடேன்'' என்று அவர் அதை ஒரு பொருட்டாகவே எடுத்துக் கொள்ளாமல் கூறினார்.

''இல்ல... இவை எல்லாமே ஏதோ ஸ்கூல்ல வாசிப்புப் பாடத்துல உச்சரிக்கப்படுற சொற்கள் போல இருக்கு. எல்லாமே 'ஜெமீமா', 'ஜூட்டா', 'ஹர்மினா', 'ஸ்டெஃபினா' போல கேட்டுக் கேட்டுச் சலித்துப் போன பெயர்களா இருக்கு.''

அப்படீன்னா நாங்க அவளோட செல்லப் பெயரைப் பயன்படுத்துவோம். அப்படி ஏதாவது ஒரு பெயர் அவளுக்கு இருக்கும்னு நான் நினைக்கிறேன்.''

அவளிடம் கேட்ட போது ''டெரோஃபினா'' என்றாள்.

''இல்லல்ல... ஸ்கூல்ல கூப்பிடுற பெயரில்ல. உன்னோட செல்லப்

பெயர் ஏதாவது. நான் சொல்றது உனக்குப் புரியுதா? இந்த மாதிரி அழகு ராணிப் போட்டிகள்ல லேசான பெயரைத்தான் ஆட்கள் விரும்புவாங்க. அதாவது வாயில லேசா நுழையுற மாதிரியொரு பெயர். உச்சரிக்கச் சிரமமான பெயர்னா அதனாலேயே நீ தோற்றுப் போக வாய்ப்பிருக்கு'' என்று, பெயர் என்பது காதுக்கு இனிமையானதாக இருக்க வேண்டும் என்பதை மறைமுகமாகக் கூறினேன். எனக்கு இவ்வாறான தரக் குறைவான, இரைச்சலான, ஆபிரிக்கப் பெயர்கள் பிடிப்பதேயில்லை.

''ஓஹ் அதுவா? கெஃபாஹ்லிலோ! 'என்னோட கண்ணுல ஏதோ விழுந்துடுச்சு'ங்குறதுதான் அதோட அர்த்தம். என்னோட வீட்டுல எல்லோரும் என்னைச் செல்லமா இந்தப் பெயரை வச்சுத்தான் கூப்பிடுவாங்க'' என்று இனிமையான குரலில் கூறினாள்.

''நல்லது. ஆனா உனக்கு இதை விடச் சுருக்கமா ஒரு செல்லப் பெயர் இல்லையா?'' என்று நான் அந்தப் பெயரையும் நிராகரிக்கும் எண்ணத்தோடு கூறினேன்.

''இல்லை'' என்று அவள் மிகுந்த பொறுமையோடும், அப்பாவித்தனத்தோடும் அப்போதும் பதிலளித்தாள்.

''சரி.... ம்ம்.... இந்தப் போட்டிக்காக மட்டும் உன்னால ஒரு ஆங்கிலப் பெயரை வச்சுக்க முடியும் இல்லையா? அதைப் பற்றி கொஞ்சம் யோசிச்சுப் பாரு. உனக்குப் புரியுதுதானே? பேப்பர்களுக்காகவும், மேகஸின்களுக்காகவும் மட்டும்தான். எல்லாப் பேப்பர்கள்லயும் உன்னோட ஃபோட்டோ வரும். எங்களால உன்னை கெஃபாஹ்லிலோன்னு கூப்பிட முடியும்தான். ஆனா ஒரு அழகியோட பெயரும் கூட அழகா இருக்கணும், இல்லையா? அதுல சரியோ, தவறோ இல்ல. அதனால அவசரப்படாம, வேறொரு நல்ல பெயரை நீ தேர்ந்தெடுத்ததுமே எங்கக்கிட்ட சொல்லு. அது நல்லதுதானே?''

அவள் தலையசைத்து சம்மதித்தாள். அவளிடம் வேறு எதிலும் குற்றம் கண்டுபிடிக்க முடியவில்லை. சில சமயங்களில் அவளைக் குறித்து எமக்குக் கவலையும் தோன்றியது. மேலும் சில சமயங்களில் அவளால் எமக்கிடையே வாக்குவாதங்கள் ஏற்பட்ட சந்தர்ப்பங்களும் இருந்தன.

மறுநாள் அவள் எம்மிடம் ஒரு பெயரைத் தெரிவித்தாள். அவளது குரலில் 'ஏற்றுக் கொள்வதென்றால் ஏற்றுக் கொள்; இல்லாவிட்டால் புறக்கணித்து விடு' என்பது போன்ற தொனியே வெளிப்பட்டது. அவள் தெரிவித்த பெயர் 'மேரி ஜேன்'.

முதல் மூன்று மாத காலத்தில் அவளது உடலில் நல்ல முன்னேற்றங்கள் தென்படத் தொடங்கின. அவளது எடை சற்று அதிகரித்திருந்தது. அவளது நிறமும், முன்பை விட கருப்பாக மாறியிருந்தது. அவளது உதடுகளிலிருந்த வரட்சி மாறி முன்பை விடவும் மென்மையானவையாக அவை மாறியிருந்தன. அவளது சிறிய விழிகளிரண்டும் முன்பை விடவும் உயிரோட்டத்தோடும், அச்சமற்றவையாகவும் மாறியிருந்தன. அவளது தோற்றத்தை அழகுபடுத்தும் வேலையை ஜோ சிறப்பாகச் செய்து வருகிறான் என்பது தெளிவாகப் புலப்பட்டது. அந்தப் பெண்ணினுள்ளே ஏதோவோர் அழகு உள்ளடங்கியிருந்தது. அடுத்த சில மாதங்களுக்குள் அதை அவளினுள்ளேயிருந்து வெளியே கொண்டு வருவதே எமக்குத் தேவையாகவிருந்தது. சிறந்ததொரு போட்டியாளராக விளங்க இனிமேல் அவளால் முடியும் என்று ஒரு கட்டத்தில் எனக்குத் தோன்றியது. மாமாவும் அதை ஏற்றுக் கொண்டார். அந்தக் கருத்தை நாங்கள் இருவரும் ஆரம்பத்திலிருந்தே கொண்டிருந்தோம் என்பதுபோலத்தான் நாங்கள் அவளிடம் காட்டிக் கொண்டோம்.

அவள் பாடசாலையில் சாதாரண தரக் கல்வியைப் பூர்த்தி செய்திருந்ததோடு, உயர் தரத்தில் ஒரு பகுதியையும் கற்றிருந்தாள். அதனால் தேவையான கல்வித் தகைமையையும் அவள் பூர்த்தி செய்திருந்தாள்.

சனிக்கிழமைகள் சிலவற்றில் நான் அவளைத் திரையரங்குக்கு அழைத்துச் சென்றேன். பொதுவான காதல் கதைகள் மற்றும் திகிலூட்டும் கதைகளைக் கொண்ட திரைப்படங்களை விடவும் இசை நிறைந்த திரைப்படங்களையே அவள் மிகவும் ரசித்தாள். சனிக்கிழமைகளில் ஆபிரிக்கர்கள் சிலர் இணைந்து ஜாஸ் இசையை இசைக்கும் எலோஃப் வீதியிலிருந்த டோர்ச் ஹவுஸுக்கும் நான் அவளைக் கூட்டிக் கொண்டு போனேன். அங்கு இசையை மிகுந்த ஆர்வத்தோடு கேட்டு ரசிக்கும் வாலிபர்களையும், இளம்பெண்களையும் எம்மால் காண முடிந்தது. அவர்கள் விசிலடித்தவாறும், கை தட்டியவாறும் இசையைக் கேட்டு ரசிக்கும் உற்சாகமான ஆரவாரத்தை அங்கு கேட்கவும் முடிந்தது. நவீன பாணியில் தம்மை அலங்கரித்துக் கொண்டிருக்கும் இளம்பெண்களை நகரத்தில் பேச்சு வழக்கில் 'றப்பர் கழுத்துடையவர்கள்' என்றோ 'சிங்காரி' என்றோதான் அழைப்பார்கள். வைபவங்களின் போதும் நாங்கள் அவ்வாறானவர்களைச் சந்தித்திருந்தோம்.

மேரி ஜேன், ஜாஸ் இசையை மிகவும் ரசிக்கிறாள் என்பது எனக்குப் புரிந்தது.

எனது ஜாஸ் இசையைக் கேட்டு ரசிப்பதற்காக எனது அறைக்கு வருமாறு நான் அவளை அழைத்தேன். அவள் இசையை சிறிய சிறிய பகுதிகளாகத்தான் கிரகித்துக் கொண்டாள். அவளது உடலும் படிப்படியாக நகரத்து இளம்பெண்களின் அசைவுகளைக் கிரகித்துக் கொள்ளத் தொடங்கியிருந்தது.

மாமாவும், நானும் சமமாக அவளுக்காக பணத்தைச் செலவழித்துக் கொண்டிருந்தோம். ஆறு மாதங்களின் பிறகுதான் எமக்கு, மிகவும் அருமையான உடலசைவுகளைக் கொண்ட, நளினமான கவர்ச்சியுடைய, ஆரோக்கியமான மேனியுடன் கூடிய ஒரு 'சரக்கை' போட்டிக்கு அனுப்பலாம் என்ற ஆழமான நம்பிக்கை தோன்றியிருந்தது. இவை அனைத்தினாலும் அவளது சுபாவங்களும் மாறிக் கொண்டிருப்பது எனக்குப் புலப்படவேயில்லை. அவளது வயது இருபத்தொன்றை நெருங்கிக் கொண்டிருந்தது. ஆறு மாதங்களின் முடிவில் அவள் கவர்ச்சியானவளாக மாறியிருப்பது எனக்குத் தெளிவாகத் தெரிந்தது. வெகு தொலைவிருந்தல்ல, சிறிது தூரத்திலிருந்து பார்க்கும் போது அந்த அழகானது ஒரு பூவைப் போல மெதுவாக மொட்டவிழத் தொடங்கியிருந்தது. அவளது தேகம் செழிப்பாகவிருந்தது. என்றாலும், அவள் பருமனாகியிருப்பதாகத் தோன்றவேயில்லை. சிறந்த உச்சரிப்புகளுக்காக அவளது நாவும் முன்பை விடவும் நன்றாக வளைந்து கொடுத்தது.

நான் என்ன செய்து கொண்டிருக்கிறேன் என்பது எனக்குள்ளே தெளிவாகத் தொடங்கியது. அந்தக் கணமே குற்றவுணர்ச்சியொன்று என்னைக் குறித்தே எனக்குள் தோன்றவாரம்பித்தது. ஆமாம். நான் அவளைக் காதலிக்கத் தொடங்கியிருந்தேன்.

இனித்தான் நான் கவனமாக இருக்க வேண்டும். குக்கிராமத்தைச் சேர்ந்த அப்பாவிப் பெண்ணொருத்தி அவள். 'காதல்' போன்றவற்றை அவள் அறிந்திருக்க மாட்டாள். பறவைகளிருக்கும் கிளையில் திடீரெனப் பாய்ந்து தொற்றினால் அவை பறந்து விடக் கூடும். ஆகவே நான் பொறுமையாக இருக்க வேண்டும். அத்தோடு, நான் அதிகம் வெட்கப்படுபவனாக இருந்தேன். பல விதங்களில் நான் எனது மாமாவைப் போலவே இருந்தேன்.

பத்திரிகைகளுக்காக மேரி ஜேனைப் புகைப்படமெடுக்கவென மாமா அதிக ஊதியம் பெறும் பிரபல புகைப்படக் கலைஞரொருவரை நாடினார். அனைத்து ஆபிரிக்கப் பத்திரிகைகளும், சஞ்சிகைகளும் அந்த அழகுராணிப் போட்டியைக் குறித்து கதைக்கத் தொடங்கியிருந்தன. 'ஜோஹன்னஸ்பர்க்'கில் நடைபெறும் போட்டியில்தான் அழகி தேர்ந்தெடுக்கப்படுவாள். அதைக் குறித்து 'ஐநூறு பவுண்களை வென்றெடுக்கப் போகும் அழகி நீங்களா?' என்று 'ஆஃப்ரிக்' சஞ்சிகை தனது விளம்பரத்தில் கேட்டிருந்தது.

ஒரு நாள் காலைவேளையில் புகையிரதத்தில் செல்லும் போது, ஒவ்வொருவரும் கதைக்கும் இரைச்சல்கள், வெடிச் சிரிப்பொலிகள், ஜன்னல்கள் திறந்து மூடும் ஓசைகள் ஆகியவற்றுக்கு மத்தியில் அங்கு நிகழ்ந்து கொண்டிருந்த உரையாடலொன்றின் ஒரு பகுதி எனது காதில் விழுந்தது.

''டேய் நீ 'ஆஃப்ரிக்' மேகஸின்ல வந்திருக்குற அந்தப் பொண்ணோட ஃபோட்டோவைப் பார்த்தியா?''

''எந்தப் பொண்ணு?''

''அந்த மேரி ஜேன்ங்குற பொண்ணு?''

''ஆமாடா... அவள்னா ரொம்ப அழகாயிருக்கா. சூப்பராயிருக்கா.''

''ஆமா. அவளோட உடம்பைப் பார்க்கணுமே!''

''வேணும்னா பாரு. அவள்தான் முதலாவதா வருவாள்.''

உரையாடிக் கொண்டிருந்த அந்த இளைஞர்கள் மீது எனக்குள் ஏதோ இரக்கம் பிறந்ததோடு, அவர்கள் தொடர்ந்தும் அதைப் பற்றியே கதைப்பார்களானால் எவ்வளவு நன்றாக இருக்கும் என்றும் தோன்றியது.

"அந்தப் போட்டிக்கு நடுவர்களா இருக்குற மூணு பேரையும் நான் சந்திச்சேன்" என்று மாமா ஒரு நாள் கூறினார்.

"நடுவர்களா? 'ஆஃப்ரிக்' மேகஸின்ல அவங்க நடுவர்கள் யாருடைய பெயரையும் போட்டிருக்கலையே."

"அப்படியெல்லாம் போட மாட்டாங்க படுமுட்டாளே!"

"அப்போ நீங்க எப்படி அவங்களைத் தேடிக் கண்டுபிடிச்சீங்க?"

"எனக்குத்தான் எல்லாரையும் தெரியுமே."

"ஆனா நாங்க அப்படியெல்லாம் செய்றது சரியில்ல மாமா" என்று நான் குரலுயர்த்திக் கூறினேன்.

"எப்படியெல்லாம்?"

"நாங்க பரிசை வெல்லக் காத்திருக்குறதால இப்படியெல்லாம் போட்டியைக் குறிச்சு நடுவர்களோட கதைக்குறது சரியில்ல."

"ஸ்கூல் மாஸ்டர் மாதிரி பேசாதே. நீ நல்லாத்தான் இங்க்லீஷ் பேசுறாய். நாங்க எங்க சொந்த பாஷைல கதைப்போம். இப்போ நான் என்ன செஞ்சேன்னா மேரி ஜேனோட ஃபோட்டோகளை எடுத்துக்கிட்டு ஒவ்வொரு நடுவரோட வீட்டுக்கும் போனேன். அவங்களை கண்ணியப்படுத்துற மாதிரி ஒவ்வொரு மதுபான போத்தலாக் கொண்டு போய்க் கொடுத்தேன். பிறகுதான் அவங்கக்கிட்ட அவளோட ஃபோட்டோகளைக் காட்டி 'இந்தப் பொண்ணு அழகாயிருக்கிறாளா? நீங்க என்ன நினைக்கிறீங்க?'ன்னு கேட்டேன். அவ்வளவுதான் செஞ்சேன். அது எப்படி தவறாக முடியும்?"

"அவங்க என்ன சொன்னாங்க?"

"வேறு என்ன சொல்வாங்க மருமகனே?! அவங்க ஒவ்வொருத்தருமே ஃபோட்டோகளைப் பார்த்து எந்தளவு வியந்து

போனாங்கன்னா, அவங்க இருந்த இடத்திலிருந்து அப்படியே எந்திரிச்சு நின்னுட்டாங்க.''

அவருடைய பதிலால் நான் வாய் விட்டுச் சிரித்தேன் என்றாலும் அவர் செய்தது சரியல்ல என்பதை அவருக்குப் புரிய வைக்கவும் எனக்குத் தேவையாகவிருந்தது.

''நான் அவங்ககிட்ட வேறு எதுவுமே கேட்கல. 'இவள் என்னோட மருமகள். அழகுராணிப் போட்டியில இவளுக்குக் கலந்துக்க வாய்ப்புக் கிடைச்சா அது எனக்கு ரொம்பப் பெருமையாயிருக்கும்'னு பேச்சோடு பேச்சா சொன்னேன். அப்பதான் 'இந்தளவு பேரழகான ஒருத்தியை, 'அழகுராணிகள்'னு சொல்லி பத்திரிகைகள் பிரசுரிச்ச ஃபோட்டோகள்ல கூட நாங்க காணல'ன்னு அவங்க சொன்னாங்க. ஆகவே மருமகனே, நாங்க இப்ப வெற்றிக் கம்பத்தை நெருங்கியிருக்கோம். செப்டம்பர் பதினஞ்சாம் திகதி என்ன நடக்கப் போகுதுன்னு இப்பவே எனக்கு கண் முன்னால தெள்ளத் தெளிவாத் தெரியுது. அந்த நடுவர்களும் என்னை நல்லாப் புரிஞ்சுக்கிட்டாங்க.''

நான் தொடந்தும் தலைகுனிந்தவாறு இருந்தேன். அவர் சொல்வதைக் கேட்டு நான் சந்தோஷப்பட வேண்டுமா அல்லது கவலைப்பட வேண்டுமா என்று எனக்கு விளங்கவில்லை.

''அதில்ல, மருமகனே. உனக்கும் இப்போ கல்யாண வயசு வந்திடுச்சுங்குறது உனக்கின்னும் விளங்கலையா? நல்ல ஆரோக்கியமான, கண்ணுக்கு லட்சணமான, உனக்குப் பொருத்தமான பொண்ணொருத்தி வேணும்னு உனக்கின்னும் தோணலையா? உங்க ரெண்டு பேருக்குமிடையில அப்படிப்பட்ட ஏதாவது இருக்கா?''

''என்ன பேசுறீங்க மாமா?'' என்று நான் கேட்டது பதிலை எதிர்பார்த்தல்ல.

தான் முட்டாளில்லை என்றும், தன்னை முட்டாளாக்க என்னால் முடியாதென்றும் அவரது விழிகள் கூறின. நான் உரிய பதிலை அளிக்கும் வரைக்கும் அவர் என்னையே கூர்ந்து பார்த்துக் கொண்டிருந்தார்.

''நான் இன்னும் அது பற்றியெல்லாம் யோசிக்கல மாமா'' என்று பொய் சொன்னேன். பிறகு சற்று நேரம் கழித்து,

''ஏன் மாமா, நீங்க அந்தப் பிள்ளையை அழகுராணியாக்கணும்னு நினைச்சப்பவே இப்படியொரு எண்ணமும் உங்களுக்குள்ள இருந்துச்சோ?'' என்று கேட்டேன்.

''ஏன் இல்லாமல் மருமகனே? நான் அந்தப் பிள்ளையோட ஊர் ஸ்கூலைப் பார்வையிடப் போனப்பதான் அவளை முதன்முதலாக் கண்டேன். பார்த்த உடனே எனக்கு அந்தப் பிள்ளையைப் பற்றி ஒரு நல்லபிப்ராயம் தோணுச்சு. இந்தளவு அழகான, நல்ல எதிர்காலமுள்ள, திறமையான பிள்ளை, சும்மா ஒரு நாட்டுப்புறத்தானுக்குப் பொண்டாட்டியாகுறது எவ்வளவு கவலைக்குரிய விடயம்னு எனக்குத் தோணுச்சு. அப்படி நடந்தா அவளும் கூட, சாப்பிடுறதுக்கு எதுவுமில்லாம இந்த பூமியில கீழ விழுந்து கிடக்குற மிச்சம் மீதியையெல்லாம் தேடியலையிற கோழி மாதிரி ஆகிடுவாள்னு தோணுச்சு. அவளோட அப்பாவும் நானும் கூடப் பிறந்த சகோதரர்கள் மாதிரி ஸ்கூல்ல ஒண்ணாத்தான் இருந்தோம்.''

''அப்போ எதுக்காக இந்தப் போட்டியெல்லாம்? இப்படி போட்டிக்கெல்லாம் அனுப்பாமலே அவளுக்கு நல்ல ஒரு மாப்பிள்ளையைத் தேடிக் கொடுக்க உங்களால முடியுமே? அடுத்தது, அவள்தான் வெல்வாள்னு எந்த நிச்சயமுமில்லையே.''

''அவளோட அப்பாவுக்கு என்னோட திட்டம் தெரியும். அவள் இங்க வந்த முதல் நாளே அவளோட அப்பா அவள்கிட்ட எல்லாத்தையும் சொல்லிட்டார்.''

"அப்போ இந்தப் போட்டி? அது எதுக்கு?"

அவர் மீண்டும் மௌனமாக இருந்து விட்டுத் தொடர்ந்தார்.

"அதை விபரமாச் சொல்றது கஷ்டம். என்னால அதைச் சொல்ல முடியாது. நீ என்னை நம்பணும். என்னை நம்பு. நான் ஏதோ மேரி ஜேனை வச்சு விளையாட்டுக் காட்டல."

அடுத்து வந்த சில நாட்களில் எனது அகங்காரம் என்னை உயர்வாக நினைக்கச் செய்திருந்தது. 'அனைத்தும் நடந்து கொண்டிருப்பது நிஜ வாழ்க்கையில், நிஜ மனிதர்களின் பங்களிப்போடு அல்லவா?' என்று எனக்குத் தோன்றத் தொடங்கியது. என்னைக் குறித்தே நான் புதிய சித்திரமொன்றை உருவாக்கியிருந்தேன். நான் சுதந்திரத்தை எதிர்பார்க்கும், சுதந்திரம் தேவைப்படும் ஒருவன். ஏனையவர்களோ என்னைச் சுற்றி வேலியொன்றை நிர்மாணித்துக் கொண்டிருக்கிறார்கள். எனக்குரிய காதலியையோ, மனைவியையோ வேறு யாரோ தேர்ந்தெடுக்க இடமளிக்கக் கூடிய ஆளல்ல நான்.

உண்மையில் நான் மேரி ஜேன் மீது காதல் வயப்பட்டிருந்தேன்தான். ஆனால், அது அவ்வாறிருந்த போதிலும், பணமீட்டுவதற்காக அவளைப் பயன்படுத்தத் தயாராக இருந்த எனக்கு, அவளுடனே ஒன்றாக இணைந்து வாழ்வதை நினைத்துப் பார்க்கும் போது அதை என்னால் தாங்க முடியாமலிருந்தது. அந்த விடயம் எனது மனதைக் குழப்பவும், கவலையளிக்கவும் செய்தது. சில திரைப்படங்களிலென்றால் நன்றாகப் படித்த வாலிபன், ஆடம்பரமான நவ நாகரீகமான யுவதியொருத்தி இருக்கும்போதே, ஏழ்மையான, அமைதியான, படிப்பறிவில்லாத ஏழைப் பெண்ணைத் திருமணம் முடித்துக் கொள்வான். இப்போது எனக்கும் அதே நிலைமைதான் வந்திருக்கிறது. இருந்தாலும் என்னால் அதைச் செய்ய முடியாது. நான் என்ன செய்தாலும், ஆணொருவனிடம் காணப்படும் அகங்காரமானது

இப்போது எனக்குள்ளும் செயற்பட்டுக் கொண்டிருப்பது எனக்குப் புரிந்தது.

எந்தப் பிரச்சினையுமில்லாமல் தனது தீர்மானத்தை நிறைவேற்ற வாய்ப்பிருக்கும்போது, மேரி ஜேனை ஏன் அழகுராணிப் போட்டிக்கு அனுப்பி வைக்க மாமா முன்வந்தார் என்ற கேள்வி அடுத்ததாக எனக்குள்ளே எழுந்து நின்றது. வார்த்தையால் கூறாவிட்டாலும், குதிரை மீது பந்தயம் கட்டுவதற்குச் சமமான ஒரு காரியத்தைத்தான் அவர் செய்திருக்கிறார்.

இவை அனைத்தைக் குறித்தும் மேரி ஜேன் என்ன நினைக்கிறாள் என்று யோசித்து யோசித்தே நான் குழம்பிப் போனேன். நகரத்துக்கு அழைத்து வரப்பட்டு, அழகுராணிப் போட்டி எனும் இயந்திரத்துக்குள் நுழைவித்து வெளியே எடுக்கப்படத் தயாராகவுள்ள பெண்ணொருத்தி அவள். எவருமே அவளிடம் எதுவுமே அதைப் பற்றிக் கேட்காதிருப்பார்களா? இவையனைத்தும் நாகரீக மனிதர்களின் சாதாரண நடவடிக்கைகள் என்றோ, நகரத்தில் வாழ்பவர்களுக்கு வாழ்வதற்காக இவ்வாறானவற்றைச் செய்ய நேர்ந்திருக்கிறது என்றோ எளிதாக அவள் எடுத்துக் கொண்டிருப்பாளோ? என்னால் யோசித்துக் கூடப் பார்க்க முடியவில்லை.

எவ்வாறாயினும், அவளுக்கு போட்டியில் கலந்து கொள்ள நேர்ந்தது. அவள் ஆர்வத்தோடும், பரவசத்தோடும் அந்த நாளை எதிர்பார்த்திருந்தாள். அவள் இந்தளவு புத்துணர்ச்சியோடும், தன்னம்பிக்கையோடும் இருப்பாளென்றே யாரும் ஒன்பது மாதங்களுக்கு முன்பு நினைத்துக் கூடப் பார்த்திருக்க மாட்டார்கள். ஆமாம். அவள் இப்போது எவரையும் கவர்ந்திழுக்கும் தோற்றத்தில் இருந்தாள். அவளை இவ்வாறு காணவும், வேறொருவரின் முயற்சிக்கும், திட்டத்திற்குமேற்ப இவ்வாறெல்லாம் நடைபெறவும் நான் எந்தளவு எதிர்பார்த்திருந்தேன்.

மாமா தனது சந்தோஷத்தை என்னிடம் பகிர்ந்து கொண்டார். போட்டியன்று க்ரஸன்ட் ஹோட்டலில் இந்திய இரவுணவைச் சுவைக்கவும் நாங்கள் தீர்மானித்திருந்தோம்.

அந்த இரவும் வந்தது.

மின்விளக்குகள் அனைத்தும் அவற்றுக்குரிய பிரகாசமான வெளிச்சத்தோடு எரிந்து கொண்டிருந்தன. அவை தரையில் அனைத்து மூலை முடுக்குகளிலுமிருந்த இருளைத் துரத்தியடித்துக் கொண்டிருந்தன. 'ஜாஸ் டெஸ்லர்ஸ்' இசைக் குழுவானது 'செப்டம்பர் இன் த ரெய்ன்' இசையை இசைக்கத் தொடங்கியிருந்தது. அந்த மண்டபம் பார்வையாளர்களால் நிரம்பி வழிந்தது. அனைத்து முகங்களுமே மேடையை நோக்கியிருந்தன.

திடீரென்று சங்கீதம் நின்றது. அறிவிப்பாளரின் குரல் ஒலிக்கத் தொடங்கியதும் எல்லோரும் அமைதியானார்கள். அவர்கள் உள்ளிழுத்த மூச்சை வெளியே விடாமல் மேடையையே பார்த்துக் கொண்டிருந்தார்கள். அவர்கள் பேசிக் கொண்டிருந்த கதைகளெல்லாம் பாதியிலேயே நின்றன. முடிக்காத வாக்கியங்களும், பூர்த்தி செய்யப்படாத வசனங்களும் அவற்றை உதிர்த்துக் கொண்டிருந்தவர்களது வாய்களுக்குள்ளேயே மௌனமாக உள்ளடங்கிப் போயின.

அறிவிப்பாளரின் வார்த்தைகள் குரூரமானவையாகவே எனக்குக் கேட்டன. அதாவது 'வெற்றியாளரைத் தீர்மானிக்கப் போவது நீங்கள்தான்' என்ற தீர்மானத்தை 'ஆஃப்ரிக்' சஞ்சிகை எடுத்திருப்பதாகத் தெரிவிக்கப்பட்டது. அழகுராணியையும், ஏனைய அழகிகள் இருவரையும் தேர்ந்தெடுக்கும் சந்தர்ப்பம் அங்கு பார்வையாளர்களாக வந்திருக்கும் அனைவருக்கும்தான்

வழங்கப்படுமாம். அதைக் கேட்டு அங்கிருந்த இரண்டாயிரத்துக்கும் அதிகமான மக்கள் கை தட்டவும், மகிழ்ச்சி ஆரவாரம் எழுப்பவும் தொடங்கினார்கள். அறிவிப்பாளர் மேலும் விபரிக்கத் தொடங்கினார்.

''போட்டி முடிந்து செல்லும் போது வாசலருகே வைக்கப்பட்டிருக்கும் வாக்குப் பெட்டியில் நீங்கள் இரண்டு வாக்குச் சீட்டுகளை இட வேண்டும். ஒரு வாக்குச் சீட்டில், மாலை நேர ஆடையலங்காரத்தில் வெல்லப் போகும் போட்டியாளர்கள் மூவரின் இலக்கங்களை நீங்கள் குறிப்பிட வேண்டும். மற்றைய வாக்குச் சீட்டில் நீச்சலுடையிலுள்ள போட்டியாளர்களில் வெல்லப் போகும் மூவரின் பெயர்களை நீங்கள் வரிசைக்கிரமமாகக் குறிப்பிட வேண்டும். அந்த வாக்குச் சீட்டுகளில் அனைத்துப் போட்டியாளர்களினதும் பெயர்கள் குறிப்பிடப்பட்டிருக்கும். நீங்கள் செய்ய வேண்டியதெல்லாம் அவற்றுக்கருகில் ஒன்று, இரண்டு, மூன்று என்று குறிப்பிடுவது மாத்திரம்தான். இப்போது மீண்டும் இசை நிகழ்ச்சி ஆரம்பித்ததுமே உங்கள் ஒவ்வொருவருக்கும் வாக்குச்சீட்டுகளும், பென்சில்களும் வழங்கப்படும்.''

நான் எனதருகில் அமர்ந்திருந்த மாமாவை ஏறிட்டுப் பார்த்தேன்.

''பொறுக்கிகள்! பொய்காரன்கள்! 'ஆஃப்ரிக்'கை தீ வச்சுக் கொளுத்தணும். இவனுங்க எதையுமே ஒழுங்காச் செய்ய மாட்டாங்க. என்ன சொல்றே? நான் சொல்றது சரிதானே மருமகனே?'' என்றார் அவர்.

''அழகுராணிப் போட்டியில என்ன நடக்குமோ தெரியாது'' என்று கூறினேன். மாமாவிடம் கூறுவதற்கு அதை விடப் பொருத்தமான எதுவும் எனக்குத் தோன்றவில்லை.

''எப்படியிருந்தாலும் மருமகனே, ஒருத்தருக்கு ரெண்டு கண்ணுன்னு, ரெண்டாயிரம் பேர் பார்த்து தீர்மானிக்குறது, ஒருத்தருக்கு

ரெண்டு கண்ணுன்னு மூணு பேர் மட்டும் பார்த்துத் தீர்மானிக்குறதை விடவும் நல்லதுதானே மருமகனே. மூணு பேர் மட்டும் பார்த்துத் தீர்மானிக்குறப்ப அதுல ஒருத்தனுக்குப் பார்வைக் குறைபாடு இருக்கவும் வாய்ப்பிருக்கே'' என்று அவர் சிறிது நேரத்தில் சந்தோஷமாகக் கூறினார்.

அந்தப் பதில் எனக்கு சிரிப்பை வரவழைத்தது. அதன் மூலம் எனக்குள் மீண்டும் எதிர்பார்ப்பொன்று உருவெடுத்தது. அழகான இளம்பெண்ணின் உருவத்தை அந்த மூவரும் ஒன்றுபோலவே காண்பார்கள் என்பது என்ன நிச்சயம்? குறைந்தபட்சம் இந்திய உணவொன்றைச் சுவைத்து விட்டு, ஏனையவற்றை இறைவனின் கையில் ஒப்படைத்து விட நம்மால் முடியாதா என்ன?!

மேரி ஜேன் மேடையில் தோன்றியபோது மிகுந்த வியப்பூட்டும் விதத்தில் அவள் பேரழகோடு பிரகாசமாக மிளிர்ந்தாள். அவளது பேரழகை வர்ணிக்க என்னிடம் வார்த்தைகள் இல்லை.

இரவுணவுக்காக நாங்கள் நால்வர், இருவர் இருவராக ஜோடி சேர்ந்திருந்தோம்.

மேரி ஜேன் மிகவும் அமைதியாக எம்முடன் அமர்ந்திருந்தாள். அவளது அந்த எளிமையான சுபாவம் என்னை மிகவும் கவர்ந்தது. உணவு தயாராகும்வரைக்கும் நாங்கள் காத்திருக்க நேர்ந்தது என்றாலும், அந்த இந்திய உணவு உண்மையிலேயே பெறுமதியானதாக இருந்ததோடு எனது வயிற்றுக்கும் மிகவும் உகந்ததாக இருந்தது. அந்த உணவை உட்கொள்ளும்போது, அவ்வாறானதோர் உணவை உட்கொள்ளும் அளவுக்கு சிறந்த ஆரோக்கியம் கொண்ட உடல் எனக்கிருப்பது எவ்வளவு நல்லதென்று எனக்குத் தோன்றியது.

பிறகு ஆர்லண்டோ வாகனத்தில் நாங்கள் பயணித்ததோடு மேரி ஜேனின் வெதுவெதுப்பானதும், மிருதுவானதுமான உடல் எனது உடலை நெருங்கியமர்ந்திருப்பதை என்னால் உணர முடிந்தது. அவளோடு நெருக்கமாக இருக்கக் கிடைத்ததைக் குறித்து நான் மிகவும் மகிழ்ந்தேன். அவளும் கூட எனது உணர்வுக்குச் சமமான உணர்வோடுதான் இருக்கிறாளென்பதாக நான் உணர்ந்தேன்.

"என்ன பெறுபேறு வரப் போகுதோன்னு நீ கவலையோடு இருக்கியா?" என்று நான் அவளிடம் கேட்கும் அளவுக்கு என்னை தைரியப்படுத்திக் கொண்டேன்.

"இல்ல... கொஞ்சம் கூட இல்ல. ஆனா, இது இத்தோட முடிஞ்சு போனாத்தான் நான் ரொம்ப சந்தோஷப்படுவேன்" என்று அவள் சூடாகப் பதிலளித்தாள்.

அதனால் அந்த உரையாடலைத் தொடர முடியாமல் நான் தோற்றுப் போனேன்.

மேரி ஜேன் கொஞ்சம் கூட பதற்றத்தோடு காணப்படவில்லை. என்றாலும், மாமாவைப் பொறுத்தவரையில், அது முற்றுமுழுதாகத் தோற்றுப் போன, மீண்டும் விளையாட முடியாத ஒரு போட்டியாக இருந்தது. என்னைப் பொறுத்தவரையில், 'நாங்கள் தோற்றுப் போனால்தான் மிகவும் நல்லது' என்று ஒரு குரல் உள்ளுக்குள் ஒலித்துக் கொண்டிருப்பது போலத்தான் நான் உணர்ந்தேன். நான் எதை வெளிப்படுத்த வேண்டும் என்பது எனக்கு விளங்கவில்லை.

ஒரு ஞாயிற்றுக்கிழமை மாலை வேளையில், 'சும்மா போய்ப் பார்த்து விட்டு வரலாம்' என்ற எண்ணத்தோடு நான் மாமாவின் வீட்டுக்குப் போனேன். வழமை போலவே நட்புணர்வை வெளிப்படுத்தாத மாமாவின் மனைவியைத்தான் அன்றும் நான்

கண்டேன். அவளது முகத்திலிருந்த ஈயொன்றைத் துரத்துவதைப் போன்ற சலிப்போடுதான் அவள் என்னை வரவேற்றாள். உண்மையில் அவள் தனக்குள்ளே எதையோ முணுமுணுத்துக் கொண்டிருந்தாள். தனக்குள்ளேயே ஏனோ சண்டை போட்டுக் கொண்டிருந்தாள். வலது கை ஒரு பெரிய ஆங்கில 'வீ' எழுத்தைத் தோற்றுவிக்கும்விதமாக இடது கையால் வயிற்றைப் பிடித்துக் கொண்டு, வலது உள்ளங்கையைத் தாடையில் வைத்து என்னையே பார்த்துக் கொண்டிருந்தாள்.

நான் உடனடியாக அவளை விட்டு விலகி, கிறீக்கின் பியானோ இசையின் ஒரு பாகத்தை இசைத்துக் கொண்டும், பாடிக் கொண்டுமிருந்த மாமாவின் அறையை நோக்கிச் சென்றேன். மாமாவின் அருகில் அமர்ந்து கொண்ட வேளையில் அவர் என்னைக் கண்ட போதிலும், தொடர்ந்தும் தனது செயலிலேயே நிலைத்திருந்தார்.

ஸ்வரங்களை இசைத்து முடித்ததுமே அவர் "அவள் போயிட்டாள்" என்று அமைதியாகக் கூறி விட்டு மீண்டும் இசைக்கத் தொடங்கினார். எனக்கு அவர் கூறியது விளங்கவில்லை.

"அவள் எனக்கொரு காகிதத் துண்டை அனுப்பி வச்சிருந்தாள். உனக்கும் ஏதாவது வந்துச்சா?" என்று அவர் என்னிடம் மீண்டும் கேட்டார்.

அவர் சற்று நேரத்திற்கு முன்புதான் தனது மதுபானங்களை வைத்திருக்கும் அலுமாரியின் அருகில் போய் விட்டு வந்திருப்பார் என்பது அவரது கண்களைக் கண்டதும் எனக்குத் தோன்றியது. அவர் புலம்பிக் கொண்டிருப்பது தனது மனைவியைக் குறித்தல்ல என்பதை நான் புரிந்து கொண்டேன்.

"யாரு? மேரி ஜேனைப் பற்றியா மாமா சொல்லிட்டிருக்கீங்க?"

அவர் ஆமோதித்து தலையசைத்தார்.

‘‘அவளைப் பற்றியில்லாம வேற யாரைப் பற்றி நான் புலம்பிட்டிருக்குறதா நீ நினைக்குறாய்? வாஸ்கொடகாமாவோட மருமகளைப் பற்றியா?’’ என்று கேட்டு விட்டுக் கத்தினார்.

‘‘ஆமாடா... அவள் ஜோவோடு ஓடிப் போயிட்டாள்!’’

கிறீக்கின் ஸ்வர வரிசையின் உச்சஸ்தாயி இருந்த பாகத்துக்கு அவர் மீண்டும் சென்றார். ஒரு ஸ்வரத்தைத் தொடங்கிய அவர் அதைக் கை விட்டு விட்டு அடுத்ததற்குத் தாவினார். பிறகு திடீரென இசைப்பதை நிறுத்தி விட்டு என்னருகே வந்து அமர்ந்து கொண்டார்.

‘‘வீட்டுல எல்லோரும் சௌக்கியமா இருக்காங்களா மாமா?’’ என்று நான் கேட்டேன்.

‘‘உன்னோட மாமியைத் தவிர எல்லோரும் இன்னும் நல்லாத்தான் இருக்காங்க. இந்தப் பியானோவை என்கிட்ட வித்த அந்தத் திருட்டுப் பயல் நானில்லாத நேரத்துல தவணைப் பணத்தை வாங்கிட்டுப் போக இங்க வந்திருக்கான். வந்தவன் உன்னோட மாமியைத்தான் முதல்ல சந்திச்சிருக்கான். இது ஒரு திருடப்பட்ட பியானோன்னு அவன் அவள்கிட்ட சொல்லியிருக்கான். அவன் தன்னோட கெட்டிக்காரத்தனத்தை எடுத்துக் காட்டத்தான் அப்படிச் சொல்லியிருக்கான். என்னதான் சாமான்களைத் திருடி ஏமாற்றி விற்குறதுல கெட்டிக்காரன்னாலும் படுமுட்டாளொருத்தன் அவன். மோசமான எருமையொண்ணு அவன். ‘பொம்பளைங்கக்கிட்ட எல்லாத்தையுமே சொல்ல வேண்டியதில்ல’ன்னு அவனோட அம்மா அவனுக்கு ஒருபோதும் சொல்லிக் கொடுத்திருக்க மாட்டாள்னு நினைக்கிறேன். நிறையப் பேர் அம்மாக்கிட்ட பால் குடிக்குறப்பவே அந்தப் பாடத்தைக் கத்துக்கிட்டிருப்பாங்க. முட்டாள் எருமை மாடு! வீட்டுல இருக்குற பணம் எல்லாத்தையும் இப்ப நான் பியானோவுக்குத்தான் கட்டித் தீர்க்குறதா உன்னோட மாமி நினைச்சுட்டிருக்கா. நான் இதுக்கு முப்பது பவுண் மட்டும்தான்

கொடுப்பேன்னு சொன்னா அவள் ஒருபோதும் நம்ப மாட்டேங்குறா. அதையும் கூட கொஞ்சம் கொஞ்சமாக் கொடுத்தாப் போதும். அதனால இப்பலாம் உன்னோட மாமி ஒரு வேலையையும் செய்ய மாட்டேங்குறா. இந்த வீட்டைப் பார்த்தா, உனக்கே புரியுதுதானே.''

மாமா இதையெல்லாம் என்னிடம் கூறும்போது தனது குரலைத் தாழ்த்திக் கொள்ளக் கூட அவர் முயற்சிக்கவில்லை. இந்தளவு சின்ன விடயமொன்று எவ்வளவு பாரதூரமாக உருவெடுத்திருக்கிறது என்று நான் என்னையே கேட்டுக் கொண்டேன். அவள் கூறும் விடயங்களை அவர் பொருட்படுத்துவதே இல்லையோ? இல்லை. அவர் பொருட்படுத்துவதேயில்லை. இருந்தாலும், அவர் அவை அனைத்தையும் மனதின் ஆழத்தில் போட்டு வைத்து யோசித்துக் கொண்டே இருப்பார். அவர் அவளைக் குறித்து என்னிடம் கூறிப் புலம்பும்போதெல்லாம் அவர் மிகுந்த கவலையோடு இருப்பதை நான் உணர்ந்தேன். தனது மனைவிமாரின் கட்டளைகளுக்கிணங்க செயற்படும் பெரும்பாலான கணவர்மார் வர்க்கத்தைச் சேர்ந்தவரல்ல, அவர். ஏனைய சாமானிய கணவர்மாரைப் போல மனைவிமாரின் தாக்குதல்களைப் பொறுத்துக் கொள்பவராகவும் அவர் இருக்கவில்லை. அதுவே அவரது பெரும் பலமாக இருந்தது. அவர் தனது ஆழமான முரட்டுக் குரலில் அவளை நேராகவே எதிர்ப்பார்.

''அவள் எப்போ பார்த்தாலும், இந்தத் திருடப்பட்ட பியானோவைப் பற்றியே வீணா யோசிச்சிட்டிருக்காள்'' என்று கதிரையில் சாய்ந்தவாறே மாமா கூறினார். அவரது கண்கள் கூரையைப் பார்த்துக் கொண்டிருந்தன. அவரது பெருவிரலானது ஆடையை மேலும் கீழுமாக வருடிக் கொடுத்துக் கொண்டிருந்தது.

''அவள் தூங்குறது கூட திருடப்பட்ட படுக்கை விரிப்புக்கும், போர்வைக்கும் மத்தியிலங்குறது அவளுக்குத் தெரியல. அவளோட வாய்க்குள்ள போற ஒவ்வொரு கரண்டியும், முற்கரண்டியும் என்கிட்ட

வர்றதுக்கு முன்னாடி பையன்களால் திருடப்பட்டதுங்குறது அவளுக்குத் தெரியல. அதையெல்லாம் விடுவோம். அவளோட உடுப்புகள் கூட, ஏன் சப்பாத்துகள் கூட திருடப்பட்டவைதான்'' என்று கூறியவாறே என்னை நேராகப் பார்த்தவாறு தொடர்ந்தார்.

''சரி, நீயே சொல்லு. எங்க ஆட்கள் என்ன திருடாமலா இருக்காங்க? ஒவ்வொரு நாளும் ஒவ்வொருத்தர்கிட்டயும் பொய் சொல்லாமலா இருக்காங்க? அதாவது நாங்க வெள்ளைக்காரர்களிட்ட திருடுறோம், வெள்ளைக்காரர்கள் எங்களைச் சுரண்டுறாங்க. எங்களுக்கு அது நல்லா விளங்குது, இல்லையா?''

''ஆமாம்'' என்றவாறே தலைகுனிந்த நான் எனது மேற்சட்டையையும், சப்பாத்தையும் பார்த்தேன்.

''உனக்குத் தெரியுமா மருமகனே? கொஞ்ச நாளைக்கு முன்னாடி நான் மேற்பார்வை செய்யப் போயிருந்த ஸ்கூல்ல அருமையான விஷயமொண்ணு நடந்துச்சு. அதை இப்ப நினைச்சாலும் என்னோட வயித்தைக் கலக்குது. வேறொரு கல்வியதிகாரி, நாங்க அவரை ஜே.எம்னு சொல்வோம். அவர் அந்த ஸ்கூலைப் பார்வையிட வந்திருக்கார். அவரோட வெள்ளைக்கார மேனேஜர் அவர்கிட்டப் பேசுறப்பவும், கேள்விகளைக் கேட்குறப்பவும் அவர் எப்பவும் 'யெஸ் பாஸ்' னோ 'நோ பாஸ்' னோ, இல்லன்னா 'நான் உங்களுக்கு அதை எப்படியாவது செஞ்சு தாறேன் பாஸ்'னோதான் சொல்வார். அதனால மதிய நேர சாப்பாட்டு இடைவேளைல சில ஆசிரியர்மார் அதைப் பற்றிப் பேசிக்கிட்டாங்க. எப்போ பார்த்தாலும் வெள்ளைக்காரன்கிட்ட கறுப்பினத்தவர்கள் 'பாஸ்', 'பாஸ்'னு சொல்லிட்டிருக்கிறது தங்களுக்கு அவமானமா இருக்குன்னு அவங்க கதைச்சுக்கிட்டாங்க. அவர் அதை நிறுத்திட்டா நல்லாருக்கும்னும் அவர்கிட்டயே எடுத்துச் சொன்னாங்க. அவங்க அப்படிச் சொன்னது ஒரு சகோதரத்துவத்துலதான்குறது உனக்குப் புரியுதுதானே. அவரோ உடனடியா தன்னோட

வெள்ளைக்கார மேனேஜர்கிட்டப் போய் இந்த மாதிரி ஸ்கூல்ல இருக்குற, இன்னின்ன ஆசிரியர்களுக்கு, வெள்ளைக்காரர்களை 'பாஸ்'னு கூப்பிடுறது பிடிக்கலன்னு சொல்லியிருக்கார். உடனே அந்த வெள்ளைக்காரன் என்ன செஞ்சிருப்பான்னு உன்னால யோசிச்சுப் பார்க்க முடியுதா? அவன் என்கிட்ட வந்து அந்த ஆசிரியர்மாருக்கு எதிரா முறைப்பாடு செஞ்சான். சரி. இப்ப நான் உங்கிட்ட ஒண்ணு கேட்குறேன். இப்ப நான் சொன்ன ரெண்டு பேரைப் போன்ற முட்டாள்களுக்கு எதிரா உன்னாலயோ, என்னாலயோ என்னதான் செய்ய முடியும்? அதிலும் அவங்க ரெண்டு பேருமே அதிகாரம் வாய்ந்தவர்களாக இருந்தால்? இவற்றையெல்லாம் எதிர்த்துப் போராடுற தைரியம் நம்ம எல்லோர்கிட்டயும் ஒண்ணு போல இருக்காது, இல்லையா? அதனாலதான் நாங்க தொடர்ச்சியா வெள்ளைக்காரர்கள்கிட்ட இருந்து திருடிட்டிருக்கோம். நாங்க தொடர்ந்தும் அவங்கக்கிட்ட பொய் சொல்லிட்டிருக்கோம். ஏமாத்திட்டிருக்கோம். வெள்ளைக்காரர்களும் நம்மக்கிட்ட அதைத்தான் செஞ்சுட்டிருக்காங்க. இப்படித்தான் நாங்க எங்களோட கௌரவத்தைப் பேணிட்டு வர்றோம். அந்த அபிமான உணர்வை இப்பவும் நாங்க உணர்ந்துட்டிருக்கோம்.''

நான் புறப்படுவதற்குத் தயாராக எழுந்து நின்றேன்.

''அப்படீன்னா மேரி ஜேன், ஜோவோடு ஓடிப் போயிட்டாள், இல்லையா?'' என்று கேட்டேன்.

அவள் ஓடிப் போனதைக் குறித்து மாமா தெரிவித்த கணம் தொட்டு அப்போது வரையில் நான் அவளைப் பற்றி யோசிக்கவேயில்லை என்பதாகக் காட்டிக் கொள்ள முற்பட்டேன்.

''ஆமா. எனக்கிருக்குறது படுமுட்டாளான, பயந்தாங் கோழையான, அறிவு கெட்ட மருமகனொருத்தன்குறதாலதான் அப்படி நடந்துச்சு. நீ உன்னோட தலைமுடி நரைக்கும் வரைக்கும்

காத்துட்டிருக்கப் போறியோ கல்யாணமொண்ணு பண்ணிக்க?''

நான் சிரித்தேன்.

''எந்தவொரு கிராமத்துப் பெண்ணையும் நகரம் மாற்றிடும், மருமகனே. அவள் ஜோக்கிட்ட வேலையைக் கத்துக்கத் தொடங்கிட்டாள்னா, நல்லொரு நிலைக்கு வந்துடுவாள்.''

நான் வீட்டை விட்டு வெளியே வர முற்படுகையில் மாமாவின் மனைவி இவ்வாறு புலம்பிக் கொண்டிருந்தாள்.

''கிறுக்கி... கிறுக்கி... அப்படித்தானே அவர் சொன்னார்? அவரோட கிறுக்கியும், களவெடுத்த பியானோவும். சேச்சே... நானென்ன கிறுக்கியையா சாப்பிடுவேன்? எனக்கு சாப்பிட பணம் வேணும். அவருக்குன்னா என்ன? அவரோட கிறுக்கின்யானாவையும், மொஹபெலோன்யானாவையும் திண்டுட்டுப் பேண்டுட்டிருப்பார்'' என்று, நான் நின்று கேட்க வேண்டுமென்றே கத்திக் கொண்டிருந்தாள்.

''அவளால கிறீக்கைப் புரிஞ்சுக்க முடியாம இருக்குன்னா, முஹாப்பெலோவைப் பிடிக்காம இருக்குன்னா அதுக்கு நீ என்னதான் செய்வாய் மருமகனே?''

அவளின் காதில் விழுந்திருந்த பிரபல இசையமைப்பாளர்களான எட்வர்ட் கிறீக்கினதும், ஜோசுவா முஹாப்பெலோவினதும் பெயர்களின் சுருக்கப்பட்ட வடிவத்தை அவள் தனது சக்களத்திகளெனத் தவறாகப் புரிந்து கொண்டு கத்துவதைக் கேட்டு வெளியே வந்த மாமா என்னிடம் கேட்டார்.

ஆகவே அங்கிருந்து வெளியேறும்போது எனக்கு வயிற்றை அழுத்திப் பிடித்துக் கொள்ள வேண்டியிருந்தது. அவ்வேளையில் எவரேனும் குண்டூசியொன்றால் என்னைக் குத்தியிருப்பார்களானால், நிச்சயமாக எனது வாயிலிருந்து முட்டாள்தனமாக வெடிச் சிரிப்பொலிதான் பீறிட்டுக் கிளம்பியிருக்கும்.

பா ஜின்

பா ஜின் சீன இலக்கியத்தில் ஒரு தவிர்க்கவே முடியாத ஆளுமை பா ஜின் எனலாம். எஸ்பெரண்டோ மொழியிலும் மூன்று முக்கிய படைப்புகளை எழுதியிருக்கும் இவர் ஒரு பிரபல சீன எழுத்தாளராவார்.

சீனாவில் பெரியதொரு நிலப்பிரபுத்துவக் குடும்பத்தில் 1904 ஆம் ஆண்டு பிறந்த இவருக்கு லியோ தங் மற்றும் லிஃபெகன் ஆகிய பெயர்கள் சூட்டப்பட்டிருந்த போதிலும் இவர் தனது படைப்புகளை 'பா ஜின்' எனும் புனைப் பெயரிலேயே எழுதி வந்ததால் அந்தப் பெயரிலேயே உலகம் முழுக்க அறியப்படுகிறார். பிரபுத்துவ வாழ்வியலின் சட்ட திட்டங்களும், நடைமுறைகளும் குடும்பத்திலுள்ள இளந்தலைமுறையினரை மிகவும் சிரமத்துக்குள்ளாக்குவதை பல அனுபவங்களாலும் நன்கு அறிந்திருந்த இவர் அவற்றை எதிர்க்க முற்பட்டதோடு, 1919 ஆம் ஆண்டு மே மாதம் முதற்கொண்டு ஏகாதிபத்தியம் மற்றும் பிரபுத்துவம் ஆகியவற்றை வீட்டுக்கு வெளியிலும் பகிரங்கமாக முன்னின்று எதிர்த்தார்.

ஆகவே 1926 ஆம் ஆண்டு கல்வி நடவடிக்கைகளுக்கான பிரான்ஸுக்குச் செல்ல இவருக்கு நேர்ந்தது. அங்குதான் இவர் தனது முதலாவது நாவலை எழுதினார். 1928 ஆம் ஆண்டு மீண்டும் சீனாவுக்குத் திரும்பி வந்த இவர் பல சிறுகதைகளையும், குறுநாவல் மற்றும் பல நாவல்களையும் எழுதியுள்ளார். அவற்றோடு, ரஷ்யா உள்ளிட்ட பல வெளிநாட்டு எழுத்தாளர்களின் முக்கிய படைப்புகளை சீன மொழியில் மொழிபெயர்த்திருக்கும் இவர் 2005 ஆம் ஆண்டு தனது நூறு வயதில் காலமானார்.

அடிமைகள்

'எனது ஆட்கள் எல்லோருமே அடிமைகள்' என்று ஒரு நாள் பெங் என்னிடம் மிகுந்த பெருமிதத்தோடு கூறினான். எனது நண்பர்களில் பெரும்பாலானோர் அவர்களது குடும்பங்கள் பற்றிய தகவல்களை என்னிடம் கூறியிருக்கிறார்கள். அவர்கள் அவை குறித்து பெருமிதமடைந்திருப்பதைத்தான் அந்தத் தகவல்கள் எடுத்துக் கூறும். எனது மூதாதையர்களிடத்திலும் நிறைய அடிமைகள் இருந்தது போலவே இந்த நண்பர்களின் குடும்பங்களுக்கும் நிறைய அடிமைகள் உரித்தாக இருந்தார்கள். சிலரிடமோ ஒரு சில அடிமைகள்தான் இருந்தார்கள். சிலரிடமோ அடிமைகளே இருக்கவில்லை. அவர்களது நடவடிக்கைகளாலும், பேச்சினாலும் கடந்து போன அந்தப் பொற்காலத்தைக் குறித்து அவர்கள் ஏக்கத்தோடு பார்ப்பதை அவதானிக்க முடியும்.

இந்த விடயத்தில் என்னைப் பற்றியும் தெரிந்து கொள்ள நீங்கள் விரும்புவீர்கள் என்பதை நான் அறிவேன். எனது முப்பாட்டனிடம் நான்கு அடிமைகள் இருந்ததாக நான் கேள்விப்பட்டிருக்கிறேன். எனது பாட்டனிடமோ அடிமைகள் எட்டுப் பேர் இருந்தார்கள். எனது தந்தையிடம் பதினாறு அடிமைகள். தந்தை வழியாக அந்தப் பதினாறு அடிமைகளும் எனக்குச் சொந்தமானவர்களாக இருந்தார்கள்.

உண்மையில் நான் அடிமைகளின் சொந்தக்காரன் என்று பெருமிதத்தோடுதான் எப்போதும் இருந்தேன். அந்தப் பதினாறு பேரையும் முப்பத்திரண்டாக அதிகரிக்கும் ஆசையும் எனக்கிருந்தது.

அந்தக் காலகட்டத்தில்தான் பெங் எனது வாழ்க்கையில் இணைந்து கொண்டான். கடுகளவேனும் மனதில் கள்ளமில்லாமல் அனைத்தையும் வெளிப்படையாக என்னிடம் கூற அவன் தயங்கவேயில்லை. அவனது மூதாதையர்கள் அடிமைகளாக இருந்தார்கள் என்று மிகுந்த பெருமிதத்தோடு அவன் கூறினான். அவனுக்குப் பைத்தியம் என்றே அப்போது எனக்குத் தோன்றியது.

அப்போது நான் அவனது கடந்த காலத்தை அறிந்திருக்கவில்லை. இருந்தாலும், நாங்கள் நண்பர்களாக ஆகி விட்டிருந்தோம். மிகவும் தற்செயலாகத்தான் அது நிகழ்ந்தது. சற்றேனும் எதிர்பார்த்திராத விதத்தில்தான் அவன் எனது வாழ்க்கையில் நுழைந்தான். அது இவ்வாறுதான் நிகழ்ந்தது.

ஒரு நாள் மாலை நேரத்தில் மனதில் ஏதோ பெரிய யோசனையோடு பல்கலைக்கழகத்திலிருந்து வெளியே வந்திருந்தேன். எங்கு செல்வது என்ற இலக்கேதுமில்லாமல் என்னையறியாமலேயே தெருவில் இறங்கியிருந்தேன். வாகனமொன்று ஓசையெழுப்பியவாறே என் பின்னால் வேகமாக வந்து கொண்டிருந்ததை நான் கவனிக்கவில்லை. அந்த வாகனம் என்னை மோதித் தள்ள வாய்ப்பிருந்தது என்றாலும் ஏதோவொரு பலமான கரமொன்று என்னை ஓரமாக இழுத்தெடுத்ததால் அவ்வாறு நிகழாமல் தப்பித்து விட்டிருந்தேன். எப்படியோ எனக்கு எவ்வித அனர்த்தங்களும் நேராமல் நான் அன்று நான் தப்பித்திருந்தேன். உடனடியாக நான் சுற்றி வரப் பார்த்தேன். மெலிந்த, உயரமான இளைஞனொருவன் எனக்குப் பின்னால் நின்று கொண்டிருந்தான். அவன் என்னையே கூர்ந்து பார்த்துக்

கொண்டிருந்தான். நான் மனப்பூர்வமாக நன்றி தெரிவித்த போதிலும் அவன் அதைப் பொருட்படுத்தவேயில்லை. குறைந்தபட்சம் அவன் புன்னகைக்கக் கூட இல்லை. அதற்குப் பதிலாக என்னை முறைத்துப் பார்த்துக் கொண்டேயிருந்தான். 'தெருவுல நடக்குறப்ப பார்த்துக் கவனமாப் போறது நல்லது' என்று தனக்குத்தானே கூறிக் கொள்வது போல கூறி விட்டு விலகி நடந்தான். இருந்தபோதிலும் அன்றிலிருந்து நாங்கள் நண்பர்களாகி விட்டிருந்தோம்.

பல்கலைக்கழகத்தில் வெவ்வேறு துறைகளில் நாங்கள் படித்துக் கொண்டிருந்ததால் வெவ்வேறு பிரிவுகளில் இருந்தோம். நான் இலக்கியத்தையும், அவன் சமூக விஞ்ஞானத்தையும் படித்துக் கொண்டிருந்தோம். ஆகவே ஒரே விரிவுரைகளில் எமக்கு ஒன்றாகக் கலந்து கொள்ளக் கிடைக்கவில்லை என்றாலும் விளையாட்டுப் போட்டிகளிலும், ஓட்டப் போட்டிகளிலும் நாங்கள் ஒன்றாகக் கலந்து கொண்டோம். அவ்வாறான சந்தர்ப்பங்களில் நேருக்கு நேர் சந்திக்க நேர்ந்தால் நாங்கள் சிறியதாக நலம் விசாரித்துக் கொண்டோம். சில சமயங்களில் அது கூட இருக்கவில்லை என்றாலும் பார்வைகளைப் பரிமாறிக் கொண்டோம். எது எப்படியோ நாங்கள் நண்பர்களாகி விட்டிருந்தோம்.

நாங்கள் பேசிக் கொள்வது கூட எப்போதாவதுதான் நடந்தது. காலநிலை பற்றி எவரிடமும் சாதாரணமாகக் கதைப்பது போல பொதுவாகக் கூட நாங்கள் ஒருபோதும் கதைத்துக் கொள்ளவில்லை. ஏதாவது காரணம் இருந்தால் மாத்திரமே எப்போதாவது கதைத்துக் கொண்டோம்.

நாங்கள் உற்ற நண்பர்களென நீங்கள் கருதக் கூடும். என்றாலும், அவன் மீது என்னுள்ளே அந்தளவு அன்பேதும் இருக்கவில்லை. ஆழமான நெருக்கமோ, ஈர்ப்போ இல்லாமல்தான் நாங்கள்

நண்பர்களாக ஆகி விட்டிருந்தோம். அந்த நட்பு கூட நான் அவனுக்கு நன்றி தெரிவிக்கும் ஒரு விதம் என்பதாகத்தான் இருக்கக் கூடும். என்றாலும் எனக்குள் அவன் மீது அந்தளவு விருப்பமும் இருக்கவில்லை. அவனது தோற்றம் எனக்குப் பிடித்தமானதாக இருக்கவில்லை. அவனது பேச்சும், நடவடிக்கைகளும் கூட அவ்வாறுதான் இருந்தன. எப்போதும் அவன் முரட்டுத்தனம் கொண்ட சுபாவமுள்ளவன் போலவே காணப்பட்டான்.

அவனது பின்னணியைக் குறித்தும் நான் அறிந்திருக்கவில்லை. அதைப் பற்றி எதையும் அவன் என்னிடம் கூறியிருக்கவுமில்லை. பல்கலைக்கழகத்தில் நான் கண்டு, கேள்விப்பட்டதற்கிணங்க அவன் அந்தளவு பணக்காரக் குடும்பத்தைச் சேர்ந்தவனல்ல என்பதைத் தீர்மானிக்க முடிந்தது. அவன் எப்போதும் மிகவும் சிக்கனமாகத்தான் பார்த்துப் பார்த்துச் செலவழித்தான். ஏனைய பட்டதாரி மாணவர்களை விடவும் அவன் வித்தியாசமாகத் தெரிந்தான். நவீன பாணியிலான ஆடை அணிகலன்களை அவன் அணிந்ததேயில்லை. திரைப்படங்களையோ, நடனங்களையோ பார்த்து ரசிக்கக் கூட அவன் போனதாகத் தெரியவில்லை. விரிவுரைகளில் கலந்து கொண்டதன் பிறகு எஞ்சிய காலம் முழுவதையும் அவன் தனது அறைக்குள் புத்தகங்களை வாசிப்பதிலேயே செலவழித்து வந்தான். இல்லாவிட்டால் விளையாட்டு மைதானத்தில் காணப்படுவான். அதுவும் இல்லாவிட்டால் நகரம் முழுதும் நடந்து திரிந்தான். அவன் ஒருபோதும் யாருடனும் புன்னகைக்கக் கூட இல்லை. எப்போதும் அமைதியாக ஏதாவது யோசனையில் ஆழ்ந்திருப்பான்.

உண்மையில் நான் அவனது மனதில் இருப்பவற்றை அறிந்து கொள்ளும் ஆவலில் இருந்தேன். மூன்று வருடங்களாக நாங்கள் ஒரே பல்கலைக்கழகத்தில் இருந்தோம். நான் பார்க்கும்போதெல்லாம் அவன் ஏதோ யோசனையில்தான் எப்போதும் ஆழ்ந்திருந்தான்.

ஒருநாள் நான் அவனது மௌனத்தைக் கலைத்தேன். உண்மையில் அவனது யோசனையைக் குலைத்திருந்தேன்.

"பெங், எப்போ பார்த்தாலும் அப்படி என்னதான் யோசிச்சிட்டிருக்கே?"

"அது உனக்குப் புரியாது" என்று அலட்சியமாகப் பதிலளித்தவன் உடனடியாக அங்கிருந்து எழுந்து சென்றான்.

அவன் சொன்னது சரிதான். ஒரு இளைஞன் இந்தளவு நடைப்பிணம் போல, இருளுக்குள் இருப்பது ஏனென எனக்குப் புரியவேயில்லை. அவன் மிகவும் அவலட்சணமான தோற்றத்தைக் கொண்டவனாக இருந்தான். அவ்வாறானவனிடமிருந்து உரிய பதில் கிடைக்காமலிருந்தது, அந்தப் புதிரை விடுவிக்கும் எனது ஆர்வத்தைத் தூண்டியது. அதனாலேயே அவனது பழக்க வழக்கங்கள் குறித்து எனது கவனத்தைத் திருப்பினேன். அவன் வாசிக்கும் புத்தகங்கள் குறித்தும், அவனது நட்புகள் குறித்தும் அவதானிக்கத் தொடங்கினேன்.

அவனுக்கு இருக்கும் ஒரே நண்பன் நான்தான் என்றுதான் நான் நினைத்திருந்தேன். என்றாலும் உண்மையில் அவன் வேறு சிலரையும் அறிந்து வைத்திருந்தான் என்பதைப் பிறகு அறிந்து கொண்டேன். அவர்களுள் பலரும் அவனுடன் அந்தளவு நெருக்கமாக இருக்கவில்லை. அவனும் கூட எவரிடமும் நட்பாக ஆகுவதற்கு எவ்வித ஆர்வத்தையும் காட்டவில்லை என்பதையும் நான் அறிந்து கொண்டேன். அவன் அனைவரையுமே முறைப்போடுதான் பார்த்தான். மாணவிகள் அவனிடம் எதையாவது கேட்ட சமயங்களில் கூட அவன் அவர்களோடு புன்னகைக்க மாட்டான். எம் இருவரிடையே ஒரு நட்பு இருந்த போதிலும் கூட அவன் என்னோடு அந்தளவு நெருக்கம் காண்பிக்கவில்லை. ஆகவே அவன் என்னை விரும்பவில்லை என்றுதான் நான் அனுமானித்திருந்தேன்.

அவன் எப்போதும் ஏதோவொரு விரக்தியைப் பிரதிபலித்தான். அவனது வாசிப்புகள் குறித்து நான் கூர்ந்து கவனித்தேன். அவன் பல்வேறு விதமான புத்தகங்களை வாசித்துக் கொண்டிருந்தான். அவை எனக்கு விந்தையளிப்பவையாக இருந்தன. அந்த எழுத்தாளர்களின் பெயர்களைக் கூட நான் அறிந்திருக்கவில்லை. சில புத்தகங்கள் வாசிகசாலையில் வருடக்கணக்கில் தூசும், ஒட்டடையும் படிந்து எவரது கவனத்தையும் ஈர்க்காமல், எவராலும் தொட்டுக் கூட பார்க்கப்படாமல் இருந்தவை. அவன் அனைத்து விதமான புத்தகங்களையும் வாசிப்பது எனக்குப் புரிந்தது. சில தினங்கள் நாவல்களை வாசித்தான். சில தினங்கள் தத்துவ நூல்கள். பிறகொரு நாள் அவன் வரலாற்று நூலொன்றை வாசிப்பதைக் கண்டேன். அவ்வாறான நிலைமையில் அவனது வாசிப்புப் பழக்கத்தைக் கொண்டு அவன் யார் என்பதை என்னால் தீர்மானிக்க முடியாமலிருந்தது. அந்தப் புத்தகங்களில் என்னதான் அடங்கியிருக்கின்றன என்பதுவும் கூட எனக்குப் புரியவேயில்லை.

ஒரு நாள் மாலை வேளையில் எவ்வித முன்னறிவிப்புமில்லாமல் அவன் எனது அறைக்கு வந்தான். அவன் உள்ளே நுழைந்ததுமே எவ்வித அனுமதியும் கோராமலேயே எனது சோபாவில் அமர்ந்து கொண்டான். சற்று நேரம் மௌனமாக இருந்த அவன் தனது ஆடையில் படிந்திருந்த புழுதியைத் தட்டி விட்டான். அவ்வேளையில் படித்துக் கொண்டிருந்த நான் அவனைக் கண்டதுமே தலை தாழ்த்தி வரவேற்றேன். பிறகும் எனது கண்கள் புத்தகத்தில்தான் நிலைத்திருந்தன. என்றாலும் எனது கவனம் சோபாவில் கிழிந்த காற்சட்டையோடு அமர்ந்திருந்த அவன் மீதுதானிருந்தது.

அந்த இடத்துக்கு தெரு தென்பட்டது. அந்தத் தெரு பல்கலைக்கழகத்துக்குச் செல்லும் தெரு. அந்தத் தெருவின் மறுபுறத்தில் கோல்ஃப் விளையாடுவதற்காக உருவாக்கப்பட்ட புல்வெளி இருந்தது.

"இன்னிக்கு சைனாவுல அடிமைகள் எத்தனை பேர் இருக்காங்கன்றது உனக்குத் தெரியுமா ஷெங்?" என திடீரென எழுந்த அவனது முரட்டுக் குரல் அறை முழுவதும் எதிரொலித்தது.

"ஒண்ணு, ரெண்டு மில்லியன் இருக்கும்னு நினைக்கிறேன்" என்று நான் அலட்சியமாகக் கூறினேன். ஒருவேளை அது நான் ஒரு சில தினங்களுக்கு முன்னர் நண்பனொருவனின் மூலம் அறிந்து கொண்ட விடயமாகக் கூட இருக்கலாம். அது உண்மையா, பொய்யா என்று கூட நான் உறுதிப்படுத்திக் கொள்ளவில்லை. அவ்வாறான கேள்வியொன்று அதற்கு முன்னர் எனது மனதில் உதித்திருக்கவேயில்லை.

"ஒண்ணு, ரெண்டு மில்லியனா? இல்லல்ல.. பத்து மில்லியன்களுக்கும் அதிகம். இன்னும் விளக்கமாச் சொல்றதுன்னா சைனாவோட ஜனத்தொகையில மூன்றில் ரெண்டு பாகம் அடிமைகள்தான் இருக்காங்க" என்று கோபமான தொனியில் கத்தினான்.

"நான் அதைப் பற்றியெல்லாம் அந்தளவு யோசிச்சதில்ல. நான் அறிஞருமில்லையே" என்று நான் மெதுவாகக் கூறி விட்டு அவனைத் தலையுயர்த்திப் பார்த்தேன். அவனது கேள்வி என்னை அதிர்ச்சிக்குள்ளாக்கியிருப்பதை உணர்ந்தேன்.

"உங்கக்கிட்டயும் அடிமைகள் இருக்காங்களா?" என்று திடீரென்று அவன் தனது முரட்டுக் குரலில் கேட்டான். எவருமில்லை என்று கூறினால் அவன் என்னை மதிக்க மாட்டான் என்று நினைத்தேன். உண்மையில் அப்போது எம்மிடம் பதினாறு அடிமைகள் இருந்தார்கள். ஆகவே நான் அவ்விடத்தில் சுய வர்ணனையொன்றைச் செய்வது சிறந்தது என்று நினைத்து, சத்தமாகச் சிரித்தவாறே

''ஆமா. என்னைப் போல ஒருத்தனுக்கு அடிமைகள் இருக்கத்தானே வேணும். எங்கக்கிட்ட பதினாறு அடிமைகள் இருக்காங்க, தெரியுமா?'' என்று பெருமையோடு கூறினேன்.

அவன் என்னை முறைத்துப் பார்த்தவாறே ஏளனமாகப் புன்னகைத்தான். அவன் வெளிப்படுத்திய உதாசீனத்தை விடவும் விசாலமானதொரு அவமதிப்பு அவனது பார்வையில் படிந்திருந்தது. உண்மையில் அவன் பதினாறு அடிமைகளின் எஜமானனை அவமதிக்கிறான் என்று கருதிய நான் வியப்படைந்தேன். என்னால் எனது விழிகளையே நம்ப முடியவில்லை. அதைக் குறித்து நான் யோசித்துப் பார்த்தேன். ஒருவேளை பதினாறு அடிமைகளை வைத்திருப்பதால் அவன் என் மீது பொறாமைப்படுகிறானோ என்று கூட நினைத்தேன். அவன் எப்போதும் சிக்கனமாக வாழ்வதால் அவனுக்கு அடிமைகள் தேவைப்பட மாட்டார்கள் என்று நான் அதற்கு எனக்கே காரணம் கூறிக் கொண்டேன். ஆகவே நான் அவனைப் பார்த்து அனுதாபத்தோடு கேட்டேன்.

''உன்னோட குடும்பத்துக்கும் அடிமைகள் இருக்காங்க, இல்லையா?''

என்னைத் திகைப்பூட்டியவாறு அவன் மீண்டும் என்னை முறைத்துப் பார்த்தான். இந்தத் தடவையென்றால் அவனது பார்வையில் பெருமிதமும் கலந்திருந்தது.

''என்னோட ஆட்கள் எல்லோருமே அடிமைகள்தான்'' என்று எதையோ தலையில் தூக்கி வைத்துக் கொள்வதைப் போல தலையை நிமிர்த்தி பெருமையோடு கூறினான் அவன்.

''இல்ல... இல்ல... நீ சும்மா சொல்றாய்... நல்ல நண்பர்களுக்கு மத்தியில இப்படி வீண்பெருமை பேசிக்குறது சரியில்ல'' என்று மிகுந்த அதிர்ச்சியோடு நான் கூறினேன்.

''இதுல பெருமைப்பட என்ன இருக்கு?'' என்று அவனும் வியப்பாகக் குரலெழுப்பினான். அது எனக்குப் பரிச்சயமற்ற எதையோ கூறிய பதிலொன்று போல இருந்தது.

''நீதான் உன்னோட ஆட்களெல்லோருமே அடிமைகள்னு சொன்னாயே?''

''ஆமா. அவங்க எல்லாருமே அடிமைகள்தான்.''

''அப்போ நீ மாணவனா இருக்கிறாயே... அது எப்படி?''

''ஏன் அடிமைகளோட மகன் பல்கலைக்கழக மாணவனொருத்தனா இருக்கக் கூடாதோ? உன்னோட மூதாதையர்களும் கூட அடிமைகளாத்தான் இருந்திருப்பாங்கன்னு என்னால உறுதியாக் கூற முடியும்'' என்று அவன் கோபத்தோடு கூறினான்.

யாரோ எனது தலையில் ஓங்கியடித்தது போல நான் திடுக்கிட்டுப் போனேன். அதை எனக்கு நேர்ந்த மிகப் பெரிய அவமானமாகக் கருதிய நான் அவனுடன் வாதம் செய்யத் தொடங்கினேன்.

''உன்னோட மூதாதையர்கள் போல என்னோட சொந்தங்களும் அடிமைகளாத்தான் இருந்திருப்பாங்கன்னு நீ நினைக்கிறியோ?'' என்று அவனை முறைத்துப் பார்த்தவாறே கேட்டேன்.

''நீ வாழ்ற காலத்துல இல்லாம இருக்கலாம்.''

''கொஞ்சம் இரு. சொல்றேன். என்னோட அப்பாக்கிட்ட பதினாறு அடிமைகள் இருந்தாங்க. என்னோட தாத்தாக்கிட்ட எட்டு அடிமைகள் இருந்தாங்க. என்னோட தாத்தாவோட அப்பாக்கிட்ட பதினாலு அடிமைகள். அதுக்கு முன்னாடி இருந்தவங்கக்கிட்ட இன்னும் அதிகமதிகமா அடிமைகள் இருந்திருக்கக் கூடும். அது இத்தனைதான்னு, அது ரொம்பப் பழைய காலம்ங்குறதால என்னால உறுதியாச் சொல்ல முடியல. இருந்தாலும் என்னோட முப்பாட்டனோட

அப்பாவைப் பற்றி அப்பா சொல்லியிருக்கார். அவர் ஒரு சின்ன வியாபாரியா இருந்தாராம். அவருக்கு அடிமைகள் இருந்தாங்களா இல்லேன்னா அவர் அடிமையோட மகனொருத்தரான்னெல்லாம் எனக்குத் தெரியாது. ஆனா அவர் ஒரு பெரிய அதிகாரியா இருந்திருப்பார்னும், அவருக்கு நிறைய வைப்பாட்டிகளும், நூற்றுக்கணக்கான அடிமைகளும் இருந்திருப்பாங்கன்னுதான் நான் நினைக்கிறேன். சிலவேளை அது உண்மையா இருக்கலாம்.''

''பாரு, உனக்கே உறுதியாத் தெரியல. அப்போ நான் சொன்னதுதான் உண்மையா இருக்கும்.''

இப்போது அவன் நேரடியாக எனது முகத்தை நோக்கியே நான் அடிமை வம்சத்தைச் சேர்ந்தவனென்று கூறியிருந்தான். எனது அதுவரையான வாழ்நாள் முழுவதிலும் அவ்வாறானதோர் அவமதிப்பை நான் சந்தித்திருக்கவில்லை. அது உண்மையிலேயே மிகப் பெரும் அவமானம். நான் அவனை அச்சத்தோடு முறைத்துப் பார்த்துக் கொண்டிருந்தேன். எனது பார்வையும், அவனது பார்வையும் ஒன்றோடொன்று கலந்தன. அவனது கூரான பார்வை என்னை நிலைகுலையச் செய்தது. அவனுக்கு என் மீதிருக்கும் நட்புக்கு நான் கடன்பட்டிருக்கிறேன் என எனக்குத் தோன்றியது. ஆகவே நான் எனது இருக்கைக்குப் போய் அமர்ந்து கொண்டேன்.

''நான் உன்னை நம்புறேன். ஏன்னா உன்னைப் போன்றவங்க அடிமை வம்சத்தைச் சேர்ந்தவங்கன்றது தெளிவாத் தெரியுது. இருந்தாலும் என்னைப் போன்றவங்க அவ்வாறான குடும்பங்கள்ல பிறக்க வழியேயில்ல. அதைத்தான் நான் ரொம்பப் பெருமையா உணர்றேன்'' என்ற எனது பெருமை பேசும் சுபாவம் சற்று எல்லை மீறிக் கொண்டிருப்பதாக எனக்கே தோன்றியது. அவன் அப்போது என்னைப் பார்த்து ஏளனமாகப் புன்னகைத்துக் கொண்டிருந்தான்.

அவனுக்குள்ளிருக்கும் பொறாமைதான் அவ்வாறு வெளிப்படுகிறது என்று எனக்குத் தோன்றியது. எனவே எனக்கும் இயல்பாகவே சிரிப்பு வந்தது.

உடனே அவனது முகம் இருண்டது. எனது பார்வையைத் தவிர்ப்பதற்காக அவன் ஒரு கையை உணர்த்தினான்.

''நீ ஏன் சிரிக்கிறாய்? நான் அடிமை வம்சத்தைச் சேர்ந்தவன்ங்குறதுல நான் பெருமைப்படுறேன். அதுக்குக் காரணம் அடிமைகளான எங்க ஜனங்களோட இதயங்கள் எப்பவும் ஒண்ணோடொண்ணாப் பிணைஞ்சிருக்கும். அதெல்லாம் உனக்கு எங்க தெரியும்? இவ்வளவு சொகுசான அறைக்குள்ள அடைபட்டுக்கிட்டு கனவு கண்டுட்டிருக்குற உனக்கு அதைப் பற்றி என்ன தெரியும்? உன்னைப் போன்ற ஆட்களோட கண்ணைத் திறக்க என்னாலதான் முடியும்னு நான் நினைக்கிறேன். ஆமா. நான் அடிமையோட மகன்தான். அதை இல்லன்னு சொல்லவே மாட்டேன். அதைப் பெருமையா சத்தமாகக் கத்திச் சொல்லக் கூட என்னால முடியும். என்னோட அம்மா, அப்பா எல்லோருமே அடிமைகள். என்னோட தாத்தா அடிமையொருத்தர். முப்பாட்டனும் அடிமையொருத்தர். இன்னுமின்னும் பின்னோக்கிப் போய் என்னோட மூதாதையர் வம்சத்துல ஒருத்தர் கூட அடிமையில்லன்னு என்னால சொல்லவே முடியாது.''

நிஜமாகவே அவனுக்கு பைத்தியம் பிடித்திருப்பதாகத்தான் எனக்குத் தோன்றியது. இன்னும் வாக்குவாதம் உக்கிரமடைவதற்கு முன்பு அவனிடமிருந்து விலகி விட வேண்டும் என்று எனக்குத் தோன்றியது.

''ஆமா.. உனக்குச் சொந்தமா பதினாறு அடிமைகள் இருக்காங்க. நீ திருப்தியா, சந்தோஷமா வாழ்றதைப் பார்க்க ரொம்பப்

பெருமையாத்தான் இருக்கு. இருந்தாலும், உன்னோட அடிமைகள் எப்படி வாழ்ந்துட்டிருக்காங்கன்னு உனக்குத் தெரியுமா? அதுல ஒருத்தரோட விபரத்தையாவது உனக்கு சொல்லத் தெரிஞ்சிருக்கா? இருக்காது. உனக்கு சொல்லத் தெரியாது. அது எனக்குத் தெரியும். பரவாயில்ல. நான் உனக்கு சொல்லித் தாறேன். நல்ல நல்ல கதைகளைச் சொல்லித் தாறேன்.

என்னோட தாத்தா நல்ல அடக்க ஒடுக்கமான ஒரு கொத்தடிமை. அப்படிப்பட்ட, எஜமான் சொல்வதையெல்லாம் செய்யக் கூடிய அடிமையொருத்தரை நான் ஒருபோதும் கண்டதில்ல. ஐம்பது வயதுகளைக் கடந்தும் பலவிதமான கஷ்டங்களை அனுபவித்துக் கொண்டு அடிமைப்பணி செஞ்சிட்டிருந்த அவர் தன்னோட மகனையும் அடிமையோட மகனா மிகச் சின்ன வயசுலயே அடிமைப்பணிகள்ல ஈடுபடுத்தினார். அவரோட தலைமயிர் முழுசா நரைச்சிருந்துச்சுங்குறது எனக்கு இப்பவும் ஞாபகமிருக்கு.

எஜமானோட அழகான மாளிகைக்குப் பின்னால ஒரு குடிசையிலதான் நாங்க வசிச்சிட்டிருந்தோம். நாங்கன்னா நானும், என்னோட அப்பா, அம்மா, தாத்தான்னு மொத்தம் நாலே நாலு பேர். அம்மா அந்தக் குடிசையில படுத்துறங்க மாட்டா. அவளுக்கு எப்பவும் எஜமானிக்கும், அவங்க பொண்ணுங்களுக்கும் சேவகம் செய்ய நிறைய வேலைகள் இருந்துச்சு.

என்னோட தாத்தாவை எஜமானும், அவங்க பசங்களும் எப்பவும் திட்டிட்டிருக்குறதை நான் அடிக்கடி கண்டிருக்கேன். அவங்க என்னதான் திட்டினாலும், கொடுமை செஞ்சாலும் அவர் அதையெல்லாம் தலை தாழ்த்தி ஏற்றுக் கொள்வார். பனிக்காலத்துல வீசுற காத்துல எங்க குடிசை சரிஞ்சு விழுந்துடும். ஓட்டைகள் வழியா பனிக்காற்று எப்பவும் குடிசைக்குள்ள வந்துடும். தூங்கவே முடியாம

அவ்வளவு குளிரா இருக்கும். உடைஞ்சு போன கட்டிலொண்ணுதான் எங்கக்கிட்ட இருந்துச்சு.

அந்தச் சமயத்துல நான் ரொம்பச் சின்னப் பையனா இருந்தேன். தாத்தாவும், அப்பாவும், நானும் விறகு தேடி எடுத்துட்டு வர வெளியே போவோம். அவங்க ரெண்டு பேரும் நல்ல பலசாலிகளாக இருந்தாங்க. நாங்க சுள்ளிகள், சருகுகள், காய்ந்த புற்கள், வைக்கோல்கள்னு தேடி எடுத்துட்டு வந்து, முற்றத்துல தீ மூட்டி சுற்றி வர அமர்ந்திருந்து அந்த சூட்டை அனுபவிச்சிட்டிருப்போம். அந்த மாதிரியான சந்தர்ப்பங்கள்ல தாத்தா தன்னோட பழைய கால அனுபவக் கதைகளையெல்லாம் சொல்லி எதையாவது உபதேசித்துக் கொண்டிருப்பார். எல்லோரிடமும் நேர்மையாக இருக்கவும், நல்லவனாக இருக்கவும் என்னை ஊக்குவிப்பார். அவரைப் போலவும், அப்பாவைப் போலவும் தமது எஜமான்களை எப்போதும் பக்தியோடு பார்க்க வேண்டுமென்றும், அப்போதுதான் அவர்களிடமிருந்து ஏதாவது பரிசுகள் கிடைக்கும் என்றும் சொல்வார். எனது அப்பாவென்றால் அதிகமாகக் கதைப்பவரில்லை. எப்போதும் தீச்சுவாலைகள் அணையும்போது தாத்தாவோட உபதேசங்களும் முடிவுக்கு வந்துடும். பிறகு, 'ரொம்பத் தாமதமாயிடுச்சு, தூங்கலாம் இனி' என்று கூறியவாறு அந்தக் குளிர்காலத்தில் எல்லோரும் ஒன்றாகச் சுருண்டு படுத்துக் கொள்வோம்.

தாத்தாவுக்கு எஜமான்கிட்ட இருந்து ஒரு பரிசு கடைசில கிடைச்சது. ஒரு கோடை காலத்தோட காலை வேளையில தாத்தா செத்துப் போயிருந்தார். அவரோட சடலம் தோட்டத்துல இருந்த ஒரு மரத்துல தொங்கிட்டிருந்துச்சு. கடைசியா அவரோட முகத்தைப் பார்க்கக் கூட கிடைக்கல. ஒரு பலகைல வச்சு பாயால மூடி அந்தச் சடலத்தைப் புதைக்க எடுத்துட்டுப் போனாங்க. அவரோட பெரிய கால்ல சேறும், அழுக்கும் படிஞ்சிருக்குறதைத்தான் நான் கடைசியாக் கண்டேன்.

தாத்தாவைக் கடைசியா நாங்க அப்படித்தான் கண்டோம். எதுக்காக அவர் செத்துப் போனார்? அதுக்குக் காரணம் ரொம்ப எளிதானது. அதுக்கு முந்தைய நாள் எஜமான், தன்னோட பெறுமதியான ஒரு பொருள் காணாமப் போயிருக்குறதைக் கண்டுபிடிச்சிருக்கார். தாத்தாதான் அதைத் திருடியிருக்கணும்னு அவரைக் கடுமையாத் திட்டியிருக்கார். தாத்தாவோ ரொம்ப நேர்மையான ஒரு அடிமை. அன்னிக்குத்தான் முதன்முறையா இந்தத் திருட்டுப் பழிக்கு எதிரா குரலுயர்த்திப் பேசியிருக்கார். தன்னோட எஜமானுடைய பொருட்களைத் திருடக் கூடிய ஆள் தானில்லன்னு, தான் நிரபராதிங்குறதை நிரூபிக்க அவர் எவ்வளவுதான் முயற்சித்த போதிலும் எஜமான் அதை ஒரு பொருட்டாகக் கூட மதிக்கலையாம். அவர் காது கேட்காதது போல இருந்தாராம். உண்மை என்னன்னு கண்டுபிடிக்குறதுக்குப் பதிலா, தாத்தாவைக் கடுமையா, மோசமான வார்த்தைகளால திட்டியிருக்கார்.

அதனால தாத்தா ரொம்ப அவமானமா உணர்ந்திருக்கார். தனது எஜமானுடைய நம்பிக்கையை வென்றெடுக்க முடியாமல் போனது அவருக்கு ரொம்ப கவலையைத் தந்திருக்கு. அதனால அவர் மனசுடைஞ்சு போய் மிகுந்த கையறு நிலைக்கு ஆளாகியிருக்கார். அது மட்டுமில்லாம அவரோட மூதாதையர்கள் எந்தக் காலத்திலோ பட்ட கடனை அடைப்பதற்காக மிகவும் விசுவாசமா, ஐம்பது வருஷத்துக்கும் மேல வேலை செஞ்சும், இத்தனை வருஷமா பாடுபட்டு கொத்தடிமைப்பணி செஞ்சும் அவர்கிட்ட ஒரு சதம் கூட கையில காசுமிருக்கல, நிம்மதியும் இருக்கல.

கடைசில தாத்தா அவர் உடுத்துட்டிருந்த இடுப்புப்பட்டியைக் கொண்டே தோட்டத்துல ஒரு மரத்துல தொங்கிட்டிருந்தார். அதுதான் அவருக்குக் கிடைச்ச பரிசு. அந்த மாளிகைல எல்லோருமே தாத்தாவைத்தான் திருடன்னு முத்திரை குத்தினாங்க. அதனால நான்,

அடிமையோட மகன் மட்டுமில்லாம, ஒரு திருடனோட பேரனாகவும் ஆகிடுறேன், இல்லையா? எப்படியிருந்தாலும் என்னோட தாத்தா ஒருபோதும் எதையும் திருடக் கூடியவரில்லங்குறதை நான் இன்னிக்கும் உறுதியாச் சொல்வேன். ஏன்னா அவரோட சுபாவத்துல அப்படிப்பட்ட எந்த அறிகுறியுமே இருக்கல. அவர் எப்பவும் நல்லவரா, நேர்மையானவரா இருந்தவர்.

எந்நாளும் அந்தியாகும்போது என்னோட அப்பா என்னைத் தன்னோட மடியில படுக்க வச்சு அணைச்சுக்கிட்டே தாலாட்டுவார். அப்பல்லாம் ரொம்ப சீக்கிரமாவே நான் உறங்கிடுவேன். அப்பா எவ்வளவுதான் வேலை செஞ்சு களைச்சுப் போய் வந்தாலும் இதை எந்நாளும் செய்யத் தவறவேயில்ல. ஆனாலும் தாத்தா செத்த அன்னிக்கு ராத்திரி எனக்கு தூக்கம் வரவேயில்ல. அது, என்னோட தாத்தா எனக்கு ஞாபகம் வந்து கொண்டேயிருந்ததனால இருக்கலாம். அவரோட கருணை தோய்ந்த முகம் எனக்கு ஞாபகம் வந்துட்டேயிருந்ததால, என்னோட கண்கள்ல கண்ணீர் வழிஞ்சுட்டேயிருந்துச்சு. நான் என்னோட தாத்தாவோட அணைப்புலதான் அப்போதும் இருக்கேன்னு எனக்குத் தோணுச்சு.

அதனால, ‘தாத்தா, நீ திருடியிருக்க மாட்டாய்னு எனக்குத் தெரியும் தாத்தா. நீ ஒருபோதும் எதுவுமே திருடினதில்லன்னு எனக்குத் தெரியும் தாத்தா. அதை வேறு யாரோதான் திருடியிருப்பாங்க’ன்னு புலம்பியவாறே விம்மி விம்மி அழுதுட்டிருந்தேன். பிறகுதான் ‘என்னாச்சு மகனே? ஏன் அழுகிறாய்?’ என்ற அப்பாவின் குரலை நான் இனங்கண்டு உடனே என்னோட கண்ணீரைத் துடைச்சுக்கிட்டேன். எனக்கருகிலேயே படுத்திட்டிருந்த அப்பா நான் அழுவுறதைக் கண்டிருக்கார். எனக்கு ஆறுதல் கூற அவர் முற்பட்டார்.

'நீ சொல்றது சரி மகனே. தாத்தா எதையுமே திருடல. நிஜத் திருடன் யார்னு எனக்குத் தெரியும்' என்றார். 'அந்தத் திருடன் யார்னு சொல்லுங்கப்பா'ன்னு நான் அப்பாவோட தோளை உசுப்பிக் கேட்டு அடம்புடிச்சேன். கொஞ்ச நேர தயக்கத்துக்குப் பிறகு அவர் நீளமா ஒரு பெருமூச்சு விட்டுட்டு, 'சரி மகனே. நீ யார்கிட்டயும் இதை சொல்ல மாட்டேன்னு என்கிட்ட சத்தியம் பண்ணனும். சின்னப் பசங்களோட வாக்குறுதிகளை நம்பவும் முடியாதுதான். இருந்தாலும் நீ இதைத் தெரிஞ்சுக்கணும். எஜமானோட மகன்தான் அதைத் திருடியிருக்கான். தாத்தாவுக்கு இது தெரியும். ஆனா வெளியே சொல்லல. நீயும் இதை வெளியே சொல்லக் கூடாது மகனே. காலாகாலத்துக்கும் இது ரகசியமாவே இருக்கணும்னுதான் தாத்தா மரத்துல தொங்க வேண்டி வந்துச்சு. இந்த உண்மையை என்னாலயும் வெளியே சொல்ல முடியாது. இப்போ தாத்தா செத்துட்டாரு. இந்த உண்மையையெல்லாம் வெளியே சொன்னா யாருமே நம்ப மாட்டாங்க. நாங்களும் வீணா சிக்கல்ல விழுறதுதான் நடக்கும்'' என்ற பெங்கின் முகத்தில் ஒரு வெறுப்புப் புன்னகை தோன்றியது. அவன் சற்று நேரம் அமைதியாக இருந்து விட்டுத் தொடர்ந்தான்.

''அப்பா சொன்னதையெல்லாம் சுருக்கமாச் சொல்லிட்டேன். எந்த முக்கியமான விஷயத்தையும் நான் தவிர்க்கல. இதையெல்லாம் சொல்லி நான் ஏதோ உரிமை கோரப் போறேன்னெல்லாம் நினைக்காதே.''

நான் அமைதியாகத் தலையசைத்து விட்டு அவனைத் தொடர்ந்தும் பேசச் சொல்லி சைகை செய்தேன்.

''அதையெல்லாம் அப்பா சொன்னப்ப இடையில எந்தக் கேள்வியையும் நான் கேட்கவேயில்ல. அப்படிக் கேள்வியெல்லாம் கேட்க நான் பயந்தேன்ங்குறதுதான் நிஜம். தாத்தாவை இழந்தது குறித்து

இப்பவும் எனக்குள்ள நான் ரொம்பக் கவலைப்படுறேன். என்னோட அப்பாவும், அம்மாவும் அதுக்குப் பிறகு எப்பவும் என்கூடவே இருந்தாங்க. நாங்க ஒருத்தர் மேல ஒருத்தர் ரொம்பப் பாசமா இருந்தோம். என்னோட தாத்தா செத்துப் போன நாள்லருந்து அவங்க எப்பவும் கவலையோடுதான் இருந்தாங்க. எப்போதாவதுதான் சிரிப்பாங்க.

ஒரு நாள் அந்தி நேரத்துல, அதுவும் ஒரு குளிர்காலம்தான், அப்பாவோட நான் தீச்சுவாலைக்கிட்ட உட்கார்ந்து குளிர் காய்ஞ்சுட்டிருந்தேன். திடீர்னு எங்கிருந்தோ, யாரோ 'காப்பாத்துங்க, காப்பாத்துங்க'ன்னு கத்துற சத்தம் கேட்டுச்சு. பயந்து போன நான் அப்பாவைக் கட்டிப்பிடிச்சிக்கிட்டேன். என்னோட கை, காலெல்லாம் உதறிட்டிருந்துச்சு. 'பயப்படாதே மகனே, அப்பாதான் கூடவே இருக்கேன்ல'ன்னு அப்பா என்னோட காதுல ரகசியமா முணுமுணுத்தார். பிறகு வெளியேயிருந்து கேட்ட சத்தங்களெல்லாம் நின்னு போய் ரொம்ப அமைதியா இருந்துச்சு. அப்போதான் உடனடியா எஜமானை வந்து சந்திக்கும்படி யாரோ வந்து அப்பாக்கிட்ட சொன்னாங்க.

அவர் போனதும் எனக்குத் தனியா இருக்க ரொம்பப் பயமா இருந்துச்சு. அவர் திரும்பி வந்தப்ப அம்மாவும் அவரோட கூடவே வந்தாங்க. ரெண்டு பேருமே அழுதுட்டிருந்தாங்க. அவங்க ரெண்டு பேரும் என்னைக் கட்டிப்பிடிச்சுக்கிட்டு விம்மி விம்மி அழுதுட்டேயிருந்தாங்க. அம்மா எதுவுமே பேசல. அன்னிக்கு ராத்திரி முழுக்க நாங்க ஒருத்தரையொருத்தர் அணைச்சுக்கிட்டு அழுதுட்டே படுத்துட்டிருந்தோம். அந்த சமயத்துல அம்மா, அப்பா கதைச்சுக்கிட்டது எதுவும் எனக்குப் புரியவேயில்ல.

'இப்படி வாழ்றதைக் காட்டிலும் செத்துப் போறதுதான் நல்லது, எதுக்கு இப்படி வாழணும்?'னு அவங்க கதைச்சுக்கிட்டது மட்டும் எனக்கு இப்பவும் ஞாபகமிருக்கு. 'நாங்க எல்லோருமே எஜமானோட அடிமைகள். அந்த உத்தமர் சொல்றதை மட்டும்தான் நாங்க செய்யணும். எங்களுக்கு நிறையப் பிள்ளைங்க இருப்பாங்கன்னா, அந்தப் பிள்ளைகளுக்குப் பொறக்குற பிள்ளைங்க கூட கடைசில அடிமைகளாகத்தான் இருப்பாங்க. இந்த நியதியில இருந்து யாராலயும் தப்பிக்க முடியாது. நான் வாழ்றது போலவே என்னோட மகனும் அடிமையாத்தான் வாழ்ந்துட்டிருப்பான். இதான் கொத்தடிமை முறை. நான் என்னோட வாழ்நாள் முழுக்க எஜமானுக்கு அடிமையாவே வாழ்ந்துட்டுப் போயிடுறேன். மகனே நீயாவது எப்படியாவது ஸ்கூலுக்குப் போய்ப் படிச்சு இந்த நரகத்துலருந்து தப்பிச்சுப் போயிடப் பாரு'ன்னு அப்பா என்கிட்ட சொன்னார்."

பெங்கின் விழிகள் திடீரென சிவந்தன. சில கணங்கள் அமைதியாகக் கழிந்தன. பிறகு அவன் மீண்டும் கூறத் தொடங்கினான்.

"என்னோட அப்பா என்கிட்ட சொன்னதெல்லாம் இப்பவும் எனக்கு நல்லா நினைவிருக்கு. நான் சாகும்வரைக்கும் எனக்கு அது நல்லா நினைவிருக்கும். அதையெல்லாம் உன்கிட்ட சொல்லப் பொருத்தமான விதத்துலதான் நான் இப்ப சொல்லிட்டிருக்கேன். இந்த வார்த்தைகளுக்குப் பின்னால இருக்குற வலிகளை உன்னால புரிஞ்சுக்க முடியும்னு நான் நம்புறேன். என்னோட அம்மா எதுவுமே பேசல. அவள் என்னோட அப்பாவை அணைச்சுக்கிட்டு அழுதுட்டேயிருந்தா. எனக்கு எதுவுமே புரியல. அவங்க இல்லாம நான் எப்படித் தனியா வாழ்வேன் என்று நினைத்தே நான் அழுது கொண்டிருந்தேன். மறுநாள் காலையில போலீஸ் வந்தப்ப கூட நாங்க படுக்கையிலேயே இருந்தோம். அப்பாவைத் தேடித்தான் போலீஸ்

வந்திருந்தது. அம்மா, அப்பாவோட கைகளைப் பிடிச்சுக் கொண்டு மறுபடியும் அழத் தொடங்கினாள். உடனே நானும் அழுதேன். நேத்து மாலை நேரத்துல யாரையோ கொலை செஞ்சுட்டார்ங்குறதுதான் அவருக்கெதிரா இருந்த குற்றச்சாட்டு. நான் அதை நம்பவேயில்லை. நேத்து மாலை நேரத்துல அவர் என்னோடுதானே இருந்தார்?! குளிர் காய்ஞ்சுட்டிருந்தப்பதானே திடீர்னு அந்தச் சத்தம் கேட்டது?! அப்போது அவர்தானே என்னை அரவணைத்துத் தூக்கிக் கொண்டார்?! அந்தச் சமயத்தில் அவர் என்னைக் கை விட்டுட்டு எங்கேயும் போகவேயில்லையே. நிலைமை இவ்வாறிருந்த போது, அவர் எப்படி அதே சமயத்தில் இன்னொருவரைக் கொன்றிருப்பார்? அவரைப் போலீஸார் தேடி வந்த போது கூட அவர் மௌனமாகவே இருந்தார். நான் பைத்தியம் பிடித்தவனைப் போல அழுதுகொண்டே ஓடிப் போய் அவரைக் கட்டிப்பிடித்து அவரது கையில் தொங்கினேன். அம்மாவும் கூட அந்த சமயத்தில் மௌனமாகவே அழுது கொண்டிருந்தாள். போலீஸார் என்னைப் பிடித்து இழுத்து அப்புறப்படுத்தி விட்டு அப்பாவைக் கொண்டு போனார்கள்.

அன்றுதான் நான் என்னோட அப்பாவைக் கடைசியாகக் கண்டேன். சில மாதங்களுக்குப் பிறகு அப்பா உடல்நிலை மோசமாகி சிறைக்குள்ளேயே செத்துப் போயிட்டார். அந்தச் சமயத்துல அம்மா எஜமான் வீட்டுக்கு வேலைக்குப் போறதை நிறுத்தியிருந்தாள். நாங்க ரெண்டு பேரும் வேறொரு இடத்துல குடியிருந்தோம். அங்கிருந்து எனக்கு ஸ்கூலுக்குப் போக வாய்ப்பு கிடைச்சது. இந்த அனைத்திற்கும் எஜமான்தான் செலவழிச்சார். அவ்வாறுதான் அந்த எஜமான் என்னோட அப்பாவின் உயிருக்கு விலை பேசியிருந்தார். அவரோட மகன் செஞ்ச குற்றத்துக்கு, தண்டனை அனுபவிச்சவர் என்னோட அப்பா. அந்தப் படுகொலையை எஜமானோட மகன்தான் செஞ்சான்னு நான் பிறகொரு காலத்துல கேள்விப்பட்டேன். நீயே சொல்லு. எஜமான்

எனக்காக செலவழிச்சதுக்காக நான் நன்றி பாராட்ட வேணுமா என்ன? ஒருபோதும் மாட்டேன். எஜமானையும், அவனோட மகனையும் நான் இப்பவும் வெறுக்குறேன். அவங்க என்னோட எதிரிகள். அவங்க என்னோட அப்பாவை பலிகடாவாக ஆக்கியிருந்தாங்க. நான் இன்னிக்கு இருக்குற நிலைமைக்கு வரணும்னுதான் அப்பா தன்னோட உயிரைத் தியாகம் செஞ்சிருக்கார். அவர் எதிர்பார்த்த வெற்றி இலக்கை அடைவதற்காக, அடிமை முறையை அழிப்பதற்காக இன்னும் நான் என்னவெல்லாம் செய்ய வேணும்?"

திடீரென்று அவனது பேச்சு நின்றது. அவனது முகத்தில் கோபமும், வைராக்கியமும் ஒன்றாகத் தாண்டவமாடின. அவன் தனது உதடுகளைக் கடித்துக் கொண்டான். அதில் தென்பட்ட கோபமானது, ரோஷத்தை அடக்கிக் கொள்வது போன்றது. அவன் சொன்ன விவரங்களெல்லாம் என்னை அதிரச் செய்திருந்த போதிலும் நான் அவனையே முறைத்துப் பார்த்துக் கொண்டிருந்தேன். இன்னும் பல பயங்கரமான ரகசியங்கள் அவனுக்குள் இருக்கக் கூடுமோ என்று விசாரிக்கும் எண்ணத்தோடு அவனைக் கூர்ந்து கவனித்துக் கொண்டிருந்தேன்.

அவன் எனது மனதுக்குள் இருந்தவற்றைப் புரிந்து கொண்டிருப்பான் என்றே நினைக்கிறேன். அதனால்தான் அவனது முகம் சிவந்திருக்கக் கூடும். சிலவேளை அது வெட்கத்தினாலோ அல்லது கோபத்தினாலோ கூட இருக்கலாம். அறைக்குள்ளேயே சற்று தூரம் நடந்து விட்டு வந்து அவன் மீண்டும் தனது இடத்தில் அமர்ந்து கொண்டான். அப்போதும் கூட அவனது முகம் கடுமையாகத்தான் இருந்தது.

"ஆமா. கதை இன்னும் முடியல. அதுக்குப் பிறகு நடந்ததையும் நீ தெரிஞ்சுக்கணும். நான் எல்லாத்தையும் சொல்றேன். ஒரு நாள் ஏனைய

நாட்களை விட சீக்கிரமா நான் ஸ்கூல் விட்டு வீட்டுக்கு வந்தேன். அம்மாவோட படுக்கைல அம்மாவுக்குப் பக்கத்துல இன்னொருத்தன் உட்காந்துட்டிருக்குறதை அப்பதான் கண்டேன். அவங்க ரெண்டு பேரும் என்னைக் காணல. அதனால நான் வெளியேயே உட்காந்திருந்தேன்.

அது நான் ஸ்கூல்ல நல்லாப் பாடுபட்டு படிச்சிட்டிருந்த காலம். அப்படியிருக்கும் போது அம்மா வீட்டுலருந்து வேசையாடிட்டிருக் காங்குற கோபத்துல என்னோட இதயம் வேகமா துடிச்சிட்டிருந்துச்சு. அந்த எண்ணம் என்னை வதைக்கத் தொடங்கியதுன்னாலும் அப்பவும் நான் அம்மாவை ரொம்பவும் நேசிச்சிட்டிருந்தேன். அம்மாவைத் தாக்கும் அளவுக்கு எனக்குச் சக்தியில்ல. அத்தோடு அந்தாளையும் என்னால அடையாளம் காண முடியுமா இருந்துச்சு.

அவன்தான் அந்த எஜமானோட மகன். அவனாலதான் என்னோட தாத்தாவையும், அப்பாவையும் நான் இழந்திருந்தேன். அதையெல்லாம் செஞ்சுட்டு அவன் இப்போ அம்மாவோட கூத்தாடிட்டிருக்கான்னு எனக்குத் தோணுச்சு. ‘சீக்கிரமா இங்கிருந்து போயிடுங்க. பையன் ஸ்கூல் விட்டு வர்ற நேரமிது’ன்னு அவன்கிட்ட அம்மா கெஞ்சிட்டிருப்பது அப்பதான் என்னோட காதுல விழுந்துச்சு. அவனும் ஏதோ முணுமுணுப்பது கேட்டதுன்னாலும் அந்த வார்த்தைகள் எனக்குப் புரியல. மீண்டும் அம்மா ‘இனிமேல இந்தப் பக்கமே வர வேணாம். என்னோட மகனுக்குத் தெரிஞ்சா பிரச்சினையாகிடும். தயவுசெஞ்சு புரிஞ்சுக்குங்க’’ என்று அவனிடம் கெஞ்சுவது கேட்டது. கொஞ்ச நேரம் கழிச்சு நான் உள்ளே போனப்ப அம்மா மாத்திரம் கட்டில்ல உட்காந்துட்டிருந்தா. தலையைக் குனிஞ்சுக்கிட்டே எதையோ யோசிச்சிட்டிருந்தா. நான் உடனடியா அவகிட்ட போனேன். அவள் திடுக்கிட்டுப் போய் ‘வந்துட்டியா மகனே’ன்னு கேட்டாள்.

நான் சட்டுன்னு அவளோட முழங்காலைக் கட்டிப்பிடிச்சிக் கிட்டேன். அவமானத்துக்கும், கடுங்கோபத்துக்குமிடையே அம்மா மேல் எதிர்பார்ப்பு இல்லாமல் போன நிலைமையொன்று உருவாகியிருந்தது. 'ஏன்மா இப்படிப் பண்றே? உனக்கு வெட்கமே இல்லையா?'ன்னு கேட்டு நான் அழத் தொடங்கினேன். 'அப்பா செத்துப் போய் இன்னும் ஒரு வருஷம் கூட ஆகல. நீயோ ஒவ்வொருத்தரோடயும் கூத்தாடிட்டிருக்கே' என்றேன். அவள் மௌனமாகவே இருந்தாள். 'நான் ஸ்கூல்ல எவ்வளவு கஷ்டப்பட்டு படிச்சிட்டிருக்கேன், தெரியுமா? அதையெல்லாம் உன்னால புரிஞ்சுக்கவே முடியல. உன்னால எப்படி இப்படியெல்லாம் நடந்துக்க முடியுது?' என்று கேட்டதுமே அவள் அழத் தொடங்கினாள். 'ஐயோ மகனே' என்று விம்மி விம்மி அழுதவாறே கட்டிலில் படுத்துக் கொண்டாள்.

அதனால் எனது மனம் உருகத் தொடங்கியது. அம்மா என்மீது காட்டும் பாசம் எனக்கு நினைவு வந்தது. நான் படிப்பதற்கு அம்மா உதவி செய்யாமலில்லை. நான் வீட்டுப் பாடங்களைச் செய்யும்போது அவள் என்னை விட்டு எங்கும் விலகிப் போகாமல் என்னை ஊக்குவித்துக் கொண்டேயிருப்பாள். நான் நிம்மதியாகப் படிக்க வழி காட்டுவாள். அவையெல்லாம் நினைவில் தோன்றியதும்தான் மிகுந்த கவலையை உணர்ந்தேன். அவளை நான் திட்டியது பிழை என்பதை உணர்ந்து 'ஐயோ அம்மா என்னை மன்னிச்சிடு... நான் பேசியது தப்புத்தான். தயவுசெஞ்சு என்னை மன்னிச்சிடு' என்று நான் அவளிடம் மன்னிப்புக் கேட்டதும் அவள் சற்று நேரத்தில் தலையை உயர்த்தி கட்டிலில் சாய்ந்து அமர்ந்து கொண்டாள். என்னையும் தன்னருகிலேயே உட்கார வைக்க இடமளித்தவாறு அவள் பேசத் தொடங்கினாள்.

'நீ கேட்டதுல ஒரு தவறும் இல்ல மகனே. நான்தான் உன்கிட்ட மன்னிப்புக் கேட்கணும். அப்பா செத்துப் போன நாள்ல இருந்து எனக்குன்னு நீ மட்டும்தானே இருக்கே' என்று கவலையோடு கூறி விட்டுத் தொடர்ந்தார்.

'உனக்காகத்தான் நான் வாழ்ந்துட்டிருக்கேன். நீ மட்டும் இல்லன்னா நானும் அப்பா கூடவே போய்ச் சேர்ந்திருப்பேன். அவர் போறதுக்கு முன்னால உனக்குச் சொன்னதெல்லாம் ஞாபகமிருக்கா? நீயும் அடிமையா ஆகுறதைக் காண அவர் விரும்பல. நீ நல்லாப் படிச்சு இந்தக் கஷ்டங்கள் அனைத்திலிருந்தும் விடுபட்டு மேலே வரணும்ங்குறதுதான் அவரோட விருப்பம். அப்படிப்பட்ட ஒண்ணுக்காக அவர் தன்னோட உயிரையே தியாகம் செஞ்சார்னா ஏன் என்னால அதைச் செய்ய முடியாது.

எஜமானோட மகனோட பொஞ்சாதி கர்ப்பமா இருந்த காலத்துலதான் அவன் என்னைத் தொந்தரவு செய்யத் தொடங்கினான். என்னால அதுலருந்து தப்பிக்க வழியிருக்கல. நான் அவனோட உத்தரவுக்குப் பணிஞ்சு போனதை நெனச்சு இப்பவும் வருத்தப்படுறேன். ஆனா அடிமைகளான நாங்க அதுக்குத்தானே இருக்கோம். அப்பா செத்துப் போனதுக்கப்புறம் அவனோட தொந்தரவு தாங்க முடியாமத்தான் நாங்க அங்கிருந்து இங்க ஓடி வந்தோம். நீ நல்லாப் படிக்கணும் மகனே. இதுக்கு ஒத்துக்காம இருந்தா அந்த மிருகம் நம்மை என்னவெல்லாம் செய்வானோ யாருக்குத் தெரியும். என்னை மன்னிச்சிடு கண்ணே. நீ படிச்சு முடிக்கிறவரைக்குமாவது இந்த எல்லாக் கஷ்டங்களையும் தாங்கித்தானே ஆகணும். நீ மாத்திரம் ஒருநாளும் அடிமையா ஆகிடாதே ராசா' ன்னு அம்மா சொன்னா.

அவள் ரொம்ப விபரமாச் சொன்னதைத்தான் நான் இப்ப உன்கிட்ட சுருக்கமா சொல்லிட்டிருக்கேன். அவள் என்னை அரவணைச்சுக்கிட்டாள். முன்பை விட அளவு கடந்த அன்பு எனக்கு அவள் மேல ஏற்பட்டுச்சு. 'ஐயோ அம்மா இதுக்கெல்லாம் நான் இடமளிக்க மாட்டேன். நீ எப்படிம்மா இந்தச் சித்திரவதையையெல்லாம் தாங்கிட்டிருக்கே? ஐயோ... நானும் உன்னை மோசமாப் பேசிட்டேனே. நான் ஸ்கூலுக்குப் போறதை நிறுத்திடறேன்மா. இவ்வளவு கவலைகளையெல்லாம் எப்படித்தான் மனசுல தாங்கிட்டிருக்கியோ? எனக்கு இனிமே படிக்கத் தேவையில்ல. நானும் ஏதாவது வேலைக்குப் போறேன்'ன்னதும் அம்மா என்னோட வாயைப் பொத்தினாள். 'பைத்தியம் மாதிரி பேசாதே. நீ நல்லாப் படிக்கணும். படிச்சு இந்த அசிங்கமான வாழ்க்கைலருந்து தப்பிச்சுப் போயிடணும். நான் என்னோட வாழ்நாள் முழுக்க இந்தத் துரதிஷ்டமான நிலைமையை எப்படியாவது பொறுத்துக்கிட்டு வாழ்ந்துடுவேன்'ன்னு அன்னிக்கு அந்தி நேரம் முழுதும் அம்மா பல விஷயங்களை எடுத்துச் சொல்லி எனக்கு விளங்கப்படுத்தினாள்.

கடைசியில அவள் சொல்ற மாதிரியே அனைத்தையும் செய்வதாக நான் சத்தியம் செஞ்சேன். மறுநாள்ல இருந்து நான் வழக்கம் போலவே ஸ்கூலுக்குப் போனேன்னாலும், அன்னிலருந்து ரொம்பப் பாடுபட்டுப் படிச்சேன். எல்லாத்தையும் தேடித் தேடிப் படிச்சேன். கஷ்டமான விஷயங்களை மனப்பாடம் செஞ்சேன். எனக்கு நல்ல எதிர்காலம் இருக்குன்னு எனக்கே தோண ஆரம்பிச்சது. என்னைப் பெத்தவங்களோட எதிர்பார்ப்புகளைப் பூர்த்தி செய்யணும்ங்குறதை என்னோட இலக்காக எடுத்துக்கிட்டேன். எப்படியாவது அடிமை நடைமுறையை இல்லாதொழிக்கணும்னு தீர்மானிச்சேன்.

என்னதான் இருந்தாலும் கசப்பான யதார்த்தம் இப்ப வரைக்கும் என்னைப் பந்தாடிட்டே இருக்கு. கசப்பான கடந்த காலம் ஒரு பிசாசு போல என்னைப் பிடிச்சு ஆட்டிட்டேயிருக்கு. உண்மையைச் சொன்னா அந்தப் பிசாசு என்னை வந்து மூடியிருக்கு. வாழ்க்கை ரொம்ப மோசமானது. என்னைப் போல அடிமைத்தளையிலருந்து விடுபட நினைக்குற ஒருத்தனுக்கு அதோட தாக்கம் அதிகமா இருக்கு. இன்னும் என்னோட இலக்கு பூர்த்தியாகல. என்னோட அம்மாவோட அன்பும், பிரார்த்தனைகளும் எப்பவும் என்கூடவே இருக்கு. அதனாலதான் என்னால எதையும் தாங்கிக்க முடியுது.

அன்னிக்குப் பிறகும் சின்ன எஜமான் எங்க வீட்டுக்கு வந்து போறதை நிறுத்தவேயில்ல. அது எனக்கு எவ்வளவு அறுவெறுப்பா இருந்துச்சு, தெரியுமா? இருந்தாலும், அதைப் பற்றி கடுகளவேனும் யார்க்கிட்டயும் சொன்னதேயில்ல. அவர் வந்துட்டுப் போன பிறகு அம்மா ரொம்ப நேரம் அழுதுட்டேயிருப்பாள். நான் ரொம்ப சிரமப்பட்டு அவளுக்கு ஆறுதல் சொல்லிட்டேயிருப்பேன். அந்த நிலைமை அப்படியே தொடர்ந்திருந்தா ஒருவேளை அம்மா தற்கொலை செஞ்சுட்டிருப்பாள். நம்ம அதிர்ஷ்டமோ என்னவோ, சில மாதங்களுக்குப் பிறகு சின்ன எஜமான் ஒரு சின்ன வயசுப்பொண்ணைத் தன்னோட வைப்பாட்டியாக ஆக்கிக்கிட்டார். அதனால எங்க வீட்டுக்கு வர்றதை நிறுத்தினார்.

அதுக்குப் பிறகுதான் அம்மா நிம்மதியா இருந்தாள். அவளுக்கு ஐம்பது வயதாகும்வரைக்கும், நான் பல்கலைக்கழகம் வரும்வரைக்கும் இந்த நிலைமைதான் நீடிச்சது. அம்மா செத்துப் போய் இப்போ மூணு வருஷம் ஆகுது. ஆனா ஒரு நாளும் நான் அவளை மறந்ததேயில்ல. அப்பாவையும், தாத்தாவையும் கூடத்தான். உயிர் வாழ்றதுக்கு அவங்க பட்ட கஷ்டங்களையெல்லாம் எப்பவும் எனக்கு ஞாபகம் வந்துட்டேயிருக்கு.

எனக்கு அதுல வெட்கப்பட எதுவுமேயில்ல. என்னோட ஆட்கள் அடிமைகளா இருக்குறதைக் குறிச்சு நான் பெருமைதான் படுறேன். ஆமா... உண்மையிலேயே அது பெருமைப்படக் கூடிய ஒரு விஷயம்தான். என்னோட தாத்தா ஒரு திருடன்னும், அவர் தற்கொலை செஞ்சுக்கிட்டார்னும் முத்திரை குத்தினாங்க. யாரோ செஞ்ச குற்றத்துக்காக என்னோட அப்பாவுக்குத் தண்டனை கொடுத்து அவர் ஜெயில்லயே செத்துப் போனார். அம்மா அடிமை தாசியொருத்தியா இருந்தாள்.

அதுக்காக, இவங்க எல்லோரும் கேவலமானவங்கன்னு யாராலும் இவங்களைக் குற்றம் சொல்ல முடியுமா? இவங்க யாருக்கு என்ன குற்றம் செஞ்சாங்க? நீங்க எல்லோருமே இப்படிப்பட்டவங்களைப் பார்த்துச் சிரிப்பீங்கன்னு எனக்குத் தெரியும். அவங்களை வெறுப்பீங்க. உங்களால அவங்களோட மானசீக அவஸ்தைகளைப் புரிஞ்சுக்கவே முடியாது. உங்க ஆட்களைப் போல இல்ல. அவங்களுக்கு தூய தங்கம் போல எப்பவும் நல்ல மனசு இருந்துச்சு. அவங்களைப் பற்றி எப்பவுமே எனக்குள்ள உதிக்குற உணர்வுகள்தான் ராத்திரிகள் முழுக்க நான் உறங்காமலே கழிக்கக் காரணமா அமைஞ்சிருக்குன்னு நினைக்கிறேன்.

அதுல ஒரு உணர்வு எப்பவுமே என்னோட மனசுக்குக் கவலையைத் தரும் விதமா இருக்கு. அந்த உணர்வு வெட்கமல்ல, கோபம். நான் இங்க நல்ல சுகமா ஒரு சொகுசுக் கட்டில்ல படுத்திட்டிருக்கேன். இதே இடத்துல, இதே நேரத்துல மில்லியன்கணக்கான, பத்து மில்லியன்கணக்கான அடிமைகள் அவங்களோட துயரம் நிறைஞ்ச பிரச்சினைகளுக்குள்ள மூழ்கி அழுதுட்டிருக்காங்க. என்னோட தாத்தாவைப் போல, அப்பாவைப் போல, அம்மாவைப் போல மிகவும் கஷ்டமான வாழ்க்கையைத்தான் அவங்க வாழ்ந்துட்டிருக்காங்க. இதுக்கு மத்தியில அவங்களோட எஜமான்மார் இனிமையான கனவுகளைக் கட்டியெழுப்பிக் கொண்டே சுகபோக வாழ்க்கையை

வாழ்ந்துட்டிருக்காங்க. அவங்க, வயசான முதிய அடிமைகள் மேல திருட்டுப் பழி சுமத்துவாங்க. மறுநாள் காலைல அவங்களால கொல்லப்பட்ட அந்த அடிமைகளோட சடலங்கள் மரங்கள்ல தொங்கிட்டிருக்கும். யாரோ செய்ற குற்றங்களுக்கு பாவப்பட்ட அவங்க தண்டனை அனுபவிச்சிட்டிருப்பாங்க. அவங்களோட வாழ்க்கை சிறுபராயத்துலயே இருளுக்குள்ள மூழ்கிப் போயிடுது. தாய்மாரும், மகள்மாரும் எஜமான்களுடைய அந்தரங்க ஆசைகளுக்கு இரையாகிடுறாங்க. குழந்தைகள், தந்தைமாரைக் கட்டிப்பிடிச்சிட்டு அழுதுட்டேதான் வளர்ந்துட்டிருக்கும்.

நான் அந்த எஜமான்கள் எல்லோரையும் கடுமையாச் சபிக்கிறேன். உங்களைப் போன்ற ஆட்களைச் சபிக்கிறேன் நான். என்னால முடியும்னா உங்களைப் போல ஆட்களையெல்லாம் எப்பவோ அழிச்சிருப்பேன். நீங்க என்னோட தாத்தாவைக் கொன்னீங்க. என்னோட அப்பாவோட வாழ்க்கையை அழிச்சீங்க. என்னோட அம்மாவை வல்லுறவு செஞ்சீங்க. அவங்க எல்லோரும் செத்துப் போய் நீங்க எல்லோரும் மாத்திரம் இப்பவும் செழிப்பா வாழ்ந்துட்டிருக்கீங்க. உங்களைப் போன்ற ஆட்கள் எல்லோரையும் பழி வாங்கணும்...''

என்னைப் பயமூட்டவோ, திகைப்படையச் செய்யவோ போல அவன் எழுந்து என்னை நோக்கி நடந்து வந்தான். என்றாலும், நான் கத்தவேயில்லை. என்னைக் காத்துக் கொள்ள அவனையே பார்த்துக் கொண்டிருந்தேன். அவன் ஜன்னலருகே போனான். சற்று நேரம் ஜன்னல் வழியே வெளியே தொலைவைப் பார்த்துக் கொண்டிருந்தான். திடீரென்று அவன் கோபமாக தொலைவில் தென்பட்ட எதையோ காட்டி ''அதோ... அங்கே பார்'' என்றான்.

அவன் அந்தச் சிறிய கோல்ஃப் மைதானத்தைத்தான் சுட்டிக் காட்டிக் கொண்டிருந்தான். அது முற்றுமுழுதாகப் பாதுகாக்கப்பட்ட இடமாக இருந்தது. வெள்ளையாடை அணிந்த சேவகர்கள் சிலர் அதன்

வாயிலருகே நின்று கொண்டிருந்தார்கள். அரைகுறையாக ஆடையணிந்த வெளிநாட்டுப் பெண்ணொருத்தி நுழைவுச் சீட்டுகளை விற்றுக் கொண்டிருந்தாள். இளைஞர்களும், யுவதிகளும் ஜோடிகளாக அங்குமிங்கும் நடமாடிக் கொண்டிருந்தார்கள். அவர்கள் பல்வேறு விதமான நவீன ஆடைகளையணிந்து கவர்ச்சிகரமாகக் காணப்பட்டார்கள்.

''இந்த மாதிரி ஆட்களுக்காகப் பாடுபடுறதுதான் எங்களோட வேலை. எங்க தாத்தாமார் தூக்குல போட்டுக் கொல்லப்படுறாங்க. எங்க தந்தைமார் எவருக்கும் வேண்டாத குப்பைகளைப் போல சிறைகளுக்குள்ள செத்துப் போறாங்க. எங்க தாய்மாரும், சகோதரிகளும் வல்லுறவுகளுக்குள்ளாகுறாங்க. எப்பவும் அழுது கதறிட்டேயிருக்குற எங்க குழந்தைகளுக்கு நல்லது கெட்டதைப் புரிஞ்சுக்குற சக்தியில்ல. இந்த எஜமான்களுக்கோ மனசாட்சிங்குற ஒண்ணே இல்ல'' என்ற அவனது கோபம் நிறைந்த குரலானது மேல்தட்டு மக்கள் தொடர்ந்து பின்பற்றி வரும் பழங்கால கொத்தடிமை முறையைக் குறை கூறிக் கொண்டிருந்தது. அது என்னைத் திடீரென்று கசையால் அடித்தது போலத் தாக்கியது. அந்த உணர்வானது அவர்கள் அனுபவிக்கும் இன்னல்களை நேரில் பார்ப்பது போல என் கண்முன்னால் தோன்றச் செய்தது.

எனது வீட்டில் பதினாறு அடிமைகள் இருக்கிறார்கள் என்பதை நான் நன்றாக அறிந்திருந்தேன். அதை இரண்டு மடங்காக ஆக்கும் இலட்சியமும் என்னிடம் இருந்தது. பதினாறும், முப்பத்திரண்டும் என அந்த அடிமைக் கூட்டம் மின்னல் போல என் கண்முன்னே தோன்றி மறைந்தது. அவனது தாத்தாவைக் கொன்ற அந்தச் சின்ன எஜமான் யாரென்பதை நான் இனங்கண்டு கொண்டேன். அவனது தந்தை செய்யாத குற்றத்துக்கு தண்டனை அனுபவித்திருக்கிறார். அம்மாவோ வல்லுறவுக்கு ஆளாகியிருக்கிறார்.

நான் நன்றாகப் பயந்து போயிருந்தேன். அவனது கூரான பார்வையைக் கண்டு, என்னைத் தாக்கி விடுவானோ என்று நினைத்து அச்சத்தில் நடுங்கிக் கொண்டிருந்தேன். எனது இறுதி மணித்தியாலம் என்னை நெருங்கியிருப்பதாகக் கருதினேன். நான் பயத்தில் அடித்தொண்டையால் ஓலமிட்டேன்.

''என்னாச்சுடா ஷெங்? ஏன் கத்துறாய்?'' என்று அவன் மிகவும் மிருதுவாகக் கேட்டான்.

என்னால் எதுவும் பேச முடியவில்லை. நான் கண்களைத் துடைத்துக் கொண்டேன்.

''நீ என்னைப் பார்த்து பயப்படுறியா ஷெங்? நீ ஒண்ணைத் தெரிஞ்சுக்கணும். நான் உனக்கு எந்த ஆபத்தையும் விளைவிக்க மாட்டேன்டா'' என்று புன்னகையோடு கூறினான்.

அப்போது நான் மிகுந்த கையறு நிலைக்கு ஆளாகியிருந்தேன். மிகுந்த அவதானத்தோடு அவனது முகத்தையே பார்த்துக் கொண்டிருந்தேன். அது அச்சமூட்டக் கூடியதாக இருக்கவில்லை.

''அப்புறம் எதுக்குடா என்னோட உயிரைக் காப்பாற்றினாய் பெங்? நான் உன்னோட எதிரி. நானும் அடிமைகளோட எஜமானொருத்தன். அன்னிக்கு ஏன் நான் கார்ல மோதிச் சாகாம என்னைக் காப்பாற்றினாய்?'' என்று, அவன்தான் எனது உயிரைக் காப்பாற்றினான் என்பது நினைவுக்கு வந்ததால் நான் சந்தேகத்தோடும், பயத்தோடும் அவனிடம் கேட்டேன்.

அதற்கு அவன் மிகவும் மென்மையாகப் பதிலளித்தான்.

''நான் மனசளவுல இப்பவும் அடிமை மனோபாவத்தோடுதான் இருக்கிறேன்னு நினைக்கிறேன்.''

நான் மௌனமாக அவனை முறைத்துப் பார்த்தேன். அவ்வேளையில் எனது விழிகளில் கண்ணீர் நிறைந்திருந்தது.

அவன் அவ்வளவு நேரமாக என்னிடம் விபரமாகக் கூறிய எதுவும் எனக்குப் புரியவில்லையோ என்று நினைத்திருப்பான்.

''அடுத்தவர்களுடைய சௌபாக்கியத்துக்காக தன்னுடைய வாழ்க்கையைத் தியாகம் செய்வதுவும், ஏனையவர்கள் எந்தக் கவலையுமில்லாமல் வாழ்வதற்காக தன்னுடைய வாழ்க்கையை அழித்துக் கொள்வதுவும்தான் அடிமை மனோபாவம் எனப்படுது. என்னுடைய மூதாதையர்களால என்னோட தாத்தாவுக்கு வழங்கப்பட்ட அந்த மனோபாவம், தாத்தாவால அப்பாவுக்கும், அப்பாவால எனக்கும் இங்க வழங்கப்பட்டிருக்குறதை நான் ஏத்துக்குறேன்'' என்று கூறியவாறே அவன் தனது மார்பைச் சுட்டிக் காட்டினான். அங்கு அவனது இருதயம் வேகமாகத் துடித்துக் கொண்டிருப்பது போல உணர்ந்து எனது மார்பைக் குனிந்து பார்த்தேன்.

''எப்பதான் நான் இந்த அடிமை மனோபாவத்திலிருந்து விடுபடுவேனோ? இதுதான் நிஜமாவே ஒரு அடிமையோட மானசீகப் பிரச்சினை'' என்ற அவனது குரல் எனதிரு காதுகளையும் எட்டியது.

நான் உடனடியாக காதுகளை மூடிக் கொண்டேன். என்னிடம் அந்த அடிமை மனோபாவமுள்ள இதயம் இல்லை என்று எனக்குத் தோன்றியது. சிலவேளை முற்றுமுழுதாக வெட்கம், திகைப்பு, கவலை போன்ற அப்போதைய உணர்வுகள் என்னை அவ்வேளையில் மயக்கமடையச் செய்திருக்கக் கூடும் என்று தோன்றுகிது. காரணம் அவன் அங்கிருந்து கிளம்பிப் போனது எப்போது என்பது குறித்து எனக்கு எவ்வித ஞாபகமுமில்லை.

அன்றைக்குப் பிறகு அவனை மீண்டும் நான் காணவேயில்லை. காரணம் அவன் கொஞ்சம் கொஞ்சமாக மாறிக் கொண்டேயிருந்தான். விளையாட்டு மைதானத்தில் அவன் பாதம் படுவது குறைந்திருந்தது. நகரத்தில் அவன் நடமாடுவதைக் காணக் கிடைக்கவேயில்லை. நான் எப்போது அவனது அறைக்கு அவனைத் தேடிச் சென்றாலும் அவன் அங்கு இருக்கவேயில்லை. எமக்கிடையேயான நட்பும் கூட நின்று போனது. பிறகு வந்த காலத்தில் அவன் கூறிய கதைகளையும் கூட நான் மறந்து போனேன். எனக்கென்று சில நண்பர்கள் இருந்தார்கள். அவ்வாறே, காலத்தைக் கடத்துவதற்காக பல பொழுதுபோக்கு நிகழ்ச்சிகள் நடைபெற்றன. நான் திரைப்படங்களைப் பார்க்கச் சென்றேன். நடனங்களை ரசிக்கச் சென்றேன். என்னுடைய காதலியோடு கோல்ஃப் விளையாட்டில் ஈடுபட்டேன். என்னுடைய நண்பர்களிடம் எனது குடும்பத்துக்கென இருக்கும் அடிமைகள் பற்றி பெருமை பேசினேன். 'எங்கக்கிட்ட பதினாறு அடிமைகள் இருக்காங்க. நான் அதை மொத்தமா முப்பத்திரண்டு ஆக்கிடணும்' என்று பெருமையாகக் கூறி வந்தேன்.

பட்டப்படிப்பைப் பூர்த்தி செய்ததுமே எனது இலக்கை மகிழ்ச்சியோடு எட்டியிருந்தேன். எமது குடும்பத்துக்கென மிகுந்த விசுவாசத்தோடு அடிமைப்பணி செய்யக் கூடிய முப்பத்திரண்டு அடிமைகள் அப்போது இருந்தார்கள். அளவற்ற மகிழ்ச்சியோடும், நிம்மதியாகவுமிருந்த நான் பெங் என்னிடம் கூறியிருந்த அடிமைகள் பற்றிய கதையை முற்றுமுழுதாக மறந்து விட்டிருந்தேன்.

ஒரு நாள், என்னுடைய மனைவியோடு கடற்கரையில் அலைகளோடு விளையாடிக் கொண்டிருந்தேன். அங்கு அவ்வேளையில் ஐந்து அடிமைகள் எமக்கு சேவகம் செய்து கொண்டிருந்தார்கள். அங்கே கிடந்த அன்றைய பத்திரிகையை தற்செயலாக புரட்டிப் பார்த்தபோது உள்நாட்டுச் செய்திகள் பிரிவில்

எனது பார்வை நிலைத்தது. புரட்சியாளன் ஒருவன் கொல்லப்பட்ட செய்தியை அங்கு நான் கண்டேன். அவனது பெயர் பெங்.

அது அவனாகத்தான் இருப்பான் என்று நான் கருதினேன். எனது உயிரைக் காப்பாற்றியவன் அவன். சில காலங்கள் காணாத போது நான் அவனை மறந்து போய்விட்டேன் என்றுதான் நினைத்திருந்தேன். அவனால் விவரிக்கப்பட்ட கதையும் கூட பல வருடங்களுக்கு முன்பே மறந்து போய் விட்டது என்றே கருதியிருந்தேன்.

அந்தச் செய்தியைக் கண்டதும் அந்தக் கதை என்னுள்ளேயிருந்து கிளர்ந்தெழுந்து மேலே வந்தது. அவன் இப்போது அடிமை மனோபாவத்திலிருந்து விடுதலை அடைந்திருப்பான் என்று எனக்குத் தோன்றியது. அடிமை வம்சம் அவனோடு முடிந்து போயிருக்கக் கூடும். சிலவேளை அதுதான் அவனுக்கு மிகுந்த மன நிறைவை அளித்திருக்கும். இருந்தாலும், அவன் எனது உயிரைக் காப்பாற்றியதற்காக நான் அவனுக்கு எப்போதும் நன்றிக் கடன்பட்டிருக்கிறேன் என்று எனக்குத் தோன்றியது. அந்தப் பத்திரிகையையே உற்றுப் பார்த்தவாறிருந்த எனக்கு இரண்டுக்கு மேலதிகமாக பெருமூச்சு விடக் கூடக் கிடைக்கவில்லை.

"என்னாச்சுங்க? எதுக்காக பெருமூச்சு விடுறீங்க?" என்று எனது மனைவி என்னைக் கருணை தோய்ந்த விழிகளால் பார்த்தவாறே எனது தலையைத் தடவிக் கொடுத்துக் கேட்டாள்.

"இல்ல... ஒண்ணுமில்ல... என்னோட வகுப்புத் தோழனொருத்தன் செத்துட்டான்" என்று நான் மென்மையாகப் பதிலளித்தேன். எனது மனைவியின் அழகிய முகத்திலிருந்த பெரிய விழிகள் காதலோடு பிரகாசித்துக் கொண்டிருந்தன. அதில் நான் அனைத்தையும் மறந்து போனேன்.